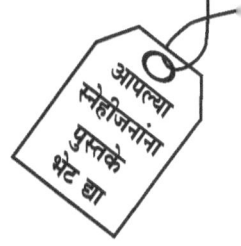

आयुष्याचे धडे गिरवताना

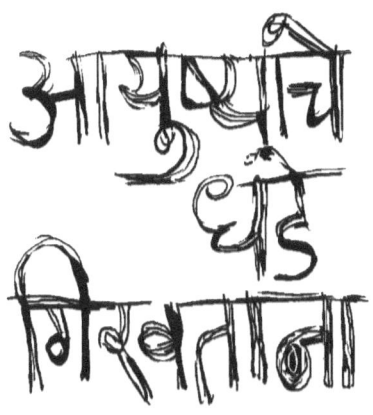

लेखिका
सुधा मूर्ती

अनुवाद
लीना सोहोनी

मेहता पब्लिशिंग हाऊस

- *या पुस्तकातील लेखकाची मते, घटना, वर्णने ही त्या लेखकाची असून त्याच्याशी प्रकाशक सहमत असतीलच असे नाही.*

THE DAY I STOPPED DRINKING MILK - LIFE STORIES FROM HERE AND THERE by SUDHA MURTY

© Sudha Murty

Translated into Marathi Language by Leena Sohoni

आयुष्याचे धडे गिरवताना / अनुवादित कथासंग्रह

अनुवाद : लीना सोहोनी
तेजोनिधी प्लॉट नं. ५, स्नेहनगर, बिबवेवाडी, पुणे - ४११०३७.
✆ ०२०-२४२७४६७० Email : leena.n.sohoni@gmail.com

मराठी अनुवादाचे व प्रकाशनाचे हक्क मेहता पब्लिशिंग हाऊस, पुणे.

प्रकाशक : सुनील अनिल मेहता, मेहता पब्लिशिंग हाऊस,
१९४१, सदाशिव पेठ, माडीवाले कॉलनी, पुणे - ४११०३०.

मुखपृष्ठ : चंद्रमोहन कुलकर्णी

प्रकाशनकाल : मे, २०१३ / ऑगस्ट, २०१३ / ऑक्टोबर, २०१३ /
मार्च, २०१४ / जानेवारी, २०१५ / सप्टेंबर, २०१५ /
जुलै, २०१६ / जून, २०१७ / पुनर्मुद्रण : नोव्हेंबर, २०१७

P Book ISBN 9788184984873
E Book ISBN 9788184986020
E Books available on : play.google.com/store/books
m.dailyhunt.in/Ebooks/marathi
www.amazon.in

प्रस्तावना

हे पुस्तक तुमच्याविषयी आहे, माझ्याविषयी आहे आणि जीवन नावाच्या या विलक्षण चमत्कृतीपूर्ण आणि गुंतागुंतीच्या गोष्टीविषयी आहे. आपल्या सर्वांच्या नशिबात जे काही लिहिलेलं असतं, त्याला तर आपल्याला सामोरं जावंच लागतं. हा आयुष्याचा प्रवास करावाच लागतो. या प्रवासात आपल्याला नानाविध प्रकारच्या व्यक्तिरेखा भेटतात. काही चमत्कारिक, तर काही मन थक्क करून सोडणाऱ्या, आनंद देणाऱ्या.

या व्यक्ती आपल्याला खूप काही शिकवून जातात, आपल्यात आमूलाग्र परिवर्तन घडवून आणून आपल्याला संपन्न समृद्ध आणि परिपक्व बनवतात. या पुस्तकात तुम्हाला एक अशी लोकविलक्षण स्त्री भेटेल, जिनं आपल्या दोन मुलांना दोन वेगवेगळ्या धर्मांनुसार वाढवलं. त्या गोष्टीचा त्या मुलांवर काय बरं परिणाम झाला असेल? यात एक लहानशा मुलीची कथा आहे, जिचं एका रात्रीच्या ट्रेनच्या प्रवासाने अवघं जीवनच बदलून जातं. इथे एक माणूस आहे, ज्याच्याकडे सर्व काही आहे, धनदौलत, मानमरातब, यश कीर्ती... आणि तरीही तो दुःखी आहे. अशा माणसाला तुम्ही काय सांगाल? आणि असा एक माणूस, ज्याच्या तोंडाची टकळी सतत चालू असते, कधी थांबत नाही. त्याला काय सल्ला द्याल?

सुधा मूर्तींच्या आयुष्यात घडलेल्या या सर्व सत्यघटना आहेत. एक बुद्धिमान, संवेदनाक्षम लेखिका आणि समाजसेविका या नात्यानं त्यांनी त्यांचं चित्रण करून वाचकांसमोर ते मांडलं आहे.

सुधा मूर्ती या 'इन्फोसिस फौंडेशन'च्या चेअरपर्सन असून, इंग्रजी आणि कन्नड या दोन्ही भाषांमध्ये त्यांनी विपुल लेखन केलं आहे. त्यांची मन थक्क करणारी स्मरणशक्ती आणि साधी, सहजसुंदर लेखनशैली वाचकांच्या मनाचा ठाव घेते. त्यांच्या सर्व पुस्तकांचा प्रमुख भारतीय भाषांमध्ये अनुवाद झालेला आहे. २००६मध्ये त्यांना 'पद्मश्री' पुरस्कारानं सन्मानित करण्यात आलं. आर. के. नारायण यांचा साहित्य पुरस्कार, तसेच कर्नाटक सरकारचा 'आतिमाबे पुरस्कार' यांसह अनेक मानसन्मान त्यांना प्राप्त झालेले आहेत.

अनुक्रमणिका

१

बाँबे टू बंगळुरू

उन्हाळ्याची नुकती सुरुवात होती. मी गुलबर्गा स्टेशनात उद्यान एक्स्प्रेसमध्ये चढत होते. मी डब्यात चढले आणि पाहिलं, तर सेकंड क्लासचा रिझर्व्ह डबा लोकांनी जाम भरला होता. खरंतर डबा फक्त रिझर्व्हेशन केलेल्यांसाठीच होता; पण असं असूनही अनधिकृतपणे खूप माणसं आत घुसून दाटीवाटीनं बसली होती. कर्नाटक राज्यात इकडच्या भागाला 'हैदराबाद कर्नाटक' असं संबोधण्यात येतं, कारण हैदराबादच्या निजामाची येथे राजवट होती. या भागात पाण्याचं सदोदित दुर्भिक्ष असतं. त्यामुळे इथली जमीन रुक्ष, कोरडी असते. उन्हाळ्यात शेतकरी या जमिनीतून पिकं घेऊ शकत नाहीत, त्यामुळेच अनेक गरीब शेतकरी आणि भूमीहीन मजूर उन्हाळ्यात हैदराबाद कर्नाटकमधून बंगळुरू किंवा इतर मोठ्या शहरांत कामाच्या शोधात निघतात. ते बरेचदा नव्या इमारतींच्या बांधकामांवर कामं मिळवतात. मग पावसाळ्यात आपापल्या गावी परतून पिकांची पेरणी करतात. म्हणूनच त्या दिवशी ट्रेनच्या डब्यात नेहमीच्या तिप्पट गर्दी होती.

मी माझ्या जागी बसले; पण लोकांच्या धक्काबुक्कीमुळे बाकाच्या अगदी कोपऱ्यात ढकलली गेले. खरंतर तो बाक फक्त तीन लोकांचा होता; पण आम्ही सहा लोक त्यावर बसून होतो. मी आजूबाजूला एक नजर टाकली. अनेक विद्यार्थी आपल्या करिअरची आणि भावी आयुष्याची स्वप्नं डोळ्यांत घेऊन बंगळुरूला निघाले होते. डब्यात काही व्यापारीसुद्धा होते. त्यांच्यात बंगळुरूमधून माल खरेदी करून तो स्वत:च्या गावी आणून विकण्याविषयी चर्चा चालू होती. काही सरकारी अधिकारी गुलबर्ग्यावर टीका करत बसले होते. "काय ठिकाण आहे हे? उन्हाळ्यामुळे इथे राहणं खरंच असह्य होतं. लोक इथे बदली झाली, की 'त्याला काळ्या पाण्याची शिक्षा' उगीच नाही म्हणत!"

इतक्यात तिकीट तपासनीस येऊन लोकांची तिकिटं तपासू लागला. कुणाकडे रिझर्व्हेशन आहे, कुणाकडे नाही, ते पाहू लागला. कुणाकडे नुसतं तिकीट होतं आणि कुणाकडे रिझर्व्हेशन होतं, हे लोकांकडे बघून सांगणं कठीण होतं. पण काही

लोक नुसतंच साधं तिकीट काढून आत चढले होते. त्यांनी स्लीपर बर्थचं रिझर्व्हेशन केलेलंच नव्हतं. प्रवास रात्रभराचा होता आणि डब्यात स्लीपर बर्थची संख्या बेताचीच होती. ज्या लोकांनी बर्थचं रिझर्व्हेशन केलं नव्हतं, ते तिकीट तपासनिसाच्या हाता-पाया पडून विनवण्या करत होते. 'काहीतरी करा, पण आम्हाला जागा द्या,' असं त्यांचं म्हणणं होतं. सगळ्यांचा नुसता गलका चालू होता. सगळ्यांचं म्हणणं ऐकून घेणं, त्याला खरोखरच कठीण जात होतं.

पण विनातिकीट प्रवास करणाऱ्या लोकांना मात्र तो घारीच्या नजरेनं शोधून काढत होता. तशी माणसं त्याला दीनवाणेपणे सांगत होती, "सर, या आधीची ट्रेन रद्द झाली हो. आमचं त्या गाडीत रिझर्व्हेशन होतं. आता यात आमची काय चूक आहे? आम्ही आता परत दुसऱ्यांदा तिकिटाचे पैसे का म्हणून भरायचे?" काही लोक त्याच्या पुढे गयावया करत होते, "सर मला स्टेशनवर पोहोचायला उशीर झाला. तिकिटासाठी भली मोठी रांग होती. तिकीट काढण्याइतका वेळच नव्हता, सर, म्हणून मग मी या डब्यात चढलो." या तिकीट तपासनिसाला भगवान श्रीकृष्णाच्या गीतेचं चांगलं ज्ञान असावं, कारण तो अत्यंत स्थितप्रज्ञ वृत्तीनं त्या सर्वांच्या कथा ऐकून घेत होता आणि विनातिकीट प्रवास करणाऱ्या प्रवाशांना नवी तिकिटं फाडून देत होता.

अचानक माझ्याकडे वळून तो म्हणाला, "तुमच्या तिकिटाचं काय?"

"मी माझं तिकीट मगाशीच तुम्हाला दाखवलंय."

"तुम्ही नाही मॅडम! तुमच्या बर्थखाली एक मुलगी दडून बसली आहे. ए... बाहेर ये. तिकीट कुठाय तुझं?"

मग अचानक माझ्या लक्षात आलं. माझ्या बर्थच्या खाली कुणी बसलंय, हे तर मला कळलंच नव्हतं. त्या तिकीट तपासनिसानं दरडावून सांगितल्यावर ती मुलगी बाहेर येऊन उभी राहिली. ती हडकुळी, काळसर होती. प्रचंड भेदरलेली होती. तिचे डोळे रडून रडून सुजले होते. ती साधारणपणे तेरा-चौदा वर्षांची असेल. तिचे केस विस्कटलेले होते आणि अंगात फाटका स्कर्ट-ब्लाऊज होता. ती दोन्ही हातांची घडी घालून थरथरत उभी होती.

त्या तिकीट तपासनिसानं परत विचारलं, "तू कोण आहेस? कुठल्या स्टेशनात चढलीस? कुठे निघाली आहेस? तुला पूर्ण प्रवासाच्या तिकिटाचे पैसे आणि शिवाय दंडपण भरावा लागेल."

ती मुलगी काहीच बोलली नाही. तो तिकीट तपासनीस आता वैतागला. आणखी एक प्रवासी विनातिकीट सापडल्यामुळे त्याला राग आला होता. त्यानं तो राग त्या मुलीवर काढला. "तुमच्यासारख्या घरातून पळून जाणाऱ्या मुला-मुलींचं मला सगळं चांगलं ठाऊक आहे. तुम्ही ट्रेनमधून फुकट प्रवास करता आणि

आम्हाला ताप देता. तू माझ्या एकाही प्रश्नाचं उत्तर देत नाहीयेस आणि तुझ्या तिकिटाचे पैसेही भरत नाहीयेस. मला माझ्या वरिष्ठांना तोंड द्यावं लागतं.''

ती मुलगी काहीच बोलत नव्हती. आजूबाजूच्या लोकांना त्या सगळ्याशी काहीच देणं-घेणं नव्हतं. त्यांच्या आपापसांत गप्पा चालूच होत्या. काही लोक तिकिटासाठी पैसे काढून मोजत होते, तर काही पुढच्या 'वाडी' स्टेशनात उतरण्याची तयारी करत होते, तर काही डबे उघडून जेवायला बसायच्या तयारीत होते. मला मात्र हे सगळं वेगळंच वाटत होतं. आजवरच्या सामाजिक कार्याच्या इतक्या प्रचंड मोठ्या अनुभवांमध्ये हे असं कुठंच पाहायला मिळालं नव्हतं.

ती मुलगी मात्र काहीएक न ऐकू आल्यासारखी काही न बोलता नुसती उभी होती. त्या तिकीट तपासनिसानं तिचं बखोट पकडून तिला पुढच्या स्टेशनवर उतरून जाण्यास धमकावून सांगितलं. तो असंही म्हणाला, ''मी स्वतःच आता तुला पोलिसांच्या हवाली करतो. मग ते तुला अनाथाश्रमात दाखल करतील. मला नसती डोकेदुखी नको. वाडी आली, की उतरायचं.''

ती मुलगी रेसभरही हलली नाही. आता मात्र त्या तपासनिसानं तिला जबरदस्तीनं त्या डब्याच्या बाहेर हाकलण्यास सुरुवात केली. अचानक मला काहीतरी विचित्र वाटू लागलं. मनाला कसंसंच वाटलं. अस्वस्थ झाले. मी उठून उभी राहत त्या तपासनिसाला म्हणाले, ''सर, तिच्या तिकिटाचे पैसे मी भरते. रात्र पडायला लागली आहे. आता या वेळी ही तरुण मुलगी त्या प्लॅटफॉर्मवर एकटी काय करेल?''

त्या तिकीट तपासनिसानं भुवया उंचावून प्रश्नार्थक मुद्रेनं माझ्याकडे पाहिलं.

तो म्हणाला, ''मॅडम, तिच्या तिकिटाचे पैसे भरायला तुम्ही पुढे आलात, हा तुमचा चांगूलपणा; पण मी अशी, या मुलीसारखी खूप मुलं पाहिली आहेत. ती कधीही कुठल्याही स्टेशनात चढतात आणि पुढचं स्टेशन आलं, की उतरून जाऊन दुसऱ्या एखाद्या ट्रेनमध्ये शिरतात. भीक मागत-मागत त्यांना पाहिजे त्या जागी उतरतात. कधीच तिकीट काढत नाहीत. ही मुलगीही काही वेगळी नाही. तिच्यावर तुम्ही कशाला तुमचे पैसे फुकट घालवता? तुम्ही तिकीट काढून दिलंत, तरीही ती प्रवास करेलच, याची काही खात्री नाही. त्यापेक्षा तिला थोडे पैसे का नाही देत? ते घेऊन ती जाईल उतरून.''

मी डब्याबाहेर पाहिलं. आमची ट्रेन वाडी जंक्शनमध्ये शिरत होती. फ्लॅटफॉर्मवर दिव्यांचा लखलखाट होता. चहा, ज्यूस आणि खाद्यपदार्थ घेऊन विक्रेत्यांची डब्याकडे येण्यासाठी एकच लगबग सुरू झाली. रात्र पडली होती. त्या तपासनिसाचा सल्ला मानायला माझं मन काही तयार होत नव्हतं. माझं मन मला काही वेगळंच सांगत होतं. त्या तपासनिसाचं म्हणणं खरं होतं. तरीपण माझं असं काय फार मोठं

नुकसान होणार होतं? काही रुपयांचा तर प्रश्न होता.

"सर, असू दे. तरीही मी तिच्या तिकिटाचे पैसे भरते."

मी त्या मुलीला म्हणाले, "तुला कुठं उतरायचं आहे?"

त्या मुलीनं अविश्वासानं माझ्याकडे पाहिलं. त्याच क्षणी माझं लक्ष तिच्या सुंदर, काळ्याभोर डोळ्यांकडे गेलं; पण त्या डोळ्यांत आता दु:खाची, औदासिन्याची छाया पसरली होती.

तो तिकीट तपासनीस माझ्याकडे बघत हसून म्हणाला, "मी तुम्हाला सांगतो मॅडम, अनुभवाशिवाय शहाणपण येत नाही."

मग तो त्या मुलीकडे बघत म्हणाला, "चल, नीघ. उतरून जा."

मग तो माझ्याकडे वळून म्हणाला, "मॅडम तुम्ही तिचं तिकीट काढताय ना, त्यापेक्षा तिला दहा रुपये देऊन टाका आणि मोकळ्या व्हा. ती त्यानं अधिक खूश होईल."

पण मी त्याचं काहीएक ऐकलं नाही. मी त्याला सरळ त्या ट्रेनच्या शेवटच्या स्टेशनचं – बंगळुरूचं तिकीट द्यायला सांगितलं. 'त्या मुलीला जिथे कुठे उतरून जायचं असेल, तिकडे जाऊ दे,' असा मी मनात विचार केला.

त्या तपासनिसानं माझ्याकडे रोखून पाहिलं. तो म्हणाला, "पण मॅडम, त्या पोरीला बर्थ मिळणार नाही हं आणि विनातिकीट प्रवासाचा दंडही भरावा लागेल."

मी काही न बोलता पर्स उघडली.

तो तपासनीस म्हणाला, "ठीक आहे. भरता आहात तर भरा पैसे; पण ट्रेनच्या सुरुवातीच्या स्टेशनपासूनचं भाडं भरावं लागेल."

ती ट्रेन मुंबई – व्ही.टी.पासून सुटून बंगळुरूला निघाली होती. मी शांतपणे पैसे भरले. तिकीट तपासनीस तिकीट देऊन रागारागानं निघून गेला.

ती मुलगी अजूनही काही न बोलता तिथे तशीच उभी होती. आता त्या मुलीकडे अधिकृत तिकीट होतं. मग मी माझ्या सहप्रवाशाला थोडं सरकून घेऊन तिला जागा करून देण्यास सांगितलं. तो जरा नाराजीनंच सरकला. मग मी त्या मुलीला बाकावर बसण्यास सांगितलं; पण ती बसेना. मी फारच आग्रह केल्यावर ती डब्यात खालीच बसली. मी तिच्यासाठी जेवण मागवलं. जेवणाचा डबा आल्यावर ती तो नुसता आपल्या हातात घट्ट पकडून बसली, पण तिनं काही खाल्लं नाही. तिनं खावं, बोलावं म्हणून मी खूप प्रयत्न केले; पण तिनं त्यातलं काहीच केलं नाही. अखेर हार मानून मी तिचं तिकीट तिच्या हाती ठेवत म्हणाले, "हे बघ, तू माझ्याशी काहीच बोलत नाहीस, त्यामुळे तुझ्या मनात नक्की काय आहे, हे मला कसं कळणार? हे घे तिकीट आणि तुला जिकडे जायचं तिकडे जा."

हळूहळू रात्र झाली. काही लोकांनी खाली डब्याच्या जमिनीवरच पथाऱ्या

पसरून झोपण्याची तयारी सुरू केली; पण ती मुलगी मात्र तशीच बसून राहिली होती. दुसऱ्या दिवशी सकाळी सहाला मला जाग आली. ती बसल्या बसल्या पेंगत होती. याचा अर्थ ती मधल्या कुठल्याही स्टेशनवर उतरून गेली नव्हती; पण तिच्याजवळ जेवणाचा डबा पडला होता. तो रिकामा होता. निदान तिच्या पोटात चार घास गेले, याचाच मला आनंद वाटला.

ट्रेन बंगळुरूच्या जवळ पोहोचली. आता आमचा डबा बराचसा रिकामा झाला होता. आता तरी तिनं बाकावर बसावं, असं मी तिला सांगून पाहिलं. या खेपेस तिनं ते ऐकलं आणि ती बसली. हळूहळू ती बोलू लागली. तिचं नाव चित्रा असल्याचं तिनं मला सांगितलं. बिदर जवळच्या एका खेड्यात ती राहत होती. तिचे वडील हमाल होते आणि तिच्या स्वत:च्या जन्माच्या वेळीच तिच्या आईचा मृत्यू झाला होता. तिच्या वडिलांनी पुनर्विवाह केला होता. त्यानंतर त्यांना त्या दुसऱ्या बायकोपासून दोन मुलगे झाले होते; पण काही महिन्यांपूर्वीच तिच्या वडिलांचा मृत्यू झाला होता. तिच्या आईनं त्यानंतर तिला रोज मारहाण करण्यास सुरुवात केली. ती तिला धड जेवायलाही देत नसे. तिच्या अंगावर माराचे वळ होते. तिच्या फाटक्या ब्लाऊजवर रक्ताचे डाग होते. ती सत्यच सांगत होती, हे नक्की. तिला त्या तसल्या आयुष्याचा कंटाळा आला होता. तिला घरी कुणाचाच आधार नव्हता, त्यामुळे ती घर सोडून बाहेर पडली होती.

एव्हाना आमची ट्रेन बंगळुरू स्टेशनमध्ये शिरत होती. मी चित्राचा निरोप घेऊन प्लॅटफॉर्मवर उतरले. माझा ड्रायव्हर येऊन थांबलाच होता. त्यानं माझ्या बॅगा उचलल्या. आपल्याकडे कुणीतरी टक लावून पाहत असल्याची मला अचानक जाणीव झाली. मी मागं वळून पाहिलं, तर उदास नजरेनं चित्रा माझ्याकडेच पाहात होती; पण मी तरी तिच्यासाठी याहून जास्त काय करू शकणार होते? मी माझ्या कारच्या दिशेनं चालू लागले. मग पाहिलं, तर चित्रा माझ्या मागं येत होती. या संपूर्ण जगात तिचं कुणीच नाही, हे मला माहीत होतं. आता माझ्यापुढे मोठा प्रश्न पडला. तिचं काय करायचं, ते मला कळेना. मी तिच्याविषयी वाटणाऱ्या सहानुभूतीपायी तिचं तिकीट तर काढलं; पण आता ती माझीच जबाबदारी होऊन बसली होती. चित्राच्या दृष्टिकोनातून पाहिलं, तर मी तिच्याशी चांगलं वागले, तिला माणुसकी दाखवली, म्हणून ती मला चिकटू पाहत होती. मी कारमध्ये बसले, तेव्हा ती माझ्याकडे एकटक पाहत खिडकीपाशी उभी राहिली.

मला क्षणभर भीती वाटली. 'मी हे काय करते आहे?' मी स्वत:लाच प्रश्न विचारला. त्या वाडी जंक्शनवर ती मुलगी सुरक्षित राहील की नाही, ही काळजी मला वाटली आणि आता, या एवढ्या मोठ्या बंगळुरू शहरात मी तिला एकटीला सोडून देते आहे? हे तर आधीच्या पेक्षाही वाईट आहे. इथे तर चित्राच्या बाबतीत

काहीही घडू शकतं. शेवटी तीही एक मुलगीच आहे ना? तिच्या परिस्थितीचा गैरफायदा घेण्यासाठी इथे कितीतरी लोक टपलेले असतील. मग मी तिला माझ्या गाडीत बसायला सांगितलं. माझा ड्रायव्हर चौकस नजरेनं तिच्याकडे बघत होता. ''आम्हाला माझा मित्र राम, याच्या घरी घेऊन चल'' असं मी ड्रायव्हरला सांगितलं. राम निराधार मुलांसाठी आणि मुलींसाठी वेगवेगळे दोन अनाथाश्रम चालवतो. आम्ही इन्फोसिस फौंडेशनतर्फे त्याला कायमस्वरूपी आर्थिक मदत देतो. 'चित्रा काही काळ त्या आश्रमात राहील आणि काही आठवड्यांनंतर मी माझे दौरे संपवून परत आले, की मग बोलून तिच्या भविष्याविषयी काहीतरी ठरवता येईल,' असा मी विचार केला. तिथे त्या आश्रमात दहा मुली होत्या आणि त्यातल्या तीन चित्राच्याच वयाच्या होत्या. तिथे राहणाऱ्या मुलींपैकी जवळपास सगळ्याच मला ओळखत होत्या.

मी चित्राला घेऊन त्या आश्रमात पोहोचले. मला पाहून तेथील लेडी सुपरवायझर पुढे आल्या. मी त्यांना सगळी परिस्थिती समजावून सांगितली आणि चित्राला त्यांच्या स्वाधीन केलं. मी चित्राला म्हणाले, ''हे पाहा, तू दोन आठवडे या ठिकाणी राहू शकतेस. मुळीच काळजी करू नकोस. ही माणसं फार चांगली आहेत. मी दोन आठवड्यांनंतर तुला भेटायला येईन. तू इथून पळून जाऊ नकोस. निदान मी परत येईपर्यंत तरी राहा इथे. इथल्या लेडी सुपरवायझर आहेत ना, त्यांच्याशी मोकळेपणानं बोल. त्यांना सगळे आक्का म्हणतात. आक्का म्हणजे वडील बहीणच असते ना?'' मग मी त्या सुपरवायझर बाईंकडे थोडे पैसे दिले आणि त्या मुलीसाठी कपडे व आवश्यक वस्तू आणण्यास त्यांना सांगितलं.

दोन आठवड्यांनंतर मी त्या आश्रमात गेले. तिथे ती चित्रा असेलच, याची मला मुळीच खात्री नव्हती; पण ती तिथे होती, इतकंच नव्हे, तर ती पूर्वीपेक्षा कितीतरी आनंदात होती, हे पाहून मला आश्चर्य वाटलं. आयुष्यात प्रथमच तिला चांगलं जेवायला-खायला मिळालं होतं. तिच्या अंगात नवे कपडे होते आणि ती स्वत:पेक्षा लहान असणाऱ्या मुलींचा अभ्यास घेत होती. चित्रा शाळेत असताना अभ्यासात चांगली हुशार होती आणि तिला मोठ्या शाळेत पुढे शिकायचं होतं; पण तिच्या घरच्यांनी शिकू दिलं नाही, हे तिनंच आम्हाला सांगितलं. ''इथे ती चांगली आरामात आहे आणि तिची पुढे शिकण्याची इच्छा आहे,'' सुपरवायझर बाई मला सांगू लागल्या.

चित्रा जवळच उभी राहून उत्सुकतेनं, अधीरतेनं माझ्या चेहऱ्याकडे बघत होती. सुपरवायझर बाई पुढे म्हणाल्या, ''ही चित्रा फार चांगली मुलगी आहे बरं का. ही इथली साफसफाई करते, स्वयंपाकघरात मदत करते आणि लहान मुलांना सांभाळतेसुद्धा. मॅडम, तुम्ही तिच्याबद्दल काय ठरवलं आहे? आम्ही तिला इथे ठेवून घेऊ का?''

थोड्या वेळानं रामपण आला आणि आमच्या चर्चेत सहभागी झाला. चित्राला जवळच्या शाळेत घालू, असं रामनं सुचवलं. मला ते पटलं. ''चित्राला जेवढं शिकायचं आहे, तेवढं शिकू दे. तिच्या शिक्षणाच्या खर्चाचं मी पाहीन,'' असं सांगून मी तिथून निघाले. चित्राला नवं घर मिळालं होतं, तिच्या आयुष्याला नवी दिशा मिळाली होती, त्यामुळे मी निर्धास्त होते.

नंतर मी माझ्या कामात व्यस्त होऊन गेले आणि मला वर्षाकाठी एकदाच त्या अनाथाश्रमात जायला सवड मिळू लागली; पण मी नियमितपणे तिकडे फोन करून चित्राची खुशाली विचारत असे. तिचा अभ्यास व्यवस्थित चालला आहे आणि तिची चांगली प्रगती चालू आहे, हे मला माहीत होतं.

अशी काही वर्षं गेली. एक दिवस रामनं मला फोन करून कळवलं, की चित्रानं दहावीच्या परीक्षेत ८५ टक्के गुण मिळवले होते. मग मी मुद्दाम आश्रमात जाऊन तिचं अभिनंदन केलं. तिला खूपच आनंद झाला. ती मोठी झाली होती. तिच्या अंगी भरपूर आत्मविश्वास आला होता. तिचे सुंदर काळेभोर डोळे त्या आत्मविश्वासानं चमकत होते.

तिला जर कॉलेजात जाऊन पुढचं शिक्षण घ्यायचं असलं, तर त्यासाठी लागणारा खर्च करायला मी तयार होते. मी तिला तसं सांगितलं. त्यावर ती म्हणाली, ''नको, आक्का. मी माझ्या मित्रमैत्रिणींशी बोलून एक निर्णय घेतला आहे. मी कॉम्प्युटर सायन्समध्ये डिप्लोमा करायचं ठरवलंय. म्हणजे मला तीन वर्षांतच नोकरी मिळेल.'' त्यापेक्षा तिनं इंजिनिअरिंगला जावं, बी.ई. व्हावं, असं मी सुचवलं; पण तिनं त्याला नम्रपणे नकार दिला. शक्य तितक्या लवकर स्वतःच्या पायांवर उभं राहण्याची तिची इच्छा होती; पण खरं सांगायचं तर मलासुद्धा अंतर्यामी कुठेतरी तिचा हा विचार पटला होता.

त्यानंतर तीन पावसाळे गेले. चित्रानं कॉम्प्युटरचा डिप्लोमा पूर्ण केला. तिनं त्यातही अगदी घवघवीत यश मिळवलं. तिला लगेच एका सॉफ्टवेअर कंपनीत असिस्टंट टेस्टिंग इंजिनिअर म्हणून नोकरी मिळाली. नोकरीत पहिला पगार मिळताच ती एक साडी आणि मिठाई घेऊन मला भेटायला माझ्या ऑफिसात आली. ते पाहून माझं हृदय हेलावलं. नंतर मला असं कळलं, की तिनं तिचा पहिला पगार अशाप्रकारे आश्रमातील सर्वांना काही ना काहीतरी भेटवस्तू आणण्यातच संपवला होता.

काही दिवसांनंतर एका नवीन समस्येवर चर्चा करण्यासाठी मला रामचा फोन आला. ''चित्रा आता नोकरीला लागली आहे आणि हा आश्रम तर विद्यार्थिनींसाठीच आहे, त्यामुळे आता नियमानुसार तिला इथे राहता येणार नाही,'' राम म्हणाला, मग मीच यावर एक तोडगा काढला. मी रामला म्हणाले, ''चित्रानं आश्रमात

राहण्याबद्दल दरमहा काही भाडं आश्रमाला द्यावं, असं मी तिला सुचवते. तिचं लग्न होईपर्यंत तुम्ही त्या अटीवर तिला तिथे राहण्याची परवानगी द्या.'' एका अनाथ अविवाहित मुलीला राहण्यासाठी त्या आश्रमाहून दुसरी चांगली, सुरक्षित जागा कुठली मिळणार, असं मला वाटलं.

राम मला म्हणाला, ''मग तुम्ही चित्रासाठी स्थळं बघणार का?''

आता ही तर एक नवीच आणि चांगलीच मोठी समस्या होती. मी चित्राची अनौपचारिकपणे का होईना, पण पालक होते. तेव्हा एकतर मी तिच्यासाठी चांगला मुलगा शोधणं, नाहीतर तिनं स्वत:चा जोडीदार स्वत:च शोधणं, असे दोनच पर्याय होते. ही तर फारच मोठी जबाबदारी होती. नाहीतरी मला स्वत:हून उठून कोणत्यातरी संकटात जाऊन फसण्याची सवय आहे, असं सगळे म्हणतातच; पण त्या संकटांमधून बाहेर पडण्याचा मार्गसुद्धा नेहमी देवच मला दाखवतो. मी रामला म्हणाले, ''ती आत्ता फक्त एकवीस वर्षांची आहे. तिला आणखी काही वर्षं नोकरी करू दे. दरम्यान जर एखादं चांगलं स्थळ नजरेसमोर आलंच, तर तू मला कळव.''

मग मी चित्राला फोन करून तिला त्या आश्रमात भाडं देऊन राहता येईल, असं सांगितलं. तिनं ते आनंदानं मान्य केलं.

दिवसांमागून दिवस, महिन्यांमागून महिने लोटले, एक दिवस मी दिल्लीत असताना मला अचानक चित्राचा फोन आला. ती खूप आनंदात होती. ''आक्का, माझी कंपनी मला अमेरिकेला पाठवते आहे. मला खरंतर तुम्हाला भेटून तुमचे आशीर्वाद घ्यायचे होते, पण तुम्ही तर इथे बंगळुरूमध्ये नाही आहात.''

मला चित्रानं सांगितलेली ती बातमी ऐकून अत्यंत आनंद झाला. मी म्हणाले, ''चित्रा तू आता परदेशात जात आहेस. सांभाळून राहा. स्वत:ची काळजी घे आणि माझ्या संपर्कात राहा बरं का. माझे आशीर्वाद तुझ्या पाठीशी आहेतच.''

अशी बरीच वर्षं गेली. मधूनच कधीतरी चित्राची ई-मेल येत असे. तिचं उत्तम चाललं होतं. अमेरिकेत वेगवेगळ्या शहरांत तिला कामासाठी पाठवण्यात येई. ती आयुष्याचा उपभोग घेत होती. मजेत होती. ही जिथे कुठे असेल, तिथे सुखात राहो, अशी मी देवाची प्रार्थना करत असे.

सॅनफ्रॉन्सिस्कोमध्ये 'कन्नड कूट' नामक एक संस्था आहे. हे कन्नड भाषक परिवारांचं मंडळ आहे. ते सर्व जण नियमितपणे भेटतात आणि वेगवेगळे कार्यक्रम आयोजित करतात. एकदा मला तिथे भाषणासाठी बोलावणं आलं. माझं भाषण एका हॉटेलच्या कन्व्हेन्शन हॉलमध्ये ठेवण्यात आलं होतं. मग मीपण त्याच हॉटेलात उतरण्याचं ठरवलं. भाषण संपल्यावर मी थेट विमानतळावर जायला निघणार होते. तत्पूर्वी मी माझं सामानसुमान घेऊन चेकआऊट करण्यासाठी हॉटेलच्या स्वागतकक्षापाशी आले. तिथे मी बिलाची चौकशी करताच तिथली

रिसेप्शनिस्ट म्हणाली, ‘‘मॅडम, तुम्हाला काहीच पैसे भरावे लागणार नाहीत. त्या तिकडे उभ्या असलेल्या बाईंनी तुमचे पैसे आधीच भरले आहेत. तुम्हाला ती ओळखते.’’

मी मागे वळून पाहिलं, तर तिथे चित्रा उभी होती. ती एका गोऱ्या तरुणाबरोबर होती. तिनं सुंदर साडी नेसली होती. केस आखूड कापले होते आणि ती फार सुरेख दिसत होती. तिचे डोळे आनंदानं, अभिमानानं चमकत होते. मला पाहताच ती तोंडभरून हसली. तिनं आधी मला कडकडून मिठी मारली आणि मग माझ्या पाया पडली. मला अतोनात आनंद झाला होता. काय बोलावं, हेच सुचत नव्हतं.

‘‘चित्रा, कशी आहेस तू? अगं किती दिवसांत तुला भेटले नाही. आज तुला या ठिकाणी पाहून मला आश्चर्यच वाटलं. आज मी इकडे येणार आहे, हे तुला कसं कळलं?’’

‘‘आक्का, मी इथे या शहरातच राहते. इथे कर्नाटक मंडळात तुमचं भाषण आहे, हे मला कळलं. मीपण या मंडळाची सदस्य आहे ना. मला तुम्हाला सरप्राइज द्यायचं होतं, म्हणून मी मुद्दाम आधी कळवलं नाही आणि तुमचे कुठे कुठे काय काय कार्यक्रम आहेत, याची माहिती मिळवणं, मला मुळीच कठीण गेलं नाही.’’

‘‘चित्रा, अगं मला तुला खूप काय काय विचारायचंय. तुझं काम कसं चाललंय? भारतात आली होतीस की नाही? आणि सगळ्यात महत्त्वाचं म्हणजे तुला तुझा जीवनसाथी ‘मि. राइट’ भेटला की नाही अजून? आणि काय गं, माझं हॉटेलचं बिल तू भरलंस?’’

‘‘नाही आक्का, इकडे आल्यापासून मी भारतात आलेली नाही. मी कधी भारतात आलेच, तर तुम्हाला भेटल्याशिवाय परत तरी जाईन का? आक्का, मला तुम्हाला काहीतरी सांगायचंय. तुम्ही मला माझी जातपात कधीच विचारली नाहीत; पण मी लग्न करून आयुष्यात स्थिरस्थावर व्हावं, अशी तुमची इच्छा होती. माझ्यासाठी स्थळं शोधणं किती अवघड आहे, याची मला कल्पना आहे; पण आता मला माझा जोडीदार, माझा ‘मि. राइट’ सापडलाय. हा माझा सहकारी, जॉन. आम्ही या वर्षअखेरीस लग्न करतोय. माझ्या लग्नाला तुम्ही नक्की यायचं हं आणि आम्हाला आशीर्वाद द्यायचे.’’

चित्राच्या बाबतीत या इतक्या सगळ्या चांगल्या गोष्टी घडलेल्या पाहून मला खूप आनंद झाला; पण तरीही माझ्या एका प्रश्नाचं उत्तर मला मिळालंच नव्हतं. मी म्हणाले, ‘‘चित्रा, पण माझ्या हॉटेलचं बिल तू का भरलंस? हे काही बरोबर नाही.’’

तेव्हा डोळ्यांत कृतज्ञतेचे आसू आणून ती म्हणाली, ‘‘आक्का, तुम्ही जर मला मदत केली नसती, तर आज मी कुठे असते, काय करत असते, याची कल्पनासुद्धा करवत नाही. कदाचित भीक मागत असते, नाहीतर वेश्याव्यवसाय

करत असते, रस्त्यावर राहत असते, कुणाच्या घरी घरकाम करत असते, नाहीतर कदाचित मी आत्महत्यासुद्धा केली असती. तुम्ही माझं आयुष्य बदललं, घडवलं. मी तुमची सदोदित ऋणी राहीन.''

"नाही गं चित्रा,'' मी म्हणाले, "तुझ्या यशाच्या सोपानावरची मी एक फक्त पायरी आहे; पण आज तू जिथे आहेस, तिथे पोहोचायला तुला अनेक पायऱ्यांची मदत झाली आहे. तुझा सांभाळ करणारा आश्रम, तुला उत्तम शिक्षण देणारी शाळा, तुला अमेरिकेला पाठविणारी कंपनी; पण त्याहूनही सर्वांत महत्त्वाचं म्हणजे तू स्वत: – एक अत्यंत दृढनिश्चयी आणि ध्येयानं झपाटलेली मुलगी आहेस. तुझं आयुष्य तू स्वत:च घडवलंस. एका पायरीनं संपूर्ण यशाचं श्रेय घेणं बरोबर नाही.''

"हे तुमचं मत झालं, आक्का; पण माझं मत मात्र तसं नाही.''

"चित्रा, आता तू नवं आयुष्य सुरू करते आहेस. आता तुला तुझ्या संसारासाठी पैसे साठवायला हवेत. तू माझं हॉटेलचं बिल का बरं भरलंस?''

चित्रा काहीच बोलली नाही. तिनं फक्त जॉनला माझ्या पाया पडायला लावलं. मग अचानक तिला हुंदका फुटला. मला मिठी मारून ती म्हणाली, "कारण तुम्ही मुंबई ते बंगळुरू तिकिटाचे पैसे भरले होते.''

२

रहमानची अव्वा

रहमान एक शांत, सौम्य स्वभावाचा तरुण होता. तो बी.पी.ओ.मध्ये नोकरीस होता. आमच्या फौंडेशनचा उत्साही कार्यकर्ता होता. तो तसा मितभाषी. कारणाशिवाय तोंड उघडत नसे. स्वत:च्या कामगिरीबद्दल तो कधी बढायासुद्धा मारायचा नाही. कामात तर तो एकदम तरबेज होता. त्याच्यावर कोणतीही जबाबदारी सोपवा. ती शंभर टक्के चोख पार पाडल्याशिवाय त्याला चालत नसे. तो शनिवार आणि रविवार हे दोन दिवस फौंडेशनचं काम करायचा. अनाथालयातल्या मुलांशी तो खूप कनवाळूपणे वागायचा. तो नेहमी स्वखर्चानं त्या मुलांसाठी खाऊ आणायचा. मला तो खूप आवडायचा.

आम्ही अनेकदा एकत्र काम करायचो, त्यामुळे मी मूळची उत्तर कर्नाटकमधील धारवाडची आहे, हे त्याला कळलं. माझी बोलण्याची धाटणीपण त्याच परिसरातल्या लोकांसारखी आहे आणि धारवाडी जेवणाबद्दलचं माझं प्रेम सर्वांना माहीत आहे. एक दिवस रहमान माझ्यापाशी येऊन म्हणाला, ''मॅडम, या रविवारी जर तुम्हाला वेळ असला, तर तुम्ही माझ्या घरी याल का? माझी आई आणि बहीण माझ्याकडे आल्या आहेत आणि हो, माझी आईसुद्धा धारवाड जिल्ह्यातीलच आहे. आमच्या घरच्यांनी तुमचे कन्नडमधले लेख आणि तुमची पुस्तकं वाचली आहेत. मी तुमच्यासाठी काम करतो, हे त्यांना कळल्यावर त्यांनी तुम्हाला भेटायची इच्छा व्यक्त केली. तुम्ही आमच्याकडे दुपारी जेवायला याल का?''

''तुझ्याकडे छान रुचकर धारवाडी जेवण मिळेल का?'' मी गमतीनं म्हणाले.

''नक्की मिळेल, मॅडम. माझी आई सुगरण आहे.''

''बस कर हं, रहमान. आपली आई कितीही वाईट स्वयंपाक करत असली ना, तरी आपल्याला तिच्या हातच्या जेवणाची चव नेहमीच आवडते, कारण ती आपल्याला फार प्रेमानं रांधून खाऊ घालते ना? म्हणून ते जेवण इतकं रुचकर लागतं.''

''तसं नाही काही. माझी आई खरंच सुगरण आहे. माझी बायकोसुद्धा तसं म्हणते.''

"असं का? मग मात्र ती खरोखरच सुगरण असेल, कारण कोणतीही सून आपल्या सासूच्या स्वयंपाकाची उगीच तारीफ करणार नाही; पण धारवाड जिल्ह्यातल्या कुठल्या गावचे आहात तुम्ही लोक?"

मग त्यानं मला रेणेबेन्नूर जवळच्या एका खेड्याचं नाव सांगितलं. मी ते कधी ऐकलेलं नव्हतं. मी त्याच्या घरी जेवायला जायचं आनंदानं कबूल केलं.

रविवारी मी फुलं घेऊन त्याच्या घरी गेले. त्याचं अपार्टमेंट नवीनच होतं. बाणेरघाटा रस्त्यावरील प्राणीसंग्रहालयाजवळ होतं. घरात शिरल्यावर माझी त्यानं त्याच्या पत्नीशी – सलमाशी ओळख करून दिली. ती चांगली तरतरीत होती, दिसायलाही छान होती. ती जवळच्या एका बालवाडीत शिक्षिका होती.

मग त्यानं त्याच्या 'अव्वा'ला, म्हणजे आईला हाक मारली. (उत्तर कर्नाटकात आईला सगळे 'अव्वा' म्हणतात.) जरा वेळानं स्वयंपाकघरातून एक वृद्ध स्त्री बाहेर आली. तिचे केस पांढरे झाले होते. रहमाननं तिची माझ्याशी ओळख करून दिली. "ही माझी आई". तिला पाहून खरंतर मला आश्चर्याचा धक्काच बसला. तिच्या कपाळावर चांगलं चार आण्याच्या नाण्याएवढं मोठं कुंकू होतं, तिनं इरकली लुगडं नेसलं होतं आणि दोन्ही हातांत कोपरापर्यंत हिरव्या बांगड्या होत्या. तिनं डोक्यावरून पदर घेतला होता. तिच्या चेहऱ्यावर तृप्त, समाधानाचं हसू होतं. तिनं दोन्ही हात जोडून मला नमस्कार केला.

इतक्यात दुसऱ्या खोलीतून रहमानची बहीण बाहेर आली. ती दिसायला रहमानपेक्षा खूपच वेगळी होती. रहमान दिसायला गोरापान, देखणा होता; पण ती मात्र काळीसावळी, उंच होती. तिनं सुती साडी नेसली होती. आपल्या आईपेक्षा जरा लहान कुंकू लावलं होतं. तिनं हातात दोन-दोन सोन्याच्या बांगड्या घातल्या होत्या. रहमान म्हणाला, "ही माझी बहीण उषा. ती हिरेकेरूरमध्ये राहते. ती आणि तिचे यजमान दोघंही शिक्षक आहेत."

रहमानच्या आईकडे आणि बहिणीकडे पाहून मी बुचकळ्यात पडले; पण मी त्याला काही विचारलं नाही.

मी जरा निवांत बसल्यावर उषा म्हणाली, "मॅडम आम्हाला तुमच्या कथा फार आवडतात. त्या आम्हाला खूप आपल्या वाटतात. तुम्ही लहान मुलांसाठी लिहिलेल्या कथा मी माझ्या विद्यार्थ्यांनासुद्धा सांगते."

सलमापण आता आमच्या गप्पांमध्ये सहभागी झाली. "मलासुद्धा आवडतात तुमच्या कथा, पण आमच्या बालवाडीतली मुलं फार लहान आहेत. त्यांना नाही कळणार त्या."

रहमान किंचित हसून म्हणाला, "माझ्या आईला आणि बहिणीला पाहून तुम्हाला आश्चर्य वाटलं असेल ना? आज मी तुम्हाला माझीच कहाणी सांगणार आहे."

मग त्याची आई स्वयंपाकघरात गेली आणि त्याची बहीण टेबल साफ करू लागली. सलमा आपल्या सासूबाईंना मदत करायला आत निघून गेली. तिथे आता आम्ही दोघंच उरलो.

"मॅडम, मी मुसलमान असताना माझी आई आणि बहीण हिंदू कशा, असा प्रश्न तुम्हाला पडला असेल ना? माझी ही कहाणी तुम्हाला नक्कीच आवडेल, कारण मनात कोणत्याही जाती-धर्माच्याविषयी कसलाही पूर्वग्रह न बाळगता तुम्ही सर्वांना समभावानं मदत करता, ते मी स्वत: डोळ्यानं पाहिलंय. मला चांगलं आठवतं – तुम्हीच एकदा मला म्हणाला होतात ना – आपण कुठल्या जाती-धर्मात जन्माला यावं, हे काही आपल्या हातात नसतं, त्यामुळेच आपण आपला धर्म किंवा जात ही आपली ओळख कधीच बनवू नये."

रहमान क्षणभर थांबून पुढे म्हणाला, "मॅडम, माझापण या गोष्टीवर विश्वास आहे, कारण मलासुद्धा याच पद्धतीनं वाढवण्यात आलं आहे, त्यामुळे मला माझी जीवनकहाणी आणि माझा जीवनाबद्दलचा दृष्टिकोन हे दोन्ही तुम्हाला सांगायचंय."

रहमाननं त्याची कहाणी सांगण्यास सुरुवात केली.

"तीस वर्षांपूर्वीची गोष्ट. आमच्या खेड्यात, जरा गावाबाहेर दत्तूराम आणि काशीबाई हे जोडपं त्यांच्या सहा महिन्यांच्या मुलीसह, उषासह राहत होतं. ते ज्या शेतात काम करायचे, त्या शेताचे मालक, म्हणजे श्रीकांत देसाई, हे मुंबईला राहत. ही दहा एकरांची शेतजमीन होती. श्रीकांत देसाई वर्षातून एकदाच वसुलीसाठी गावाकडे येत. शेत इतकं मोठं होतं, की त्याची देखभाल करणं दत्तूराम आणि काशीबाईस जड जायचं. मग त्यांनी आपल्या मालकाला आणखी एका जोडप्याला आपल्याबरोबर शेतात कसायला आणण्याची विनंती केली, शिवाय तेवढीच आपल्याला सोबत होईल, असा विचारही त्यांच्या मनात होताच.

"मग श्रीकांत देसाईंनी जरा इकडेतिकडे विचारपूस सुरू केली. लवकरच त्यांना पाहिजे होतं, तसं जोडपं सापडलं. काही दिवसांतच फातिमाबी आणि हुसेनसाब तिथे येऊन दाखल झाले. शेतातील घराच्या अर्ध्या हिश्शात त्यांनी बिऱ्हाड थाटलं. राहिलेल्या अर्ध्या भागात दत्तूराम आणि काशीबाई राहू लागले. हुसेनसाब आणि दत्तूराम यांचं लगेच मेतकूट जुळलं; पण काशीबाई आणि फातिमाबी यांचं मात्र अजिबात पटेना. त्या दोघी काही वाईट नव्हत्या, पण त्यांचे स्वभाव वेगवेगळे होते. काशीबाई जरा भांडखोर होती. ती फारच स्पष्टवक्ती होती. बोलायचीही मोठ्या आवाजात, ती भरपूर कामसू होती. फातिमाबी, शांत, अबोल होती. तिला कामाचा आळस होता. त्यांच्यात सारखी भांडणं होऊ लागली. एका कोंबडीचं निमित्त झालं. काशीबाईची कोंबडी फातिमाबीच्या अंगणात येऊन अंडी घालायची. फातिमाबी ती अंडी परत करायची नाही. तिला वाटायचं, ती अंडी तिच्याच कोंबडीची आहेत.

काशीबाईनं आपली कोंबडी फातिमाबीच्या कोंबडीपेक्षा वेगळी ओळखू यावी, म्हणून तिला रंगसुद्धा लावला होता. त्या दोघींसाठी एकच विहीर होती. मग त्यावरून भांडणं. नेमकी दोघींना एकाच वेळी त्या विहिरीवर भांडी घासायची असत, नाहीतर कपडे धुवायचे असत, शिवाय त्यांची त्यांच्या बकऱ्यांवरूनसुद्धा भांडणं जुंपायची. फातिमाबीच्या बकऱ्या काशीबाईच्या झाडाचा पाला ओरबाडून खायच्या, फुलांची नासधूस करायच्या. तिला पूजेसाठी नेमकी ती फुलं हवी असायची. कधीतरी काशीबाईच्या बकऱ्या फातीमाबीच्या अंगणात जाऊन लेंड्या टाकायच्या. मग फातिमाबी त्या लेंड्या परत करायची नाही.''

''मग त्या लेंड्यांचं एवढं काय?'' मी मध्येच म्हणाले.

''मॅडम, लेंड्या खत म्हणून वापरण्यात येतात.''

''हां हां. आलं लक्षात. मग पुढे काय झालं?'' मी रहमानला विचारलं.

''त्यांची भांडणं अशीच चालू राहिली. आपण उगीचच मालकांना सांगून हे दुसरं कुटुंब इथे बोलावून घेतलं, असं कधीतरी काशीबाईच्या मनात यायचं. ही फातिमाबी इकडे राहायला येण्यापूर्वी आपण किती आनंदात होतो, असं तिला वाटायचं. फातिमाबीलासुद्धा हे शेत सोडून दुसरीकडे निघून जावं, असं वाटायचं; पण हुसेनसाब मात्र तिचं काहीएक ऐकायला तयार नव्हते. ते म्हणायचे, ''तुम्ही बायका उगाच क्षुल्लक गोष्टींवरून भांडता. आपल्याला इथे पैसे कमवण्याची चांगली संधी चालून आली आहे. इतकी सुपीक जमीन आहे. भरपूर पाणी आहे. आपले मालक किती चांगले आहेत. इकडे येतसुद्धा नाहीत. आपल्याला इथे भाज्यासुद्धा सहज पिकवता येतील. इथे जवळपास इतकं चांगलं काम मिळणार तरी कुठे? तूसुद्धा आळस झटक. तुझा अहंकार जरा बाजूला ठेव आणि त्या काशीबाईसारखी काम करत जा. तिच्याशी जरा जुळवून घे ना.'' घराच्या दुसऱ्या भागातही अशाच स्वरूपाचं संभाषण होई. दत्तूराम आपल्या बायकोला सुनावत. ''इतकी भांडत जाऊ नको गं. जरा त्या फातिमासारखं शांत राहत जा ना. ती आळशी असली, तरी स्वभावानं चांगली आहे.''

पण नेहमीप्रमाणेच त्या दोघी आपापल्या नवऱ्यांच्या बोलण्याकडे दुर्लक्ष करत.

दिवस जात होते. आता काशीबाईंची मुलगी उषा दोन वर्षांची झाली होती. फातिमाबीला मुलांची आवड होती. उषा शेतात खेळायची. फातिमाबीला ते बघायला आवडायचं. फातिमाबीला मेंदी लावायला खूप आवडत असे. ती शेतातल्या मेंदीचा पाला वाटून स्वत:च्या हाताला लावायची. उषा त्या वेळी नेहमी तिच्याजवळ जाऊन बसायची. मग घरी येऊन म्हणायची. ''आई, फातिमा काकूसारखी तू का नाही गं हाताला मेंदी लावत?''

ते ऐकून काशीबाई चिडायची. ती म्हणायची, ''हे असलं हाताला मेंदी लावून

बसून राहणं फातिमाला जमतं. तिचा नवरा शेतात राबतो आणि वर तिला स्वयंपाकघरातही मदत करतो. ही आपली खुशाल पलंगावर रेडिओ ऐकत बसते. मी जर असं केलं, तर तुझे वडील घरी आल्यावर मला स्वयंपाकात मदत करणार आहेत का?'' त्या दोघींचं ते बोलणं फातिमाबीच्या कानावर पडायचं; पण तरीही तिची आणि उषाची मैत्री मात्र तशीच राहिली.

मग फातिमाला दिवस राहिले. आता तर ती आणखीच आळशी झाली. अखेर नऊ महिने पूर्ण झाले. मग त्यांच्या दूरच्या नात्यातली बाई तिचं बाळंतपण करायला येऊन राहिली. काही दिवसांनंतर गावात कसला तरी उत्सव होता. दत्तूराम आणि त्याच्या घरचे त्या उत्सवाला गेले होते. ते जेव्हा परत आले, तेव्हा फातिमाबी तिथे नव्हती. तिला हॉस्पिटलमध्ये नेण्यात आलं होतं. तिला मुलगा झाला होता; पण तिची प्रकृती अत्यंत गंभीर होती. दुसऱ्या दिवशी फातिमाबी गेल्याची बातमी आली.

त्या नवजात अर्भकाला घेऊन हुसेनसाब घरी परत आले. बाळाची काळजी घेण्यासाठी ती नात्यातली बाई एक महिनाभर थांबली आणि मग परत गेली. इतक्या तान्ह्या बाळाला सांभाळणं, हे हुसेनसाबसाठी महाकर्मकठीण काम होतं. हुसेनसाब किंवा फातिमाबी यांना कुणीच नातलग नव्हते. त्या बाळाचा सांभाळ करायला कुणीच नव्हतं. त्यांचे सगळे नातेवाईक मोलमजुरी करून पोट भरत. या तान्ह्या बाळाचा भार कोण उचलणार? दत्तूराम स्वभावानं चांगले होते. त्यांना हुसेनसाबविषयी सहानुभूती वाटली. हुसेनसाब यांनी शेतात कमी काम करून बाळाची काळजी घेण्यात जास्तीत जास्त वेळ घालवावा, असं त्यांनी सुचवलं. इतक्या तान्ह्या बाळाला सांभाळणं फारच कठीण काम होतं.

एका रात्री ते बाळ सतत रडत राहिलं होतं. काशीबाईला शेवटी ते असह्य झालं. तिला वाटलं, हे आता अती झालं. किती झालं, तरी ते एक तान्हं बाळ होतं. लहान बाळाला सांभाळण्याच्या बाबतीत स्त्रिया आणि पुरुष यांच्यात फरक असतो. तिच्या अंतर्यामी दडलेली आई तिला स्वस्थ बसू देईना. तिनं आपल्या पतीची वाटसुद्धा न बघता सरळ शेजारी हुसेनसाब यांच्या दरवाज्यावर टकटक केलं. हुसेनसाब यांनी दरवाजा उघडला, तेव्हा ती त्यांना म्हणाली, ''हुसैनी, त्या बाळाला द्या पाहू माझ्याकडे. मीसुद्धा एक आई आहे. त्याला शांत कसं करायचं, ते मला कळतं.'' मग तिनं त्यांच्या हातून त्या बाळाला घेतलं आणि त्याला पदरात गुंडाळून छातीशी धरून घरी आली. ते बाळ लगेच रडायचं थांबलं. ते बाळ जन्मल्यापासून आज पहिल्यांदा हुसेनसाब शांत झोपू शकले.

दुसऱ्या दिवशी काशीबाई हुसेनसाबना म्हणाली, ''तुम्ही परत लग्न करेपर्यंत मी तुमच्या बाळाचा सांभाळ करीन. काही काळजी करू नका.'' फातिमाबीशी असलेलं आपलं वैर ती केव्हाच विसरून गेली होती. त्याबद्दल तिची तिलाच लाज वाटायची.

तिला वाटायचं, आपण फातिमाबीशी चांगलं वागायला हवं होतं. आजकाल बकऱ्यांच्या लेंड्या कुणाच्या भागात पडतात, कोंबड्या कुणाच्या परसात अंडी घालतात, याची काशीबाईला काहीच फिकीर नसे. तिच्या दृष्टीनं त्या बाळाचा संभाळ करणं कितीतरी महत्त्वाचं होतं.

बाळाचं 'रहमान' असं नामकरण करण्यात आलं. आश्चर्याची गोष्ट म्हणजे हुसेनसाबनी परत लग्न केलंच नाही. रहमान काशीबाईच्या घरातच लहानाचा मोठा होत होता. तो आता काशीबाईला अव्वा म्हणून हाक मारे आणि उषा त्याची आक्का झाली. रात्रीचा रहमान हुसेनसाबच्या घरी त्यांच्याजवळ झोपायचा; पण सकाळ उजाडली, की तयार होण्यासाठी तो काशीबाईंच्या घरी धावायचा. उषा अंघोळ, वेणी करून आपली आपण तयार व्हायची, तर रहमानला अंघोळ घालण्यापासून सगळंच काशीबाईला करावं लागायचं. ती दोघांचा नाश्ता बनवायची, शाळेचा डबा भरायची आणि त्यांना शाळेत सोडायला जायची. उषा खरंतर रहमानपेक्षा मोठी होती; पण काशीबाईनं त्यांना शाळेत मुद्दाम एकाच वर्गात घातलं होतं. दुपारी काशीबाई शेतात काम करायची आणि संध्याकाळी दोघांना शाळेतून घरी घेऊन जायची. हुसेनसाब रहमानसाठी रात्री स्वयंपाक करायचे. मग दोघं जेवून रात्री त्यांच्या घरी झोपत. हे असं दहा वर्षं चाललं होतं.

आता रहमान दहा वर्षांचा आणि उषा बारा वर्षांची झाली होती. हुसेनसाब आजारी पडले. त्यांच्याकडची सगळी शिल्लक त्या दुखण्यात खर्च झाली. इकडे काशीबाईनं दोन म्हशी खरेदी करून दुग्धव्यवसाय सुरू केला होता. आता आपल्या पतीपेक्षाही काशीबाईची कमाई जास्त होत होती.

त्याच वर्षी हुसेनसाब क्षयरोगानं निधन पावले. आता रहमान एकटा पडला. हुसेनसाबना मूठमाती द्यायला फारसं कुणी उपस्थितही नव्हतं. रहमानचा एक दूरचा काका तेवढा आला होता. आपण आपल्या पुतण्याचा संभाळ करू, असं मुल्ला साहेबांना वचन देऊन निघून गेला; पण प्रत्यक्षात मात्र रहमानला नेण्याची वेळ आली, तेव्हा तो आलाच नाही; पण काकणभरही विचार न करता दत्तूराम आणि काशीबाई यांनी त्याला आपल्या घरी ठेवून घेतलं. रहमानपण तिथं आनंदानं राहू लागला.

रहमानच्या धर्माविषयी काशीबाई अत्यंत जागरूक होती. दर रविवारी ती त्याला नमाज पढण्यासाठी पाठवायची. त्याचप्रमाणे गावातल्या मशिदीत कुराणाचे पाठ शिकायलापण ती त्याला पाठवायची. गावात मुसलमान वस्ती तशी कमीच होती. तरीपण त्यांचे सण असले, की ती रहमानला मुद्दाम त्यात सहभागी होण्यासाठी पाठवायची. घरी जेव्हा हिंदूंचे सण साजरे होत, तेव्हा रहमान अर्थातच त्यात भाग घेतच असे. काही दिवसांनी दोन्ही मुलांसाठी दत्तूराम आणि काशीबाईनं दोन

सायकली विकत घेतल्या. मग उषा आणि रहमान सायकलनं शाळेत जाऊ लागले. पुढे ते एकाच कॉलेजात शिकण्यासाठी जाऊ लागले. तेही सायकलनंच.

काही वर्षांनंतर दोघंही पदवीधर झाले. पदवी हातात मिळण्याच्या दिवशी काशीबाई रहमानला म्हणाली, ''दुर्दैवानं तुझ्या आई-वडिलांचे फोटो काही आपल्याकडे नाहीत, त्यामुळे मक्केच्या दिशेनं तोंड करून बस आणि अल्लाची प्रार्थना कर. फातिमाबी आणि हुसेनसाब यांचं स्मरण करून प्रार्थना कर. त्यांचे आशीर्वाद तुला लाभतील. आता तू मोठा झाला आहेस, स्वतंत्र झाला आहेस. पुढच्याच महिन्यात उषाचं लग्न होऊन ती सासरी जाईल. तुमच्या दोघांच्या बाबतीतली माझी जबाबदारी आता खऱ्या अर्थानं संपली.''

काशीबाईचं प्रेम आणि तिची निष्ठा यांमुळे रहमानचं अंत:करण हेलावून गेलं. त्याला आपल्या सख्ख्या आईचा चेहराही पाहून माहीत नव्हता. त्यानं अल्लाची आणि आपल्या मृत आई-वडिलांची मनापासून प्रार्थना केली आणि मग तो काशीबाईच्या पाया पडला. तो म्हणाला, ''अव्वा, तूच माझी अम्मी आणि तूच माझी मक्का.''

रहमानला बंगळुरूच्या एका बी.पी.ओ.मध्ये नोकरी मिळाली. तो घर सोडून बंगळुरूला आला. काही वर्षं त्यानं वेगवेगळ्या कंपन्यांमध्ये नोकऱ्या केल्या. पुढे त्याची त्याच्या करिअरमध्ये चांगली प्रगती झाली. त्याला चांगला पगार मिळू लागला. आपल्याच एका मित्राच्या लग्नात त्यानं सलमाला पाहिलं आणि पाहताक्षणीच तिच्या प्रेमात पडला. काशीबाई आणि दत्तूरामच्या परवानगीनं त्यानं सलमाबरोबर निकाह केला.''

रहमानची कथा सांगून संपली, तेव्हा तो खूप भावनाविवश झाला होता. त्याच्या डोळ्यांत पाणी तरारलं होतं.

मला काशीबाईचं फार नवल वाटलं. ती खरंतर अशिक्षित होती; पण तिचे विचार, तिची जीवनमूल्यं किती श्रेष्ठ दर्जाची होती. तिच्या विनम्र स्वभावामुळे आणि विशाल हृदयामुळे मी आश्चर्यचकित झाले. काशीबाईनं रहमानला त्याच्या स्वत:च्या धर्मानुसार वाढवूनसुद्धा त्याच्यावर पोटच्या मुलासारखं प्रेम केलं होतं.

एव्हाना जेवण तयार झालं होतं. उषानं आम्हाला जेवायला हाक मारली. जेवण खरोखरच रुचकर, स्वादिष्ट होतं. जेवता जेवता मी उषाला विचारलं, ''आज तू कशी काय इकडे आलीस?''

''मला शाळेला सुट्टी होती. त्याला जोडून रजा घेऊन मी इकडे आले, म्हणजे मला पंचमीपर्यंत राहता येईल.''

पंचमी हा मुलींचा सण आहे, विशेषत: लग्न झालेल्या मुली हा सण साजरा करतात. या दिवशी त्या मुद्दाम आपल्या भावाच्या घरी त्याला भेटायला जातात. उत्तर भारतात भावा-बहिणींच्या प्रेमाचं प्रतीक असणारा राखीपौर्णिमेचा सण साजरा

करण्यात येतो, तशाच प्रकारचा या भागातला हा सण आहे. या प्रसंगाच्या निमित्तानं मला आपल्या इतिहासातील एका कथेची आठवण झाली. या कथेनुसार राणी करुणावती हिनं सम्राट हुमायून यास राखी पाठवून त्यानं आपलं रक्षण करावं, अशी त्याला विनंती केली होती.

आता माझं लक्ष जेवणघराच्या भिंतीकडे गेलं आणि मला दिसलं. रहमानच्या घरी मक्का आणि कृष्णभगवान यांच्या तसबिरी शेजारी शेजारी टांगण्यात आल्या होत्या.

३

गंगेचा घाट

गंगा कर्नाटकातील एका लहानशा खेड्यात मोलमजुरीचं काम करायची. हा भाग सतत दुष्काळग्रस्त असतो. गंगा ही पंचेचाळीस वर्षांची मध्यमवयीन स्त्री होती. ती डोंगराळ भागात गवताने शाकारलेल्या एका लहानशा झोपडीत राहायची; पण घराला कुलूप वगैरे लावण्याची तिची पद्धत नव्हती, कारण तिच्याकडे चोरून नेण्यासारखं काहीच नव्हतं. तिचा दिनक्रम अगदी सरळ साधा होता. सकाळी लवकर उठून ती शेतात मोलमजुरी करायला जायची. दिवसाचा पगार हाती आला, की ती घरी येऊन पाणी आणायला जायची. पाणी घेऊन आल्यावर अंघोळ करून स्वयंपाक करायचा आणि जेवून झोपी जायचं. सोमवारचा दिवस सोडला, तर बाकीचे दिवस तिचा हाच दिनक्रम असायचा. सोमवारी गावची सुट्टी असे.

खेडेगावात सोमवारी सगळं बंद असतं. सोमवार हा भगवान ईश्वराचा दिवस असतो, असं मानण्यात येतं. त्याचं वाहन म्हणजे नंदी. सोमवारी बैलांना सुट्टी देण्यात येते, त्यामुळे संपूर्ण गावालाच त्या दिवशी सुट्टी असते.

या गावाची जमीन खडकाळ होती आणि पाण्याचं चांगलंच दुर्भिक्ष होतं. सरकारनं जागोजागी कूपनलिका बसवल्या होत्या. पाणी साठवण्यासाठी टाक्यासुद्धा बनवल्या होत्या; पण त्या टाक्यांमधून पाणी भरून आणण्यासाठी लोकांना अर्धा किलोमीटर चालत जावं लागे. उन्हाळ्यात पाणी मिळणं महाकर्मकठीण होऊन बसायचं. गावात वीज नव्हती. कच्चे रस्ते होते. उन्हाळ्यात वातावरण फार तापलेलं असायचं, त्यामुळे उन्हाळा म्हणजे गावातल्या लोकांना शापच वाटायचा.

गंगाला घरी बसून करमायचं नाही. ज्या दिवशी शेतात कामावर जायचं नसेल, तेव्हा घरी काय करायचं, हा तिच्यापुढे मोठाच प्रश्न असायचा. तिला एकटीला घरी खूप कंटाळा यायचा. उन्हाळ्यात शेतीची कामंही फारशी मिळायची नाहीत, कारण शेतात कामच कमी असायचं. तिला मग नैराश्य यायचं. आपल्या आयुष्याला

काहीच अर्थ नाही, काही ध्येय नाही, असं तिला वाटायचं. कशासाठी, कुणासाठी जगायचं, असाही तिला प्रश्न पडायचा.

अशीच एकदा उन्हाळ्यात दुपारच्या वेळी ती शेतातून काम करून घरी आली. ती खूप थकून गेली होती. तरीही अंघोळ करून तिनं स्वयंपाकाला सुरुवात केली. इतक्यात तिला झोपडीसमोर रस्त्यावर एक म्हातारा भिकारी उभा असलेला दिसला.

गंगा त्याला म्हणाली, ''बाबा, अजून माझा स्वयंपाक झाला नाही, शिवाय घरात फारच थोडा तांदूळ शिल्लक आहे. तुम्ही पुन्हा कधीतरी या. मी तुम्हाला तेव्हा जेवायला वाढीन.''

तो म्हातारा त्यावर काहीच न बोलता नुसता उभा राहिला. गंगानं परत एकदा त्याला तेच सांगितलं. त्यावर तो म्हणाला, ''आक्का, मला भात नको. तुम्ही मला बादलीभर कोमट पाणी देऊ शकाल का? माझं सगळं अंग खाजतंय. कोमट पाण्यानं अंघोळ केली, की अंगाची कंड जाईल, असं मला कुणीतरी सांगितलं. मला रात्रीची झोप लागत नाही. उन्हाळ्यात सगळीकडे इतकी धूळ असते. या म्हाताऱ्या वयात मला त्याचा त्रास होतो.''

त्याची ही जगावेगळी विनंती ऐकून गंगाला जरा राग आला. ती म्हणाली, ''या गावात पाणी मिळणं इतकं कठीण आहे. या कडक उन्हाळ्यात मला पाणी आणायला अर्धा किलोमीटर जावं लागतं. मी काही तुमच्यासाठी हे काम करू शकणार नाही.''

त्यावर भिकारी म्हणाला, ''आक्का, या जगात माझं कुणीच नाही. पाणी आणायला माझ्याकडे कळशी नाही, की ते तापवायला सरपण नाही. मी एक भिकारी. तुमची परिस्थिती किती चांगली आहे. तुम्हाला राहायला ही झोपडी आहे. तुमच्याकडे भांडीकुंडी आहेत. जळणासाठी लाकडं आहेत, पाणी आहे. तुम्ही जर मला पाणी देणार नसाल, तर मी निघून जाईन.''

असं म्हणून तो जायला निघाला. गंगाच्या मनात त्या वेळी जे विचार आले, ते तिला शब्दांत मांडणं कठीण होतं. ती एक श्रीमंत स्त्री आहे, असं आजवर तिनं कधीच कुणाच्या तोंडून ऐकलं नव्हतं. आजवर तिला कुणीही आक्का म्हणून हाक मारली नव्हती, की तिच्यापाशी कधीच काही मागितलं नव्हतं. कामाच्या ठिकाणी सगळे तिला हुकूम सोडत. आत्ता मात्र त्या म्हाताऱ्याचं बोलणं ऐकून तिच्या मनात ज्या भावना जागृत झाल्या होत्या, त्या तिला आवडल्या होत्या. तिनं आपला विचार बदलला आणि त्याला हाक मारून ती म्हणाली, ''अहो बाबा, जाऊ नका. थांबा. बसा जरा थोडा वेळ. मी पाणी देते तुम्हाला.''

तिनं त्याला जेव्हा बादलीभर पाणी दिलं, तेव्हा त्याच्या चेहऱ्यावर आनंद पसरलेला तिनं पाहिला. त्यानं झोपडीबाहेर रस्त्याच्या कडेला बसून अंघोळ केली.

साबणाऐवजी दगडानंच अंग घासून स्वच्छ केलं. त्यानं पाणी अगदी जपून, बेताबेतानं वापरलं. अंघोळ करून झाल्यावर त्यानं दुसरे फाटके तुटकेच कपडे घातले आणि गंगाला म्हणाला, ''आक्का, देव तुझं भलं करो.'' तो निघून गेला.

दुसऱ्या दिवशी गंगा चूल पेटवून स्वयंपाकाला लागणार, इतक्यात कालचाच तो भिकारी परत आला. त्याला पाहून तिला फणकारा आला. या भिकाऱ्याला एकदा मदत केली, तर आता पिच्छा सोडायलाच तयार नाही. चिकटपणानं एखाद्याच्या पाठी लागून पाहिजे ती गोष्ट पदरात कशी पाडून घ्यायची, हे चांगलं ठाऊक असतं या लोकांना.

आता तिनं आवाजात तिरसटपणा आणून विचारलं, ''बाबा, आता पुन्हा का आला आहात?''

''आक्का, काल रात्री मला शांत झोप लागली,'' भिकारी म्हणाला, ''परत एकदा मला बादलीभर ऊन पाणी द्या ना. मी तुमच्यापुढे पदर पसरतो.''

गंगा त्यावर काहीच बोलली नाही. तिचं मन 'नको' म्हणत होतं; पण ती कनवाळू हृदयाची होती आणि ते हृदय 'हो' म्हणत होतं. ''असं आपलं काय मोठंसं नुकसान होणार आहे? एक बादलीभर पाण्याचाच तर प्रश्न आहे,'' ती स्वत:शीच म्हणाली. तो म्हातारा चिवटपणे तिच्या उत्तराची वाट बघत तिथे उभा होता. तिनं आपल्या घरात भरून ठेवलेल्या पाण्याकडे पाहिलं. तीन बादल्या भरलेल्या होत्या. काही न बोलता तिनं बादलीभर पाणी तापवून त्याला दिलं. तो अंघोळ करून तिला मनापासून आशीर्वाद देऊन निघून गेला.

हा भिकारी आता उद्यासुद्धा परत येणार, असं तिला मनातून वाटतच होतं, त्यामुळे दुसऱ्या दिवशी तिनं आधीच एक बादली जास्तीचं पाणी आणून ठेवलं. तो नेहमीसारखा उगवला. तो तोंड उघडून काही बोलणार, इतक्यात गंगा पाण्याची भरलेली बादली त्याच्यासमोर ठेवत म्हणाली, ''हे आता असं परत परत करू नका हं. मी काही रोज रोज पाणी देऊ शकणार नाही.''

''आक्का, तुम्ही जर मला एक आठवडाभर रोज अंघोळीला पाणी दिलंत, तर मी तुमचे उपकार कधीही विसरणार नाही. मी म्हातारा आहे. मी तर काही स्वत: पाणी आणू शकत नाही; पण मी रानातून तुमच्यासाठी वाळकी पानं गोळा करून आणत जाईन. म्हणजे तुमच्या स्वयंपाकासाठी लागणाऱ्या जळणाची सोय होईल,'' असं म्हणून तो भिकारी अंघोळ करून निघून गेला.

दुसऱ्या दिवशी अपेक्षेप्रमाणेच तो आला; पण येताना एका गाठोड्यात भरपूर वाळलेली पानं घेऊन आला; आता हा असा आठवडाभर येत राहणार, हे गंगाला ठाऊकच होतं, त्यामुळे ती त्याच्यासाठी रोज बादलीभर जास्तीचं पाणी घेऊन यायची; पण त्यामुळे रोज सकाळी ती मनात काहीतरी ध्येय घेऊन उठू लागली.

तिला जास्तीचं पाणी भरण्याचं काम असायचं. ते काम कष्टाचं होतं, हे खरं होतं; पण आता तिच्या जीवनाला काहीतरी अर्थ आला होता. कुणीतरी तिची वाट पाहत असायचं. कुणीतरी रोज तिला आशीर्वाद द्यायचं, ही भावनाच खूप छान होती.

एक आठवडा संपला. आता काही तो म्हातारा परत येणार नाही, असं तिला वाटलं; पण दुसरा दिवस उजाडला आणि एका ऐवजी दोन लोक आपल्या झोपडीकडे चालत येताना तिला दिसले. नेहमीच्या भिकाऱ्यानं आणखी एका भिकाऱ्याला स्वत:बरोबर अंघोळीला आणलं होतं. त्याची अवस्थाही अतिशय वाईट होती. तो अंग खाजवत होता. आता हे दोघं काय म्हणणार, हे गंगाला माहीतच होतं. त्यांनी तोंड उघडायच्या आतच ती म्हणाली, "हे बघा, हा काही अंघोळीचा घाट नाही. तुम्ही इथे लोकांना घेऊन यावं आणि त्यांच्या अंघोळीच्या पाण्याची सोय मी करावी, अशी अपेक्षा करू नका."

त्यावर ते दोघं काही न बोलता गुपचूप उभे राहिले. मग पहिला भिकारी म्हणाला, "आक्का, आम्हाला थोडं पाणी द्या ना. माझा हा मित्र खूप आजारी आहे हो. तुम्ही आम्हाला निदान एक बादली तरी पाणी द्या. आम्ही कसंतरी करून ते दोघांत मिळून पुरवू."

आपण पाणी दिल्याशिवाय हे दोघं इथून हलणार नाहीत, याची गंगाला कल्पना होती. मग कुरकूर करत तिनं त्या दोघांत मिळून दीड बादली पाणी दिलं. त्यांनी ते अगदी काळजीपूर्वक वापरलं, एक थेंबही वाया जाऊ न देता अंघोळ करून, गंगाचे मनापासून आभार मानून ते निघून गेले. गंगाच्या मनात आलं, त्यांना म्हणावं, "पुढच्या वेळी आपली आपण बादली भरून आणा. मी फक्त तापवून देईन." पण त्यांचं वय आणि त्यांची ती दयनीय अवस्था पाहून तिनं ते शब्द मनातच गिळले.

दुसऱ्या दिवशी ती आमराईत कामाला गेली. तिथे ती आंबे तोडण्याचं काम करत होती; पण एकीकडे तिच्या मनात विचार चालू होते. आज आपल्याकडे अंघोळीला दोन माणसं येऊन हजर होणार, याची तिला कल्पना होती. आज जास्तीची खेप करून, जास्तीचं पाणी भरून आणायला सवड कशी काढायची, त्याचाच विचार तिच्या मनात चालू होता.

तिच्याचबरोबर शेतात काम करणारी तिची मैत्रीण तिला म्हणाली, "गंगा, आज एवढी काळजीत का पडली आहेस? या वर्षी पीक चांगलं आलंय. आपल्याला असंच काम मिळत राहील, शिवाय मजुरीचा दरही बराच वाढलाय आणि तुझा असा खर्च तरी काय आहे? तू खरंतर खूश व्हायला हवंस."

मग गंगानं तिची अडचण आपल्या मैत्रिणीला सांगितली. यमुना हसून म्हणाली, "हे बघ, त्यांना अंघोळीला पाणी देण्याची तुझी जर खरोखर मनापासून इच्छा असेल

ना, तर मी तुला मदत करीन. माझा मोठा मुलगा सायकलवरून पाणी वाहून आणतो. मी त्याला रोज तुझ्यासाठी कळशीभर पाणी आणून तुझ्या घराच्या दारात ठेवायला सांगीन.''

अशा रीतीनं गंगाचा प्रश्न सुटला.

आता गंगा त्या दोन म्हाताऱ्या माणसांना दोन बादल्या पाणी अंघोळीसाठी देऊ लागली. असे दहा दिवस गेले आणि अकराव्या दिवशी अंघोळीसाठी तीन माणसं रांग लावून उभी असलेली गंगाला दिसली; पण आता ती चिडली नाही. इथे अंघोळीला पाणी मिळतं, अशी बातमी गावात पसरली असणार, हे तिच्या लक्षात आलं. आपल्याला जर अंघोळ करायची असेल, तर गंगाच्या दारात जाऊन उभं राहायचं, हे आता लोकांना कळून चुकलं होतं; पण ती मनात म्हणायची, ''पाणी देण्यात एवढं काय गैर आहे? मला थोडं जास्त काम पडतं हे खरं आहे, पण त्यामुळे काही लोकांचा फायदा तर होतो ना? नाहीतरी स्वयंपाक करून झाल्यावर मी कुठं काय करते? मी तर सरळ जाऊन झोपतेच. मग मी जर अर्धा तास जास्त काम केलं, तर त्यामुळे काही लोकांना बरं वाटेल आणि ते मला आशीर्वाद देतील.'' मग या खेपेला काहीएक न बोलता तिनं त्यांना तीन बादल्या पाणी दिलं.

गंगाला जे वाटलं, ते खरंच होतं. गंगाकडे कुणालाही अंघोळीसाठी पाणी मिळतं, असं सगळीकडे पसरलं होतं. तिच्याकडे अंघोळीला आता काही धडधाकट, मध्यमवयीन माणसंसुद्धा येऊ लागली; पण ती गंगाला पाणी आणून देत. गावातील आणखी काही लोकांना वाटू लागलं, की आपण तर काही हे काम करू शकत नाही, मग निदान गंगाला तिच्या कामात थोडासा हातभार लावला तर कुठे बिघडलं? मग ते लोक एक एक बादली पाणी गंगाला आणून देऊ लागले.

पण गंगाकडे इतकं जास्त पाणी ठेवण्यासाठी साठवण्याची पुरेशी सोय नव्हती. ते पाहून लगेच एका कनवाळू माणसानं तिला पाण्याचं भलं मोठं पिंप आणून दिलं. गावातली माणसं जेव्हा रानात लाकूडफाटा आणायला जात, तेव्हा न चुकता एक मोळी गंगाच्या दारातही आणून टाकत. पाणी तापवण्यासाठी जळणाचीही सोय झाली.

कुणी आपल्या दारात बादलीभर पाणी आणून दिलं, लाकडाची मोळी आणून दिली, तर काही न बोलता गंगा ते ठेवून घ्यायची. न बोलता तिचं काम चालूच होतं.

काही महिन्यांनंतर बायकासुद्धा गंगाकडे येऊन अंघोळीच्या रांगेत उभ्या राहू लागल्या. मग गंगाने स्त्रियांसाठी नारळाच्या झावळ्यांचा आडोसा करून स्नानासाठी स्वतंत्र जागा बनवली. दिवसभर ती शेतात मजुरीचं काम करायची आणि संध्याकाळी हे परोपकाराचं काम करायची. आता तिच्या दारात अंघोळीसाठी येणाऱ्या लोकांची

संख्या वाढत वाढत तीसच्या वर जाऊन पोहोचली. कधीकधी तर स्त्री-पुरुष मिळून चाळीस लोकसुद्धा येत.

बघता बघता ऋतू पालटले. पावसाळा आला. वातावरण थंड होऊ लागलं. आता लोकांना अंघोळीसाठी गरम पाणी पुरवण्याची तिच्यावर जबाबदारी आली.

गंगाच्या आयुष्याला आता एक ध्येय प्राप्त झालं होतं. ती पहाटे लवकर उठून कामाला जायची. संध्याकाळी घरी आल्यावर पाण्याचा साठा किती आहे ते बघायची. जर पाणी कमी वाटलं, तर ती स्वत: जाऊन पाणी घेऊन यायची. जळणाचा प्रश्न मात्र कधीच यायचा नाही. घरात कायम भरपूर सरपणाचा साठा असायचा.

मी स्वत: जेव्हा गंगाला भेटले, तेव्हा ती करत असलेलं हे परोपकाराचं काम पाहून आश्चर्यानं थक्क झाले. तिच्या या कार्याबद्दल तिला कधीच प्रसिद्धी मिळाली नाही; पण तिची कोणत्याही प्रसारमाध्यमाच्या लोकांशी बोलण्याची मुळीच इच्छा नव्हती. तिनं तसं स्पष्टच सांगितलं. ती म्हणाली, "मी हे काम करते, कारण मला ते आवडतं. ज्यांच्याकडे आयुष्यात कोणतीच गोष्ट नाही, अशा माझ्यासारख्याच माणसांची सेवा करण्याची या निमित्तानं मला संधी मिळाली. मी या कामासाठी काहीही पैसा खर्च करत नाही. या अशा धुळीनं भरलेल्या रखरखीत प्रदेशात त्वचारोगांचा फैलाव फार झपाट्यानं होतो; पण रोज अंघोळ केली, तर त्वचारोगाच्या डॉक्टरकडे जाण्याची वेळच येत नाही," असं म्हणून ती तोंड भरून हसली.

मला अशा गोष्टी नेहमी पाहून दांडगा उत्साह येतो. त्या भरात मी म्हणाले, "गंगा, मी तुला खोकं भरून साबणाच्या वड्या आणि शंभर टॉवेल्स आणून देते. तू ते त्या लोकांपैकी प्रत्येकाला भेट म्हणून दे. कदाचित आमच्याकडचा औषधी साबण वापरून त्यांच्यातल्या काहींचे त्वचारोग बरेसुद्धा होतील."

मला वाटलं, माझं बोलणं ऐकून ती आनंदून जाईल; पण तसं काहीच घडलं नाही. ती म्हणाली, "मॅडम, आजसुद्धा मी माझ्या झोपडीला कधी कुलूप लावत नाही. लोकांना मी करत असलेल्या कामाची जाण आहे आणि ते आपणहोऊन माझ्या मदतीला येतात. तुम्ही मला साबण आणि टॉवेल पाठवलेत, की ते मला कडीकुलपात बंदोबस्तात ठेवावे लागतील. एकदा मी साबणाच्या वड्या वाटल्या, की काही दिवसांत त्या वापरून संपतील. मग लोक माझ्याकडे आणखी मागायला येतील. मी नाही दिले, तर त्यांना वाटेल मी साबण आणि टॉवेल घरात दडवून ठेवले आहेत. मला माझ्या मर्यादा संभाळून हे काम करायचं आहे. तुम्हाला जर लोकांना साबण आणि टॉवेल द्यायचेच असले, तर ते तुमचे तुम्ही द्या. मी काही तुम्हाला विरोध करणार नाही."

गंगाचं तत्त्वज्ञान मला समजलं आणि मनापासून पटलंसुद्धा. तिचं म्हणणं

बरोबरच आहे, हे माझ्या लक्षात आलं. पैसा स्वत:सोबत काही अपेक्षा घेऊन येतो आणि मग समाजकार्याचा समतोल ढळतो.

अचानक मला गंगा नदीची आठवण झाली. ही नदी हिमालयात उगम पावते. गंगास्नान केल्यानं आपल्याला पापांपासून आणि रोगांपासून मुक्ती, मिळते असा आपला विश्वास असतो. म्हणूनच वाराणसी, हरिद्वार आणि ऋषिकेश येथील गंगेचे घाट प्रसिद्ध आहेत. माझ्या मनाला शांती मिळाली. या गंगेचा घाटसुद्धा गंगानदीच्या घाटापेक्षा कोणत्याही बाबतीत कमी नाही, ही जाणीव मला त्या क्षणी झाली.

/

४

उपवास

ओरिसा राज्य फार निसर्गरम्य आहे. निळेभोर नीलाद्री पर्वत, महानदीसारख्या सुंदर नद्या आणि मन मोहवून टाकणारी जंगलं. येथे ऐतिहासिकदृष्ट्या महत्त्वाची उदयगिरी, धावलीसारखी सुप्रसिद्ध स्थळं आहेत, सर्वांत मोठं चिल्का हे खाऱ्या पाण्याचं सरोवर आहे. जगन्नाथची रथयात्रा, पुरी याही प्रेक्षणीय गोष्टी येथे आहेत. दाया नदीच्या काठी घडलेलं कलिंगाचं घनघोर युद्ध तर कुणीच विसरू शकणार नाही. आजही आपण पर्वतावरील अशोकाचा शिलालेख वाचला, की या कलिंगाची किंवा आजच्या ओरिसाची थोरवी लक्षात येते; परंतु या सर्व नैसर्गिक समृद्धीला एक काळी किनार आहे, ती म्हणजे ओरिसातील अठरा विश्वं दारिद्र्यात राहणारी जनता, विशेषत: येथील आदिवासी.

येथे एका आडभागी असलेल्या खेड्यात माझं काम चालू होतं. आम्ही तेथील मुलांसाठी शाळा बांधत होतो. हा परिसर नितांत सुंदर होता. सगळीकडे हिरवीगार झाडी आणि त्या सौंदर्यात भर टाकण्यासाठी तेथे एक तळंसुद्धा होतं. या गावात जाण्यासाठी व्यवस्थित अशी पक्की सडकच नव्हती. कदाचित त्यामुळेच गावाचं निसर्गसौंदर्य अबाधित राहू शकलं होतं. एक दिवस मी कामासाठी त्या खेड्यात गेले असताना मुसळधार पाऊस पडण्यास सुरुवात झाली. अशा भागांत एकदम इतका जोरदार पाऊस सुरू झाला, की जंगलातून बाहेर पडणं कठीण होऊन बसतं. शिवाय तो पाऊस असा किती वेळ पडत राहील, हेही कुणीच सांगू शकत नाही. माझ्यासोबत एक दुभाष्या होता. त्याला उरिया आणि इंग्रजी अशा दोन्ही भाषा येत होत्या. तो मला माझ्या कामात मदत करत होता. पाऊस थांबेपर्यंत आपण इथल्या जवळच्याच झोपडीत आश्रयाला थांबावं, असं त्यानं सुचवलं. मग जवळच्या वस्तीतल्या पहिल्याच लहानशा झोपडीत आम्ही शिरलो.

झोपडी अगदीच छोटी होती. गवतानं शाकारलेलं छप्पर आणि मातीच्या भिंती. जमीनही मातीचीच होती. आत शिरताच माझ्या लक्षात आलं, एकाच खोलीचे दोन भाग करण्यात आले होते. पुढच्या भागाचा वापर दिवसा बसण्या-उठण्याच्या

खोलीसारखा होत असावा आणि रात्री झोपण्याची खोली म्हणून. आतल्या भागात स्वयंपाकघर होतं. त्या झोपडीच्या मालकानं बाहेर येऊन आमचं स्वागत केलं. त्यानं आम्हाला बसण्यासाठी एक चटई अंथरली. झोपडीच्या समोरच तळं होतं. पावसाचं पाणी, तसंच आजूबाजूच्या परिसरात जमा झालेल्या पाण्याचे लोट त्या तळ्याला जाऊन मिळत होते. नजर खिळवून टाकणारं दृश्य होतं हे. घड्याळाची टिकटिक ऐकू येत असली, तरीसुद्धा काळ त्या ठिकाणी निश्चल होऊन थांबून राहिला असावा, असं वाटत होतं. त्या झोपडीत राहणाऱ्या जोडप्याचं बाळ रडत होतं. त्याला शांत करण्यासाठी त्याची आई गाणं म्हणत होती. ते बाळ आणि आई आतल्या भागात होते. जरा वेळानं माझ्यासोबत आलेला दुभाष्या कंटाळला. तो म्हणाला, ''मी बाहेर चक्कर मारून तासाभरात परत येतो.''

''या इतक्या मुसळधार पावसात कुठे चालला आहात तुम्ही?'' मी विचारलं.

''जवळ एक दुकान आहे, तिथे जाऊन येतो,'' असं म्हणून तो गेला.

मी त्या घरात पाहुणी होते, तेव्हा मला काहीतरी खायला-प्यायला देऊन माझा पाहुणचार करावा अशी त्या झोपडीच्या मालकाची इच्छा होती. भारतीय परंपरेनुसार तुम्ही कितीही गरीब असलात, तरी जर पाहुणा घरी आला, तर त्याचा आदरसत्कार करणं, हे तुमचं कर्तव्यच असतं. तैतिरीय उपनिषदात म्हटलंच आहे, 'अतिथी देवो भव.' म्हणजे पाहुण्याच्या रूपानं देवच आपल्या घरी येतो, त्यामुळे त्याची यथोचित सेवा करण्यासाठी आपल्याला कितीही कष्ट पडले, तरी चालतील. या झोपडीचा मालकही याला अपवाद नव्हता.

आम्हाला दोघांनाही एकमेकांची भाषा येत नव्हती. मग त्यानं मोडक्या तोडक्या हिंदीत मला विचारलं, ''चाय?''

मी चहा किंवा कॉफी काहीच घेत नसल्यामुळे मी नकार दिला.

मग जरा वेळानं त्यानं चाचरत मला दूध घेण्याविषयी विचारलं.

खरंतर मी दूधही सहसा घेत नाही, पण त्याच्या भावना, ती आपुलकी मला जाणवली, म्हणून मी मान हलवून होकार दिला.

मग तो घराच्या आतल्या भागात जाऊन आपल्या पत्नीशी उरिया भाषेत बोलू लागला. ''या बाई इतक्या दुरून मोठ्या शहरातून इकडे आल्या आहेत. आपल्या गावच्या मुलांना शिकता यावं, म्हणून त्या इथे शाळा बांधत आहेत. आता पाऊस तर बराच वेळ थांबणार नाही. त्यांना पेलाभर दूध दे. त्या आपल्या पाहुण्या आहेत.''

मी लहानपणी घरातच संस्कृत शिकले. मला उत्तम संस्कृत येत असल्यामुळे मला बऱ्याच भारतीय भाषा समजतात. मला उरिया भाषा अस्खलित बोलता जरी येत नसली, तरी ती मला चांगली समजते; परंतु मी माझ्यासोबत दुभाष्या घेऊन आल्यामुळे त्या घरच्या यजमानास वाटलं असणार, या बाईंना उरिया समजत नाही.

आपल्या पतीचं बोलणं ऐकून ती घरची बाई फार चिडली. ती म्हणाली, "बाळ केव्हापासून रडतंय. हा सतत कोसळणारा पाऊस आणि याचं रडणं दोघांची जणू जुगलबंदीच चालू आहे." मग ती रागानं पुढे म्हणाली, "या बाईंचे एवढे केस पिकलेले दिसतात, तरी त्यांना एवढं साधं कळत नाही? आपण गरीब आहोत, शिवाय आपल्या पदरात मूल आहे. घरात केवळ एक पेलाभर शेळीचं दूध शिल्लक आहे. तेही मी बाळासाठी ठेवलंय. या गावात हे एवढंसं दूध मिळविण्यासाठीपण मला काबाडकष्ट करावे लागतात. या बाईंना चहा हवा असला, तर मी दोन चमचे दूध टाकून चहा करून देईन. त्यांना मासे खायचे असले, तर मी तळ्यातून मासे पकडून आणून रांधून वाढीन. त्यांना पाखला (शिळ्या भातात पाणी घालून बनवलेलं गरीब लोकांचं पक्वान्न) खायचा असेल, तर तो घरात शिजवलेला आहे; पण त्यांनी दुधासारखी इतकी महागडी गोष्ट मागायला नको होती."

त्यावर तो यजमान अजिजीनं आपल्या पत्नीला म्हणाला, "अगं, असं उर्मटपणे नको बोलू. तू खरी अशी नाहीस. तू तर मायाळू आहेस. नशिबानं त्या बाईंना आपली भाषा कळत नाही म्हणून बरं. त्या पावसात अडकल्या होत्या, म्हणून आपल्या घरी आल्या. नाहीतर त्या भुवनेश्वरला निघून गेल्या असत्या. त्यांचं आजचं काम अजून संपलेलं नाही. त्यांच्याबरोबर आलेल्या दुभाष्यानं मला सांगितलं, की त्या शाकाहारी आहेत. त्या मासे खात नाहीत. त्यांना पाखला खायची सवय नसणार. दुर्दैवानं त्या चहापण घेत नाहीत. त्यांना नुसतंच पाणी कसं द्यायचं? आणि दुसरं तरी काय देणार आपण? आपल्याकडे फक्त दूधच आहे; पण अगं, आपण घरी आलेल्या पाहुण्याचा पाहुणचार नको का करायला? तू असं कर, जे काही दूध आहे, त्यात तेवढंच पाणी घालून उकळ आणि बाळाला आणि त्या पाहुण्या बाईंना अर्धं अर्धं दे ना."

झोपडीत शांतता पसरली. पलीकडच्या भागात चालू असलेलं ते संभाषण ऐकून मला प्रचंड धक्का बसला होता. मी खूप अस्वस्थ झाले होते.

थोड्या वेळानं यजमान माझ्यासाठी एका लहानशा पेल्यात दूध घेऊन आला. त्या वेळी मला पहिल्यांदा जाणीव झाली. जर घरी आलेल्या पाहुण्यानं जर भलत्या सलत्या गोष्टीची मागणी, केली तर ती पुरी करणं आपल्यासारख्या गरीब देशातल्या यजमानाला किती जड जातं. जर पाहुण्याला काही महागड्या श्रीमंती सवयी असल्या, तर बिचाऱ्या यजमानाची केवढी पंचाईत होऊन जाते. माझं त्यांच्या घरातील परिस्थितीबद्दलचं अज्ञान आणि त्याचा आग्रह या दोन्हीमुळे मी त्यांच्या घरी दूध प्यायला तयार झाले होते; पण एका तान्ह्या बाळाच्या तोंडचं दूध मी काढून घेत आहे, याची मला खरोखरच कल्पना नव्हती. मला स्वत:चीच लाज वाटली; पण मांसमच्छी खाणं तर कोणत्याही परिस्थितीत मला शक्यच

नव्हतं. मग आता काय करावं?

काही मिनिटांतच जवळच्या दुकानातून पान खाऊन माझा दुभाष्या परत आला. मग मी त्याला सांगितलं, ''या घरच्या लोकांना सांगा, आज माझा उपवास आहे. मी दर बुधवारी उपवास करते, पण आज बुधवार आहे, हे मगाशी माझ्या लक्षात नव्हतं. बुधवारी मी पाण्याशिवाय दुसरं काही घेत नाही. त्याला सांगा मला दूध नको, प्लीज.''

माझं बोलणं ऐकून तो दुभाष्या बुचकळ्यात पडला, कारण सकाळीच नाश्त्यासोबत दूध घेताना त्यानं मला पाहिलं होतं; पण तरीही त्यानं माझा निरोप त्याला सांगितला.

त्यावर तो यजमान म्हणाला, ''पण बुधवारी तर कोणीच उपवास करत नाही. लोक सोमवारचा, गुरुवारचा, शुक्रवारचा, शनिवारचा उपवास करतात; पण बुधवारी का उपवास करता तुम्ही?''

मग मी म्हणाले, ''मी बुधवारी बुद्धाचा उपवास करते.''

मी त्यांच्या घरी काहीच खाणार-पिणार नाही, म्हणून त्या यजमानाला वाईट वाटलं; पण त्यानं त्याला जे शक्य होतं ते केलं होतं, हे समाधान त्याला होतं. त्या दिवसानंतर मी कुठेही गेले तरी चहा, कॉफी किंवा दूध यातलं काहीच घेत नाही.

/

५

बदलता भारत

तो १९७९ सालचा एप्रिल महिना होता. मी त्या वेळी अमेरिकेला पहिल्यांदाच गेले होते. मला बोस्टनला जायचं होतं. मी लोगन इंटरनॅशनल एअरपोर्टला उतरले. उन्हाळ्याची नुकती सुरुवात होती. दिवस लांबलचक होता. अजूनही कुठेकुठे बर्फाचे थर दिसत होते. मी इमिग्रेशनच्या रांगेत उभी होते. माझा शेवटचा नंबर होता. मी खूप थकले होते. माझा ३४ तासांचा प्रवास झाला होता. भारतातून निघाल्यावर पहिला स्टॉप पॅरिसला होता. तेथून पुढची अमेरिकेची फ्लाइट बऱ्याच तासांनंतर होती. तेव्हा एकूणच भारतातून लोकांचं परदेशी जाण्याचं प्रमाण कमी होतं.

माझा नंबर येताच इमिग्रेशन ऑफिसरनं माझा पासपोर्ट मागितला. त्यानं माझ्यावर प्रश्नांची सरबत्ती सुरू केली.

"मॅडम, तुम्ही अमेरिकेत कशासाठी आला आहात?"

मी पासपोर्ट त्या ऑफिसरच्या हाती देत म्हणाले, "माझे पती डेटा जनरल कॉम्प्युटर कंपनीत नोकरीला आहेत. त्यांचा मुक्काम आठ महिन्यांसाठी असणार आहे. ते गेला एक महिना बोस्टनमध्ये आहेत. मी इथे त्यांना भेटायला आले आहे."

"तुम्ही किती महिने राहणार आहात?"

"जास्तीत जास्त सहा महिने."

"तुम्ही भारतात नोकरी करता का? करत असलात, तर मला तसं सिद्ध करणारं प्रमाणपत्र आणि सॅलरी स्लिप दाखवा."

मला हे प्रश्न अपेक्षितच असल्यामुळे मी ती कागदपत्रं बरोबर आणली होती, ती त्याला दिली.

"तुम्ही बोस्टनमध्ये किती दिवस राहणार?"

"मी काही थोडेच महिने इथे राहीन. माझा भाऊ बर्कलेला असतो, त्यामुळे मी नंतर त्याच्याकडे जाईन."

"मला तुमचं परतीचं तिकीट दाखवा आणि तुम्ही तुमच्या देशातून इकडे येताना किती पैसे बरोबर आणले आहेत?"

"माझ्याकडे पाचशे डॉलर्स आहेत," असं म्हणून मी त्याला तिकीट आणि पैसे दाखवले.

त्यानं माझ्याकडे अविश्वासानं पाहिलं आणि माझ्या पासपोर्टच्या व्हिसाच्या पानावर तीन महिन्यांचा शिक्का मारून तो मला परत दिला. मग माझ्याकडे पाहून तो म्हणाला, "तुम्ही अंगात काय प्रकारचा पेहराव घातला आहे?"

"मी भारतीय परंपरेनुसार साडी नेसलेली आहे. हा आमचा राष्ट्रीय पोशाख आहे."

"हं, तुम्ही भारतातून आला आहात तर! कुठे आहे हा देश? जपानच्या जवळ आहे का? की अफ्रिकेत आहे?"

"नाही, आशिया खंडात आहे."

"मग तुम्हाला इंग्रजी कसं काय येतं?"

"भारतात खूप वेगवेगळ्या भाषा बोलल्या जातात. शाळेत आम्ही भारतीय भाषांसोबत इंग्रजीसुद्धा शिकतो."

त्या ऑफिसरची शिफ्ट आता संपत आली होती. इतक्यात दुसरा ऑफिसर तेथे कामावर हजर झाला. तो मला म्हणाला, "तुम्ही कपाळाला काय लावलं आहे?"

"त्याला आमच्याकडे बिंदी किंवा कुंकुम म्हणतात. अनेक भारतीय स्त्रिया ते लावतात."

त्यावर त्याचा मित्र म्हणाला, "हो, एका डॉक्युमेंटरीमध्ये भारताबद्दल बरीच काही माहिती होती. मी ती फिल्म पाहिली. मी असं ऐकलं, की तुमच्या देशात विधवांना जाळून टाकतात, शिवाय असंही ऐकलंय, की तुमच्याकडे दोन वर्ग असतात. एक महाराजा आणि दुसरे भिकारी. तुम्ही लोक साप पाळता ना? आणि तुमच्या इथे हाय-वेवरून गाई हिंडतात. हे सगळं खरं आहे का?"

त्याचं हे उर्मटपणाचं बोलणं ऐकून मला धक्काच बसला. मी म्हणाले, "हे बघा, विधवा स्त्रियांना जाळण्याची पद्धत शेकडो वर्षांपूर्वी बंद झाली आहे, शिवाय त्या काळीसुद्धा देशातल्या प्रत्येक विधवा झालेल्या स्त्रीला काही जाळण्यात येत नव्हतं. भारतात आता राजे-महाराजे शिल्लक उरलेले नाहीत. आमच्या देशात साप फक्त प्राणीसंग्रहालयात किंवा जंगलात पाहायला मिळतात. जसं आशियातील कोणत्याही देशात असतं तसंच! आमच्या इकडे खेड्यांमध्ये गाई रस्त्यांवरून हिंडत असतात हे जरी खरं असलं, तरी हाय-वेवरून नव्हे."

"तुमच्या मालकीचा हत्ती आहे का?"

त्यावर मी हसून म्हणाले, "हत्ती बाळगणं ही काही सोपी गोष्ट नाही; पण मी अनेक हत्ती पाहिले मात्र आहेत."

"ठीक आहे, ठीक आहे. तुम्ही जाऊ शकता."

मग मी तिथून निघून कस्टम्स काऊंटरपाशी गेले. त्या काळी कस्टमवाले प्रवाशांशी फार कडकपणे वागत. एका कस्टम अधिकाऱ्यानं मला विचारलं, "तुम्ही भारतातून काय घेऊन आला आहात?"

"इकडे भारतीय दुकानं खूप कमी आहेत, शिवाय माझ्या पतीकडे कार नाही, त्यामुळे मी थोडेसे जेवणात वापरायचे मसाले घेऊन आले आहे."

त्यावर मी मसाल्यांच्या ऐवजी काही भयंकर रोगराई पसरवणारे जंतूच बरोबर घेऊन आले असल्यासारखं त्या कस्टम ऑफिसरनं मला वागवलं. मग त्यानं हातात एक काठी घेऊन वेगवेगळ्या मसाल्यांवर काठीचं टोक टेकवत मला त्यांची नावं विचारली.

त्या सगळ्यातून पार पडून मी जेव्हा बाहेर आले, तेव्हा मला खूप निराश, उदास वाटत होतं.

मला खरंतर आपल्या देशाच्या इतिहासाचा, इथल्या पाच हजार वर्षं जुन्या सांस्कृतिक परंपरेचा खूप अभिमान आहे. अजूनही आपण सिंधू संस्कृतीचे पालन करतो, पण त्या काळात अस्तित्वात असलेल्या इतर संस्कृती आता नामशेष झाल्या आहेत. पुरातन काळात आपल्या देशानं वैज्ञानिक क्षेत्रात फार मोलाची कामगिरी केली आहे. शिवाय खगोलशास्त्रातही आपली फार प्रगती झालेली होती. आपल्या पूर्वजांनी संगीत आणि विविध नृत्यप्रकार शोधून काढले. त्यावर ग्रंथ लिहिले. काव्य, गद्य, कथा-कादंबऱ्या असं विपुल साहित्य त्यांनी निर्माण केलं. आपल्या संस्कृतीनं दोन हजार वर्षं जुन्या असलेल्या शिलालेखांचं जतन करून ठेवलं आहे, त्यावरून असं लक्षात येतं, की इतक्या प्राचीन काळीसुद्धा आपल्या पूर्वजांना लेखन-वाचनाची विद्या अवगत होती. आपल्या पूर्वजांनी बांधलेल्या विशाल मंदिरांमधून आणि पुरातन वास्तूंमधून त्यांच्या स्थापत्यविद्येचा आविष्कार पाहायला मिळतो. तरीही बाहेरील जगातील लोकांचा मात्र आपल्याबद्दल असाच समज आहे, की आपण एक केवळ नाग-सापांचा, गारुड्यांचा, हत्तींचा, राजे-महाराजांचा आणि भिकाऱ्यांचा गरीब देश आहोत.

या प्रसंगाला कित्येक वर्षं लोटली. बंगळुरूमध्ये इन्फोसिस आणि तशाच इतर अनेक कंपन्या उदयास आल्या. काही थोड्या काळातच बंगळुरू हे भारताच्या सॉफ्टवेअर इंडस्ट्रीजचं केंद्र बनलं. बंगळुरू म्हटलं, की 'सॉफ्टवेअर' असं जणू समीकरणच झालं.

आज बंगळुरू इंटरनॅशनल एअरपोर्टवरून यू.एस.ए.ला दिवसातून कितीतरी फ्लाइटस् आहेत, तसंच तिथून जगभर सगळीकडे जाण्यासाठी अशाच फ्लाइट्स आहेत. आजकाल परदेशात विमानानं जाणं, हे भारतातल्या भारतात विमानानं जाण्याइतकं सोपं झालंय. पुढची पिढी खूप हुशार आहे. आजच्या तरुणांच्या ठायी

भरपूर आत्मविश्वास आहे. आधुनिक तंत्रज्ञानाचं ज्ञान त्यांना आहे आणि त्यांची कष्ट करण्याचीही तयारी असते, त्यामुळेच तर पाश्चिमात्य राष्ट्रं खडबडून जागी झाली आणि त्यांनी आपली दखल घेण्यास सुरुवात केली.

मी २००९मध्ये दक्षिण अमेरिकेतील कोलंबिया देशाची राजधानी असलेल्या बोगोटा येथे गेले होते. तेथे 'लेसन्स ऑफ लाइफ' (जीवनाचे धडे) या विषयावर माझं भाषण होतं. 'इन्फोसिस फौंडेशन'मध्ये काम करताना मला आलेले विविध अनुभव बरेच लोकप्रिय झाले होते. लोकांना त्याविषयी बरंच काही जाणून घ्यावंसं वाटत होतं. मी भाषण संपवून बोगोटा येथून अमेरिकेतील मायामी येथे जाण्यासाठी फ्लाइट घेणार होते. मी मायामी विमानतळावर उतरले, तर नेहमीप्रमाणे तिथे इमिग्रेशनच्या रांगेत माझा नंबर शेवटचा होता.

माझा नंबर आला. व्हिसा ऑफिसर एक तरुण, बोलका आफ्रिकन अमेरिकन होता. मी रांगेत शेवटचीच असल्यामुळे तो निवांत टेकून बसला आणि मला प्रश्न विचारू लागला. आता हा ते नेहमीचेच रटाळ, कंटाळवाणे प्रश्न विचारणार, अशी मी मनाची तयारी केली होती; पण या खेपेस तसं काही घडलं नाही.

तो म्हणाला, "ओ! बाई, तुम्ही भारतातून आलात का?"

मी एक स्त्री आहे, त्यामुळे मुळातच मी भरपूर बोलते. त्यात मी शिक्षकी पेशाची असल्यानंही खूप बोलते. एका संस्थेची विश्वस्त म्हणूनही मला पुष्कळ बोलावं लागतं आणि ॲनालिस्ट म्हणूनही मी बरंच बोलते. म्हणजे साध्या लोकांच्या चार पटीनं जास्त बोलते मी; पण कधीकधी मात्र मी विशेष काही न बोलता नीट कान देऊन ऐकते.

मी म्हणाले, "हो, मी भारतातून आले."

"तुम्ही अंगात घातलाय तो तुमचा राष्ट्रीय पोषाख आहे ना? साडी आहे ना ही? खूप छान आहे. आणि तुम्ही ती ज्या पद्धतीनं नेसली आहे, तीपण खूप छान आहे."

मग मी हसून फक्त 'थँक्यू' इतकंच म्हणाले.

"तुम्ही कुठून आलात?" त्यानं विचारलं.

मी जरा चाचरत त्याला सांगितलं, "भारताच्या दक्षिण भागात एक शहर आहे, बंगळुरू नावाचं. तेथून मी आले आहे."

"हो. हो. मला बंगळुरू माहीत आहे. ते तर सॉफ्टवेअरचं केंद्र आहे. बंगळुरूहून खूप लोक मायामीला सुट्टी घालवण्यासाठी येतात. बरं, बाई, आमच्या देशात तुमचा किती दिवस राहण्याचा बेत आहे?"

मी मायामीहून फ्लाइट घेऊन सॅन फ्रॅन्सिस्कोला जाणार होते आणि तिथूनच भारतात परत जाणार होते.

मी म्हणाले, "तीन दिवस."

त्यावर तो म्हणाला, "का बरं? फक्त तीनच दिवस का?"

"मला स्टॅनफोर्ड युनिव्हर्सिटीत थोडं काम आहे आणि मग तिथून घरी परत जायचंय."

"नाही, नाही. तसं नका करू. तुम्हाला माहीत आहे का? आमच्या देशात अतिशय उत्कृष्ट दर्जाच्या युनिव्हर्सिटीज आहेत, अत्यंत सुंदर राज्यं आहेत. तीन दिवसांत तुम्ही आमचा देश कसा काय बघणार?"

मग त्यानं माझ्या पासपोर्टवर सहा महिने वास्तव्यास परवानगी असल्याचा शिक्का मारला आणि म्हणाला, "अहो, मी तुम्हाला एक प्रश्न विचारू का? एनी वे तुमच्याकडे तर आता वास्तव्याची परवानगी आहेच."

मी होकार दिला.

"तुम्ही भारतीय लोक इतके चांगले कसे काय? भारतीय माणसं नेहमी सरळ असतात. काही छक्के पंजे नाहीत. तुमचं नाव दहशतवाद्यांच्या यादीत कधीच नसतं. तुमच्यापैकी बरेच लोक प्रोफेशनल असतात."

मी अभिमानानं स्मितहास्य करत म्हणाले, "आमच्यावर संस्कारच तसे असतात." आता प्रश्न विचारण्याचा वेळ माझी होती. मी म्हणाले, "तुम्हाला भारताविषयी इतकं सगळं कसं काय माहीत?"

तो म्हणाला, "ओह, ते काही कठीण नाही. मायामीमध्ये भारतीय रेस्टॉरंट्स भरपूर आहेत. वीकएंडला मी तिकडे जेवायला जातो ना."

"मग तुम्हाला तिथे काय आवडतं?"

"मला भारतीय जेवण खूप आवडतं, तंदूरी चिकन, चिकन टिक्का, कबाब आणि बिर्याणी," असं म्हणून हातातलं काम संपवून तो उठून उभा राहिला.

मीपण माझ्या बॅगा घेऊन कस्टमच्या दिशेनं चालू लागले. तोपण माझ्याबरोबर निघाला. तो म्हणाला, "बाई, मला तुमच्या बॉलीवूडची गाणी आवडतात. मायामीमध्ये बॉलिवूड डान्सचे क्लासेसपण आहेत. मला काजोल खूप आवडते. ती खूप टॅलेंटेड आहे."

एव्हाना आम्ही कस्टमपाशी पोहोचलो होतो. माझा निरोप घेण्यापूर्वी तो म्हणाला, "तुमच्याशी बोलून बरं वाटलं. तुमचा मुक्काम चांगला होवो." एवढं बोलून तो निघून गेला. जाताना तो त्याच्या अमेरिकन धाटणीनं 'कभी खुशी कभी गम' सिनेमातलं गाणं गुणगुणत होता. "सूरज हुवा मध्यम, चाँद ढलने लगा."

मी पुढे गेले, तर त्या कस्टम्स ऑफिसरनं मला आडवलं नाही. नुसती हातानं 'जा' अशी खूण केली.

मी हातात पासपोर्ट धरून विमानतळाच्या बाहेर आले. गेल्या तीस वर्षांत

एवढं काय बरं बदललं, असा मी विचार केला. केवळ सॉफ्टवेअरच्या क्रांतीमुळेच हा बदल घडून आलेला नाही. खरंतर पाश्चात्त्यांच्या नजरेतील भारताची प्रतिमा बदलली आहे, हे फार महत्त्वाचं आहे. आता भारत हा एक नागासापांचा, गारुड्यांचा आणि हत्तींचा दरिद्री देश राहिलेला नाही. भारतातून इतर देशांत जाऊन स्थायिक झालेले भारतीय नागरिक, भारतात राहून संपत्तीची निर्मिती करणारे बुद्धिमान धनिक लोक, आपली पुढची पिढी, जिनं परदेशात जाऊन काबाडकष्ट करून नाव कमावलं आहे, अशी ही पुढची पिढी.... आणि संपूर्ण विश्वाचे नागरिक बनलेली आपली मुलं, या सर्वांचा एकत्रित परिणाम म्हणून मायामीच्या विमानतळापाशीसुद्धा आता मला लोकांची भारताबद्दलची बदललेली प्रतिमा पाहायला मिळाली.

मी माझ्या हातातल्या भारतीय पासपोर्टकडे पाहून मनाशीच किंचित हसले.

६

गुणसूत्रे

अनंत हा एक अकुशल कामगार होता. मोलमजुरी करून कसंबसं आपलं पोट भरायचा. एक दिवस कामाच्या शोधात भटकताना तो आमच्या दारात आला. माझ्या आजोबांनी दार उघडताच अनंत अजिजीच्या स्वरात त्यांना म्हणाला, ''मला तुमच्या घरी कामाला ठेवून घ्या ना, धनी. माझ्याकडे पैसा नाही. मला घरचं कुणीच नाही. मी या जगात अगदी एकटा आहे हो. मी कुठे जाऊ?''

माझ्या आजोबांना त्याची दया आली. ते म्हणाले, ''ठीक आहे. तुला हवं तितके दिवस तू आमच्या घरी राहू शकतोस; पण हे बघ, काही दिवसांनी तुझं लग्न होईल. मग तुला तुझ्या कुटुंबीयांची देखभाल करावी लागेल. त्यासाठी तुला पैसे लागतील आणि अंगात काहीतरी कौशल्य असल्याशिवाय कोण देणार पैसे? तर आपण असं करू, मी तुला पूजा करायला शिकवीन आणि जोपर्यंत तू या घरात राहशील, तोपर्यंत मी तुला दरमहा शंभर रुपये देत जाईन.''

अनंतला ते ऐकून आश्चर्याचा धक्काच बसला. आपल्याला मोफत राहायला मिळणार आणि आपण एखादं काम शिकल्यामुळे आपल्याला वर पैसेसुद्धा मिळणार, अशी त्यानं कधी अपेक्षाच केली नव्हती.

बघता बघता अनंत आमच्या घरातलाच एक होऊन गेला. तो समजून उमजून घरातली कामं आपणहोऊन करू लागला. घरातल्या कुणाचं त्याच्यावाचून पानही हलेनासं झालं. माझी आजी त्याला हाक मारून म्हणायची, ''अनंत, जा बघू, बाजारातून भाजी घेऊन ये.'' माझे मामा त्याला सांगायचे, ''अनंत पोस्टात जाऊन माझ्यासाठी थोडी पोस्टकार्डं घेऊन ये आणि हो, येताना वर्तमानपत्रसुद्धा आणायला विसरू नकोस.'' मग तिकडून मावशी हाक मारून म्हणायची, ''अनंत जरा बागेतून माझ्यासाठी फुलं तोडून आण ना. मला देवासाठी हार करायचाय.'' अनंत कधीही कामासाठी बाहेर पडला, की मीपण त्याच्यासोबत जायची. अनंतच्या तोंडून मी तक्रारीचा सूर कधीच ऐकला नाही. तो सगळ्यांची सगळी कामं अगदी हसतमुखानं पार पाडायचा. माझे आजोबा रोज सकाळी पूजेला बसले, की त्यांच्यासोबत बसून

एक चित्तानं सर्वकाही शिकून घ्यायचा.

एक दिवस माझ्या आजीची सोन्याची बांगडी हरवली. ती तिला तिच्या वडिलांकडून लग्नात मिळालेली होती, त्यामुळे तिच्या भावना त्या बांगडीत गुंतलेल्या होत्या. ती रडू लागली. घरच्या सर्वांनी मिळून अख्खं घर पिंजून काढलं, पण ती बांगडी काही कुठे मिळाली नाही. रात्र होताच आजीनं पणती लावून ती अनंतकडे दिली आणि ती तुळशीपुढे ठेवून येण्यास सांगितलं. आजी अजूनही रडतच होती. अनंत तुळशीपाशी गेला, तर जमिनीवर चिखलात काहीतरी चमकताना त्याच्या नजरेस पडलं. त्यानं ती वस्तू उचलताच ती आजीची हरवलेली बांगडी असल्याचं त्याच्या लक्षात आलं. तो पळतच ती बांगडी घेऊन आजीकडे आला. माझ्या आजीला अतिशय आनंद झाला. झाडांना पाणी घालता घालता ती बांगडी आपल्या हातून पडली असणार, हे तिच्या लक्षात आलं. माझ्या आजोबांनी शंभर रुपयांची नोट काढून बक्षिसी म्हणून अनंतच्या हातावर ठेवली आणि सर्वांना बोलावून घेऊन ते म्हणाले, ''या अनंतच्या प्रामाणिकपणाचं उदाहरण तुम्ही सर्वांनी कायम लक्षात ठेवलं पाहिजे.'' परंतु अनंतनं मात्र ती बक्षिसी घेण्यास नम्रपणे नकार दिला. तो म्हणाला, ''बक्षिसी आपण परक्यांना देतो, घरच्यांना नव्हे. मी तर या घरातलाच एक आहे ना. मी नाही घेणार हे पैसे.''

आणखी असंच एकदा अनंतला स्वत:साठी काहीतरी विकत घ्यायचं होतं; पण त्याच्याकडचे पैसे संपले होते. मग त्यानं माझ्या आजोबांकडून पुढच्या महिन्याच्या पगारातले पन्नास रुपये ॲडव्हान्स घेतले. पुढच्या महिन्याच्या सुरुवातीला आजोबांनी नेहमीप्रमाणे पगाराचे १०० रु. त्याच्या हाती ठेवले. पन्नास रुपये कापून घ्यायचं ते पूर्णपणे विसरले; पण अनंतनं त्यांना आठवण करून दिली, ''आजोबा, त्यातले पन्नास रुपये तुम्ही काढून घ्या, कारण तुम्ही ते मला आधीच ॲडव्हान्स म्हणून दिले आहेत.'' अनंतच्या या प्रामाणिकपणाबद्दल माझ्या आजोबांना त्याचा अभिमान वाटला आणि त्यांनी त्याला शाबासकी दिली.

नंतर माझ्या आजोबांनी हा किस्सा सर्व कुटुंबीयांना सांगितला. ते म्हणाले, ''जरी अनंतनं ते पन्नास रुपये स्वत:कडे ठेवून घेतले असते, मला आठवण करून दिली नसती, तरी ते काही माझ्या लक्षात आलं नसतं. त्याचा पन्नास रुपयांचा फायदा झाला असता. अनंतला खरंतर पैशांची गरज आहे; पण प्रामाणिकपणा आणि एकनिष्ठा या गुणांना तो जास्त महत्त्व देतो, त्यामुळेच ज्या पैशांवर त्याचा अधिकार नाही, असे पैसे तो कधीही घेणार नाही.''

काही वर्षांनंतर अनंतचं शेजारच्या गावातल्या एका मुलीशी लग्न झालं. तिचे वडील त्या गावचे मुख्य पुजारी होते. अनंत आता उत्तम प्रकारे पौरोहित्य करू लागला होता, त्यामुळे त्यानं आपल्या पत्नीच्या गावातच मुक्काम करून मुख्य

देवळाची व्यवस्था पाहण्यात आपल्या सासऱ्यांना हातभार लावायचं ठरवलं. अनंत जेव्हा आमचं घर सोडून निघाला, तेव्हा आमच्या सगळ्यांच्याच डोळ्यांत पाणी आलं. जणूकाही घरातली लाडकी मुलगी लग्न करून सासरी निघावी, असंच आम्हा सर्वांना वाटत हेतं. अनंत गेल्यानंतरही माझ्या आजोबांना त्याची सारखी आठवण यायची. आम्ही सगळे त्याच्याविषयी बोलायचो.

पुढे आम्ही सगळी मुलं मोठी होऊन मोठाल्या शहरांत स्थायिक झालो. बराच काळ लोटला. सगळं बदललं. अनंतपण आता भूतकाळात गेला. अधूनमधून आम्ही त्याची आठवण काढायचो. नंतर आमच्या गावात आमचे आजी-आजोबाही राहिले नाहीत आणि आमचं ते पूर्वापार चालत आलेलं घरही राहिलं नाही.

अशी बरीच वर्षं गेली. एक दिवस अचानक एक व्यक्ती माझ्या ऑफिसात मुद्दाम मला भेटायला आली. तो अनंत होता. गावात त्याच्याबरोबर केलेली भटकंती मला आठवली. त्यातून कितीतरी नवीन गोष्टी मला शिकायला मिळाल्या होत्या. ते दिवस किती साधे होते; पण ते क्षण किती अविस्मरणीय होते. मी उठून त्याच्यापाशी जाऊन आदरानं त्याला वाकून नमस्कार केला. तो एकदम अवघडून गेला. मग मी त्याला बसायला सांगितलं. त्याचा संकोच जावा, म्हणून मनमोकळेपणे त्याच्याशी बोलले. त्यानं येताना एका तरुण मुलाला आपल्यासोबत आणलं होतं.

हळूहळू अनंतनं बोलायला सुरुवात केली, "तुमचे काका कसे आहेत? आणि तुमचा भाऊ कसा आहे? मी कित्येक दिवसांत तुम्हाला भेटलो नाही; पण तसा फार काही बदल झालेला नाही." त्यानंतर त्यानं माझ्या घरच्या प्रत्येकाची चौकशी केली आणि मीही त्याला सर्वांची तपशीलवार माहिती दिली.

अखेर अनंतनं आपल्या शेजारी बसलेल्या त्या तरुण मुलाची माझ्याशी ओळख करून दिली. "हा हरी, माझा नातू. मला एक मुलगी आहे. तिचाच हा मुलगा. हरी आपल्या गावातच शिकला. नंतर तो शेजारच्या गावातल्या कॉलेजात शिकायला होता. आत्ताच त्यानं एक परीक्षा दिली आहे. काय बरं नाव त्या परीक्षेचं...." असं म्हणत त्याने शेजारी बसलेल्या तरुणाकडे वळून बघत त्याला विचारलं, "तू कुठली परीक्षा दिलीस रे? मी नावच विसरलो."

त्यावर तो मुलगा अभिमानानं म्हणाला, "आय.आय.टी." त्याच्या चेहऱ्यावर आत्मविश्वास स्पष्ट दिसत होता.

अनंत पुढे म्हणाला, "त्याला चेन्नईला प्रवेश मिळाला आहे. माझ्या जावयाला काही याच्या शिक्षणाचा खर्च परवडण्यासारखा नाही, त्यामुळे यानं बँकेकडून कर्ज घेतलं आहे. हरी म्हणतो, आय.आय.टी. हे आपल्या देशातलं अत्यंत नावाजलेलं कॉलेज आहे. खरं सांगू का? मला त्यातलं काही कळत नाही; पण हा तिथेच शिकायला जायचा हट्ट धरून बसला आहे. तुम्ही याची काही मदत करू शकाल का?"

त्यावर मी म्हणाले, ''असं पाहा, आमच्या फौंडेशनकडून मी याला मदत करू शकणार नाही, कारण मी तुम्हाला ओळखते आणि इथे आमचा असा नियम आहे, की आम्ही ओळखीतल्या लोकांना काही मदत करत नाही. आम्ही फौंडेशनतर्फे केवळ अशाच व्यक्तींना मदत करतो, जे निराधार आहेत, ज्यांना मदत करणारं कुणीच नाही; पण मी माझ्या स्वत:च्या पैशांमधून तुम्हाला नक्कीच मदत करीन. माझे शब्द ऐकून हरीनं सुटकेचा नि:श्वास सोडला, तर अनंतचा चेहरा आनंदानं उजळून निघाला.

मी मनात विचार करत होते, 'हा तरुण मुलगा आय.आय.टी.मध्ये जाणार आहे. शिक्षण संपल्यावर त्याला नक्कीच उत्तम पगाराची नोकरी लागेल आणि तो भरपूर पैसे मिळवेल. मग याला शिष्यवृत्ती कशाला द्यायची? त्यापेक्षा याला कर्जाऊ पैसे द्यावे.' मी हरीची मार्कलिस्ट पाहायला मागितली. त्याला उत्तम गुण होते आणि कॉम्प्युटर सायन्सला प्रवेश मिळाला होता. ते पाहून मला आनंद झाला.

मी हरीची विचारलं, ''तुला किती पैसे कमी पडत आहेत?''

त्यावर तो म्हणाला, ''मी शिष्यवृत्तीला अर्ज केलाच आहे, शिवाय बँकेचं कर्जसुद्धा काढणार आहे. तरीसुद्धा मला दर वर्षी पन्नास हजार रुपये खर्च येईल.''

त्यावर मी म्हणाले, ''ठीक आहे. मी तुला आत्ता दोन लाख रुपयांचं कर्ज देते. तू तुझ्या शिक्षणासाठी त्याचा वापर कर; पण एक गोष्ट प्लीज लक्षात ठेव. ही रक्कम मी तुला बक्षीस म्हणून नाही, तर कर्जाऊ देत आहे; पण अर्थात हे बिनव्याजी कर्ज आहे. तुला हे परत करायला जेव्हा कधी परवडेल, तेव्हा तू ते परत कर. अगदी एकरकमी परत न करता दरमहा थोडी थोडी रक्कम फेडलीस, तरीही हरकत नाही. म्हणजे पुढे ही रक्कम तुझ्याच सारख्या एखाद्या हुशार, होतकरू मुलाला शिक्षणासाठी उपयोगी पडेल. ही साखळी मला अशीच चालू ठेवता येईल. तुझे आजोबा म्हणजे प्रामाणिकपणाचं मूर्तिमंत उदाहरण आहेत. मी आजवर त्यांच्याइतका प्रामाणिक माणूस पाहिलेला नाही. मला वाटतं त्यांच्या अंगचा सुसंस्कृतपणा आणि त्यांचीच गुणसूत्रं त्यांच्या सर्व कुटुंबीयांमध्ये असणारच.''

''या कर्जासाठी मला काही कागदपत्रांवर सह्या वगैरे कराव्या लागतील का?'' हरीनं विचारलं.

''अजिबात नाही. तुझा शब्द माझ्यासाठी पुरेसा आहे. शेवटी काही झालं, तरी तू अनंतचा नातू आहेस,'' मी म्हणाले.

त्यावर अनंत म्हणाला, ''तुम्ही काही काळजी करू नका. हरी तुमचे पैसे नक्की परत करेल.''

मी त्याला कर्जाची रक्कम दिली आणि नंतर तो प्रसंग विसरूनही गेले.

त्यानंतर कित्येक वर्षांनी मी एकदा चेन्नईहून बंगळुरूला चालले होते. माझी

फ्लाइट लेट झाली होती आणि मी विमानतळावरच थांबले होते. जवळच एक रुबाबदार कपड्यांतला तरुण त्याच फ्लाइटसाठी थांबला होता. तो काही जर्नल्स वाचण्यात मग्न होता. त्यानं त्याचा लॅपटॉप चार्ज करत लावला होता. त्याचा चेहरा मला खूप ओळखीचा वाटला. जरा वेळानं त्यानं लॅपटॉवर काम सुरू केलं. आमच्या फ्लाइटची जरा वेळानं घोषणा झाली. तो उठून बिझनेस क्लासकडे गेला. मी मनात सारखा विचार करत होते, की 'आपण याला कुठं बरं पाहिलं आहे?'

त्याच दिवशी संध्याकाळी आमच्याच कॉलेजात (मी ज्या कॉलेजात पूर्वी शिकवत असे, त्या कॉलेजात) एक व्याख्यानमाला आयोजित करण्यात आली होती, त्याला मी गेले. मला पोहोचायला थोडा उशीर झाल्यामुळे मी शेवटच्या रांगेत बसले. तरुण मुलांना प्रेरणस्रोत ठरावे, असेच सर्व व्याख्यानांचे विषय होते. त्यातील एक वक्ता, म्हणजे सकाळी मला विमानतळावर दिसलेला तो रुबाबदार तरुण होता. त्याचं व्याख्यानही फार सुंदर झालं.

तो आपल्या भाषणात म्हणाला, ''माझा जन्म एका छोट्याशा खेड्यात झाला. मी तिथेच लहानाचा मोठा झालो. माझ्या लहानपणी घरची परिस्थिती हलाखीची होती. आमच्याकडे कधीच पैसे नसायचे; पण मी आय.आय.टी.चं शिक्षण घेतलं. माझं आयुष्य मी स्वत: घडवलं आणि अथक प्रयत्नांती आज इथवर पोहोचलो आहे. मी माझ्या स्वत:च्या अनुभवातून तुम्हाला असं सांगू इच्छितो, की आपल्याला पाहिजे तसं आयुष्य आपण स्वत: घडवू शकतो. तुमच्या स्वत:च्या जगण्याची प्रेरणा जर तुम्ही स्वत:च बनलात, तर तुम्हाला जे काही पाहिजे, ते तुम्ही आयुष्यात संपादन करू शकता.''

अचानक माझ्या डोक्यात प्रकाश पडला. तो अनंतचा नातू हरी होता.

मग मी माझ्या शेजारी बसलेल्या एका सहकाऱ्याला विचारलं, ''हे वक्ते कोण आहेत? आपल्या कॉलेजनं त्यांना इथे का बोलावलं आहे?''

त्यावर तो सहकारी म्हणाला, ''अहो, हा माणूस केवळ अठ्ठावीस वर्षांचा आहे. एका हेज फंडमध्ये त्यानं भरपूर पैसा कमावला आहे. असं म्हणतात, की तो खूप गरिबीतून वर आला आहे; पण आर्थिक गुंतवणुकीच्या क्षेत्रात त्याचा हात कुणीच धरू शकणार नाही. इतका तो उस्ताद आहे. आपल्या कॉलेजात विद्यार्थ्यांपुढे त्याच्यासारख्यांचा आदर्श असावा, म्हणून आज कॉलेजनं मुद्दाम त्याला इथे भाषणासाठी बोलावलं.''

त्याचं भाषण सुरूच होतं. मीही ते अगदी लक्षपूर्वक ऐकत होते. इतक्यात मला माझ्या ऑफिसातून फोन आल्यामुळे मला तातडीनं परत जावं लागलं, त्यामुळे त्याच्या भाषणानंतरच्या प्रश्नोत्तरांच्या कार्यक्रमाला मी थांबू शकले नाही.

दुसऱ्याच दिवशी सकाळी कसंही करून त्याच्याशी संपर्क साधायचाच, असं मी ठरवलं. त्याच्या ऑफिसचा फोन नंबर इंटरनेटवर सहज मिळाला. मी त्याच्या ऑफिसात फोन केल्यावर त्याच्या पर्सनल असिस्टंटनं फोन उचलला. ''मी तुमच्यासाठी काय करू शकते?'' ती म्हणाली.

मी तिला माझं नाव सांगितलं आणि मला हरीशी बोलायचं आहे, असंही सांगितलं. ती हरीशी बोलली आणि नंतर फोनवर मला म्हणाली, ''सर आत्ता फार बिझी आहेत.''

''त्यांना सांगा, मला त्यांच्याशी फक्त एक मिनीटभर बोलायचं आहे.''

त्यावर तो लगेच फोनवर आला. तो माझ्याशी अदबीनं बोलला, त्यानं माझी खुशाली विचारली. अखेर मी म्हणाले, ''अनंत कसा आहे?''

त्यावर तो म्हणाला, ''आजोबा काही दिवसांपूर्वी वारले.'' ते ऐकून मला वाईट वाटलं. त्यावर काय बोलावं, ते मला कळेना; पण तोच म्हणाला, ''आय ॲम सॉरी, पण मला जावं लागेल. थँक यू फॉर कॉलिंग.'' त्यानं फोन ठेवला.

एक जुना मित्र गमावल्याबद्दल मला वाईट वाटलं; पण त्याचबरोबर माझ्या मनाला आणखी एक टोचणी लागून राहिली होती.

माझ्या मनात विचारचक्र सुरू झालं. 'या हरीनं ते कर्ज परत करण्याचा साधा विषयसुद्धा काढला नाही. माझ्या दृष्टीनं ती रक्कम फार मोठी आहे, असं नाही; पण आजवरचा माझा अनुभव मला हेच सांगतो, की हरी ते पैसे कधीच परत करणार नाही. ज्या माणसांची कर्ज परत करण्याची इच्छा असते, ते संभाषण अशा पद्धतीनं कधीच संपवत नाहीत.'

हरीनं माझी फसवणूक केल्यामुळे मी फार अस्वस्थ झाले. आपल्याला कुणीतरी जेव्हा असं फसवतं, तेव्हा आपले पैसे गेले, याचं जेवढं दु:ख होतं, त्यापेक्षा कितीतरी जास्त दु:ख कुणीतरी आपल्याला इतक्या सहजासहजी फसवलं, आपण मूर्ख ठरलो, याचं होतं, त्यामुळे खरंतर आपल्या अहंकाराला फार मोठा धक्का बसतो. मीसुद्धा या गोष्टीला अपवाद नाही. मला खरंतर असा एक अभिमान होता, की मला मनुष्यस्वभावाची चांगली पारख आहे. मी आज इतकी वर्षं सार्वजनिक क्षेत्रात काम करत असल्यामुळे, समोर आलेला माणूस कसा वागू शकेल, हे त्याचा नुसता चेहरा पाहून मला कळतं, असं मला वाटायचं; पण मग कधीतरी मलाही असा फसवणुकीचा अनुभव येतो. थोड्या वेळानं मीही शांत झाले. आपण अजूनही विद्यार्थीच आहोत. मनुष्य स्वभावाविषयी आपल्याला अजून बरंच काही शिकायचंय, अशी मी मनाची समजूत काढली. माझ्या परिस्थितीत असलेल्या दुसऱ्या कोणीही तेच केलं असतं, हरीवर विश्वास टाकून त्याला मदत केली असती, हे मला माहीत होतं. अनंत अत्यंत प्रामाणिक होता. त्याच्या सचोटीला तर

काही तोडच नव्हती आणि म्हणूनच अनंतवर आणि पर्यायानं त्याचा नातू हरी याच्यावर मी विश्वास ठेवला.

पण अखेर मी एक शिक्षक, एक आई आणि एक स्त्री आहे, त्यामुळे लोकांनी न विचारताच त्यांना उपदेशाचे डोस पाजण्याची मला सवय आहे, त्यामुळे आता सरळ या हरीला फोन करून त्याला चार शब्द सुनावायचे, या हेतूनं मी फोन उचलला. नशिबानं या वेळी त्यानं स्वतःच फोन उचलला.

मी शांतपणे म्हणाले, "हरी, मला तुम्हाला एका गोष्टीची आठवण करून द्यायची होती. अनंतनं आपली तत्त्वं आणि जीवनमूल्यं तुम्हालाही शिकवली असतीलच, याची मला कल्पना आहे, तर तुम्हाला अशी आठवण करून द्यायची होती, की तुम्ही अजून ते दोन लाख रुपयांचं कर्ज परत केलेलं नाही."

त्यावर माझ्याइतकाच शांत स्वर काढून हरी म्हणाला, "केवळ शंभर रुपये इतक्या तुटपुंज्या पगारावर माझ्या आजोबांनी तुमच्या घरी जन्मभर चाकरी केली. तुमच्या घरातल्या प्रत्येक सदस्याच्या हाताखाली ते राबराब राबले. खरंतर ही शुद्ध पिळवणूक होती. तुम्हीच आमच्या कुटुंबाला त्याबद्दल आणखी पैसे द्यायला हवे; पण मी माझ्या आजोबांचा आदर करतो आणि केवळ म्हणूनच मी आजवर तुमच्याकडे कधीच काही मागितलं नाही," असं म्हणून त्यानं फोन ठेवून दिला.

घडल्या प्रसंगावरून मला मात्र एकच गोष्ट कळून चुकली. माणसाला त्याच्या गुणसूत्रांमधून त्याच्या पूर्वजांची अनुवंशिक दुखणी तेवढी मिळतात; पण प्रामाणिकपणा, सचोटी असे गुण अनुवंशिकतेनं एका पिढीकडून दुसऱ्या पिढीकडे अजिबात जात नाहीत, हेच खरं.

/

७

मृतांसाठी मदतीचा हात

विनायक विशीच्या घरातला तरुण होता. त्यानं शाळा अर्ध्यावरच सोडून दिली होती. त्याचे वडील एका कापडगिरणीत टाइमकीपरचं काम करत. त्यांचं कुटुंब एका चाळीत राहत असे. आपल्या मुलानं कॉलेजचं शिक्षण पूर्ण करावं, पदवी प्राप्त करावी, नोकरीला लागावं आणि घराचा थोडाफार आर्थिक भार उचलावा, अशी त्याच्या आई-वडिलांची इच्छा होती. तशी विनायकला दोन-चार ठिकाणांहून नोकरीच्या इंटरव्ह्यूसाठी बोलावणीपण आली होती; पण दर वेळी त्याला तिथून नकारच पदरात घेऊन परत यावं लागलं होतं., कारण त्याला अस्खलित इंग्रजी बोलायचा सराव नव्हता. अखेर त्यानं इंग्रजी सुधारण्यासाठी क्लाससुद्धा लावला, पण तरीही काही फरक पडला नाही. त्याचं इंग्रजी आपलं 'जैसे थे'च राहिलं. त्याचे मित्र बन्या, बापू, मुरली आणि इतरसुद्धा जवळपासच राहत आणि सगळ्यांची परिस्थिती साधारण सारखीच होती.

विनायक त्यांच्या चाळीत प्रत्येकाच्या मदतीला धावून जायचा. कुणासाठीही काहीही काम करण्याची त्याची तयारी असायची. तो लोकांची मुलं सांभाळायचा, वयस्कर माणसांना दुकानातून औषधं आणून द्यायचा, कुणाला वाण्याच्या दुकानातून काही हवं असलं, तर ते आणून द्यायचा आणि स्वत:च्या घरचं पाणी भरण्याचं कामंही त्याचंच होतं; पण संपूर्ण चाळीत त्याची सगळ्यात आवडती व्यक्ती कोण असेल, तर ती होती उषाताईंची सासू, तुंगाबाई. ही तळमजल्यात राहायची. ती इतकी म्हातारी होती, की तिला धड चालताही यायचं नाही. ती रोज आपल्या खोलीबाहेर एका खाटेवर बसून असायची. तिच्या हातात नेहमी जपमाळ असायची. ती विनायकला पाहून नेहमी हाक मारून म्हणायची, "बाळा, अरे जरा पाच मिनिटं टेक इथे. किती धावपळ करत असतोस सारखी. तू या चाळीतला खरा परोपकारी माणूस आहेस बघ. अरे, घोटभर चहा तरी घे आणि हो, मी माझ्या वाट्याचा चहा देते आहे रे बाबा तुला, त्यामुळे तू कसलीही काळजी करू नकोस."

विनायकच्या या दुसऱ्याच्या मदतीला धावून जाण्याच्या वृत्तीमुळे तो चाळीत

सर्वांचाच लाडका झाला होता; पण या जगात जगण्यासाठी पैसे लागतात. आपल्याला एका सरकारी ऑफिसात शिपायाची नोकरी मिळावी, असं त्याचं स्वप्न होतं. त्यानं त्यासाठी अनेक ठिकाणी अर्जसुद्धा केला होता; पण एका जागेसाठी इतकी जास्त माणसं यायची, शिवाय इतरांकडे स्वत:ची गुणवत्ता सिद्ध करण्यासाठी वेगवेगळी प्रमाणपत्रं असत. याच्याकडे तसं काहीच नव्हतं. त्यामुळे दर वेळी त्याला निराश होऊन परत यावं लागायचं. त्याच्या ओळखीसुद्धा त्याच्यासारख्याच परिस्थितीतल्या लोकांशी होत्या, त्यामुळे तो वशिला तरी कुणाचा लावणार? त्यामुळे त्याला अजूनही नोकरी नव्हती.

विनायक गणेशोत्सवाची नेहमी अत्यंत आतुरतेनं वाट बघायचा. त्यांच्या चाळीत नऊ दिवसांचा गणपती बसायचा. नऊ दिवस रोज यथासांग पूजा आणि आरती व्हायची. नाटकं व्हायची. भाषणं आयोजित करण्यात यायची. चाळीतली तरुण मुलं दर वर्षी नवनवीन, अभिनव कल्पना लढवून मांडवाची सजावट करायची. साधारणपणे एकाच वयोगटातील तरुण-तरुणींचं एक संयोजक मंडळ असायचं. आजकाल सार्वजनिक गणपतीच्या मंडपाच्या सजावटीच्या विविध गणेशमंडळांच्या स्पर्धा असतात, त्यात यांचीही चाळ भाग घ्यायची.

त्यांच्या चाळीत उत्स्फूर्तपणे काम करणाऱ्या स्वयंसेवकांची काही कमतरता नव्हती. मंडळाचे कार्यकर्ते बऱ्याच आधीपासून घरोघरी हिंडून वर्गणी गोळा करायचे. अर्थात, विनायकच्या चाळीचा गणपती औद्योगिक वसाहतीच्या भागात नव्हता, त्यामुळे जमलेल्या वर्गणीची रक्कम काही फार मोठी नसायची.

कधीकधी काही अनपेक्षित गोष्टी घडून जातात, तसंच घडलं. एक दिवस विनायक आणि त्याचे मित्र वर्गणी मागायला पावती पुस्तक घेऊन जवळच्या एका बँकेत शिरले. विनायकला आणि त्याच्या मित्रांना असं कामाच्या वेळी वर्गणी गोळा करायला आलेलं पाहून बँक मॅनेजरना राग आला. या दिवसांत रोजच असं तरुण मुलांचं एखादं टोळकं वर्गणी मागायला यायचं; पण त्यात आज तर त्या बँक मॅनेजरच्या ऑफिसात त्याच्यासमोर एक परदेशी क्लाएंट बसला होता. त्याच्यासमोर विनायकला आणि त्याच्या मित्रांना हकलून देणंही त्या मॅनेजरना प्रशस्त वाटेना.

ते परदेशी क्लाएंट म्हणजे जिम नावाचा तरुण होता. भारत देश इतकी वर्षं पारतंत्र्यात राहूनसुद्धा भारतीय संस्कृती कशी टिकून राहिलेली आहे, याविषयी तो एक पुस्तक लिहीत होता. भारतावर आजपर्यंत इतरही अनेक परकीय आक्रमणं झाली, शिवाय या खंडप्राय देशात इतकी सांस्कृतिक विविधता असूनही हे कसं शक्य झालं, हा त्याचा मुख्य अभ्यासविषय होता. जिम आपल्याजवळचे ट्रॅव्हलर्स चेक एनकॅश करण्यासाठी बँकेत आला होता. त्यानं या बाहेर ताटकळत उभ्या असलेल्या तरुणांच्या गटाविषयी बँक मॅनेजरकडे चौकशी केली.

''तुम्ही त्यांची भेट घ्यायला नकार का दिलात?'' जिमनं विचारलं.

''ओह! त्यांचं जाऊ दे. तुम्ही नका काही काळजी करू. आता गणेशोत्सवाचे दिवस जवळ आले आहेत ना? वर्गणी मागायला रोजच असं कुणी ना कुणी येत असतं.'' बँक मॅनेजर म्हणाले.

जिमनं आजपर्यंत कधीच गणेशोत्सव पाहिला नव्हता. जवळपासच्या गणेशमंडळांना भेट देऊन तिथे चालू असलेलं मंडपाच्या सजावटीचं काम बघायची त्याला इच्छा झाली. तो विनायकला म्हणाला, ''मी तुमच्या इथे येऊन तुमचं काम पाहून माझ्या पुस्तकासाठी काही फोटो घेतले, तर चालेल का?''

जिमचं इंग्रजी विनायकला समजलं आणि त्यानं लगेच ती गोष्ट मान्य केली.

मग जिमनं त्यांच्या मंडळाला भेट दिली. त्यांच्या विविध उपक्रमांविषयी त्यानं जिज्ञासेनं जाणून घेतलं. तिथे मंडप उभारणीचं काम चालू होतं. काही स्वयंसेवक वर चढून कमान लावत होते, तर काही रंगमंच सजवत होते, कुणी कागदी फुलांचे हार बनवत होते, तर कुणी तिथेच बसून पडदे शिवत होते. काही मुलं थर्मोकोल कापून त्यापासून नक्षी बनवत होती. एका बाजूला नाटकाची जोरात तालीम सुरू होती.

जिमनं त्या सर्वांच्या मुलाखती घेतल्या. त्यांच्याशी बोलत असताना त्याच्या एक लक्षात आलं, की त्यांचं कुणाचंच एकमेकांशी काहीही नातं नव्हतं. ते वेगवेगळ्या जातीचे होते; पण त्यांच्यात असलेली ही ऐक्यभावना पाहून त्याला खूप नवल वाटलं. जरा वेळानं तो जायला निघाला; पण जाण्यापूर्वी त्यानं मंडळाच्या गणेशोत्सव निधीसाठी खिशातून शंभर डॉलर्सची नोट काढून विनायकच्या हातात ठेवली. विनायक ते पाहून हरखला. त्यानं लगेच बँकेत धाव घेतली आणि ती डॉलर्सची नोट मोडून मिळालेले पाच हजार रुपये घेऊन तो मंडळात परत आला. एका व्यक्तीकडून एकदम पाच हजार रुपयांची देणगी! ही तर चांगली घसघशीत रक्कम होती, शिवाय पूर्णपणे अनपेक्षितसुद्धा. यामुळे हे पैसे हात न लावता तसेच बाजूला ठेवायचे आणि अगदीच निकड भासल्याशिवाय ते खर्च करायचे नाहीत, असा निर्णय विनायकनं सर्वांच्या संमतीनं घेतला.

काही दिवसांत खूप मोठ्या धामधुमीत गणेशोत्सव पार पडला; पण विविध उपक्रमांचा सगळा खर्च वजा जाऊनसुद्धा काही पैसे शिल्लक उरले होते. दुसऱ्या दिवशी संयोजक मंडळाची हिशेबाची बैठक झाली. त्यात जमाखर्चाचा ताळेबंद लावल्यावर दहा हजार रुपये शिल्लक राहिल्याचं लक्षात आलं. त्या सर्व तरुणांच्या दृष्टीनं ही खूपच मोठी रक्कम होती. दर वर्षी दोन तीन हजार रुपये शिल्लक उरत. मग सर्व स्वयंसेवक मंडळी जवळच्या एखाद्या रेस्टॉरंटमध्ये जाऊन श्रमपरिहारासाठी छोटासा जेवणाचा कार्यक्रम करत. सर्वांनी या गणेशोत्सवासाठी खूप मेहनत

केलेली असायची. वर्षभर त्या मुलांना कधी असं हॉटेलात जाऊन जेवणाची चैन परवडायची नाही, तेव्हा सर्वांनाच ती इच्छा असायची.

पण या वर्षी खूप जास्त पैसे शिल्लक उरले होते. मग बन्या म्हणाला, ''या वर्षी आपण जेवणाआधी बिअरचा कार्यक्रम करू.''

त्यावर बापू म्हणाला, ''त्यापेक्षा सगळे मिळून एकत्र कुठेतरी सहल काढू, मस्त धमाल करू.''

लता म्हणाली, ''आपण या पैशांमधून मायक्रोफोनचा सेट विकत आणू म्हणजे पुढच्या वर्षीपासून आपल्याला भाड्यानं आणावा लागणार नाही.''

मुरलीनं वेगळीच सूचना केली. तो म्हणाला, ''आपण हे पैसे बँकेत मुदतीच्या ठेवीनं व्याजी लावू. म्हणजे त्यातून मिळालेलं व्याज पुढच्या वर्षी वापरायला मिळेल.''

बन्या त्यावर म्हणाला, ''त्यापेक्षा आपण सरळ हे पैसे आपल्यातच वाटून घेऊ, म्हणजे प्रत्येकाला त्यातून जे हवं ते करता येईल.''

पण विनायक मात्र सर्व वेळ काही न बोलता विचारमग्न अवस्थेत बसून होता. सकाळी पाहिलेलं दृश्य त्याच्या डोळ्यांसमोरून हलत नव्हतं. तो मनातून खूप अस्वस्थ झाला होता. त्याला ज्या तुंगाबाईबद्दल मनापासून आपुलकी वाटायची, ती वारली होती. उषाताई तिच्या अंत्यसंस्कारांच्या खर्चाची चिंता करत डोक्याला हात लावून तुंगाबाईच्या खोलीसमोर तिच्या प्रेतापाशी बसून होती. उषाताईची परिस्थिती किती हलाखीची होती, याची विनायकला कल्पना होती. ती जोरजोरात रडत होती. घरचं माणूस गेल्याचं दु:ख तर होतंच; पण त्याचबरोबर आता पुढे उभा असलेला क्रियाकर्माचा भला मोठा खर्च कुठून करायचा, त्यासाठी लागणारा पैसा कसा उभा करायचा, हेही तिच्या रडण्यामागचं कारण होतं. प्रेताला स्मशानात न्यायला गाडी बोलवायची, तर त्याचा खर्च करण्याएवढीसुद्धा त्यांची ऐपत नव्हती, शिवाय उषाताईच्या नवऱ्याची प्रकृती बरी नसे. हा सगळा ताण त्याला सोसवणार नाही आणि त्याच्या प्रकृतीवर त्याचा विपरीत परिणाम होईल, अशीही भीती उषाताईला वाटत होती. त्यात नेमकी महिना अखेर होती. चाळीतील कुणी पुढे होऊन तिला काही आर्थिक मदत करेल, अशीही शक्यता नव्हती, कारण कुणाचीच परिस्थिती तिच्याहून फारशी वेगळी नव्हती.

मग विनायकनं एक निर्णय घेतला, ''चला, उठा. आपण उषाताईला या क्रियाकर्मासाठी काय लागेल ती मदत करू या. आपण चौघं जण प्रेताला स्वत:च खांदा देऊन स्मशानापर्यंत घेऊन जाऊ आणि बाकी जो काही खर्च होईल, त्यासाठी उषाताईला पैशाची मदत करू. त्यानंतर आपल्याकडे जे काही पैसे उरतील, त्याचं काय करायचं, ते नंतरसुद्धा ठरवता येईल.''

विनायकचं बोलणं ऐकून सर्वांना धक्का बसला.

बन्या हळूच कुजबुजला, "ए काय रे? चांगलं सणासुदीचं वातावरण आहे. सर्वांच्या उत्साहावर विरजण घालू नको हं."

पण विनायकनं त्याच्या बोलण्याकडे दुर्लक्ष केलं. तो म्हणाला, "तुमची इच्छा असेल, तर तुम्ही या. नाहीतर मी बाकीच्यांशी बोलून कुणी मदतीला तयार होतंय का, ते बघतो."

बन्या म्हणाला, "हे बघ, मला काही प्रेताला खांदा देऊन स्मशानात नेण्याचा अनुभव नाही. मी कसा काय येणार?"

त्यावर विनायक म्हणाला, "नाहीतरी इथे कुणालाच त्याचा अनुभव नाहीये; पण कधीतरी अनुभव घ्यावाच लागणार, सुरुवात करावीच लागणार."

त्या मुलांचा निर्णय पाहून विनायकच्या आई-वडिलांनी त्यांच्या बेतात मोडता घातला. ते म्हणाला "बाळा, आम्ही दोघं, तुझे आई-वडील जिवंत असताना तू कसा काय स्मशानात जाणार?"

विनायक त्यांना विरोध करत म्हणाला, "पण आई, हे चांगलंच काम आहे ना? दुसऱ्यांच्या मदतीला धावून जाण्यात वाईट काय आहे?"

विनायकला बौद्ध धर्मातील किसा गौतमीच्या कहाणीची आठवण झाली. तो आई-वडिलांना म्हणाला, "मरण कुणाला चुकलंय? आज ना उद्या आपल्यापैकी प्रत्येक जण मरणारच आहे. आज जर आपण आपल्याच शेजाऱ्यांना मदत केली नाही, तर उद्या आपल्याला गरज पडल्यावर आपल्याही मदतीला कोणीच धावून येणार नाही, हे लक्षात ठेवा."

विनायकच्या बोलण्यात तथ्य होतं. त्याच्या आई-वडिलांनी त्यावर काही काळ विचार केला. मग ते म्हणाले, "विनायक, तुझं म्हणणं शंभर टक्के खरं आहे. तू जा मदतीला. आमचे आशीर्वाद तुझ्या पाठीशी आहेत. आम्हाला तुझ्यासारखा मुलगा लाभला, याचा अभिमान वाटतो."

विनायकचे मित्र मात्र काहीशा अनिच्छेनंच त्याच्याबरोबर निघाले. सर्व जण स्मशानात गेले. तिथे त्यांना काही पैसे भरावे लागले. विनायकनं मंडळाच्या निधीतून उरलेल्या रकमेतून ते भरले.

अचानक विनायकच्या डोक्यात एक कल्पना चमकून गेली. 'या शहरात कित्येक अशी गरीब माणसं असतील. आपल्या कुटुंबातील व्यक्तीचे अंत्यसंस्कार करण्याचा खर्चसुद्धा त्यांच्या ऐपतीच्या बाहेरचा असेल. मग ती माणसं कोणत्या का जाती, धर्म वा पंथांची असेनात. त्यांच्यातल्या निदान काहींना तरी आपण मदत करायला काय हरकत आहे. यातून शिल्लक राहिलेल्या रकमेचा विनियोग आपण अशाच कारणासाठी करू. त्यातला धार्मिक भाग आपण सोडून देऊ. तो ज्या त्या

कुटुंबानं बघावा. मला वाटतं आपण आपल्याकडच्या पैशांमधून निदान काही थोड्या लोकांच्या उपयोगी तर नक्कीच पडू शकतो. ठीक आहे ना! बिअर पिण्यात ते पैसे उडवण्यापेक्षा नक्कीच बरं. ज्यांचं जवळचं माणूस त्यांना सोडून गेलेलं असतं, अशा व्यक्तींवर आधीच दुःखाचा घाला पडलेला असतो. त्यांच्यात नीट विचार करण्याचीसुद्धा ताकद नसते. अशात या अंत्यक्रियेच्या खर्चाची जुळवाजुळव करणं त्यांच्या दृष्टीनं किती कठीण जात असेल. अशा गरीब लोकांच्या आपण उपयोगी पडलं पाहिजे.'

बन्या आणि बापू या दोघांनाही ही कल्पना विशेषशी रुचलेली नव्हती, पण लतानं मात्र ती जोरात उचलून धरली. ती म्हणाली, ''विनायक, खरंच, फारच चांगली कल्पना आहे ही प्रत्येक जण आपापल्या परीनं जमेल तसं सामाजिक कल्याणाचं काम करतच असतो. कुणी शाळा सुरू करतात, कुणी गरिबांना कपडे देतात. कुणी गरजू विद्यार्थ्यांना वह्या, पुस्तकं वाटतात, तर कुणी रक्तदानासारखे उपक्रम राबवतात; पण मला मात्र तुझी ही कल्पना फारच आवडली. गेल्या वर्षी मी माझ्या काकांकडे राजकोटला गेले होते. मला तिथली प्रेक्षणीय स्थळं बघायची होती, तर माझ्या काकांनी इतर ठिकाणांबरोबर मला तिथल्या स्मशानभूमीवरसुद्धा नेलं. खूप सुंदर होतं ते ठिकाण. अंतर्भाग तर सुंदर होताच, पण बाहेरची भिंतसुद्धा व्यवस्थित रंगवलेली होती.''

''पण मुळात स्मशानाला भिंत कशाला हवी? तिथून कोण पळून जाणार आहे?'' बन्यानं विनोद केला.

''बन्या, गप्प बस. लता काय सांगते, ते ऐक. तिचा मुद्दा बरोबर आहे,'' विनायक म्हणाला.

लता म्हणाली, ''आतल्या भागात एक शंकराचं देऊळ होतं. देवळाभोवती सुंदर बाग होती. मोठमोठे वृक्ष होते आणि त्याच्या सावलीत लोकांना बसण्यासाठी बाक होते. पिण्याच्या पाण्याचीसुद्धा व्यवस्था करण्यात आली होती. असं जर शांत वातावरण असेल, तर त्यानं जमलेल्या लोकांच्या दुःखावर आपोआप फुंकर घातली जाते.''

''आपण आपल्या शहरात अशा सर्व सोयीसुविधा उपलब्ध करून देण्याइतके श्रीमंत निश्चितच नाही, पण निदान अत्यंत गरीब परिस्थितीतील लोकांच्या अखेरच्या प्रवासात तरी आपण त्यांची थोडीफार मदत करू शकतो. तुमचं काय मत आहे ते सांगा. हवं तर आपण उरलेल्या पैशांची समसमान वाटणी करू; पण मी माझ्या वाटणीची रक्कम मात्र याच कामासाठी दान करणार,'' विनायक निग्रहानं म्हणाला, ''शेवटी हे पैसे काही आपण स्वतः कमावलेले नाहीत. हे लोकांचे पैसे आहेत आणि त्याचा उपयोग लोकांसाठीच झाला पाहिजे.''

''मी माझ्या वाट्याची रक्कमसुद्धा याच कामासाठी देईन.'' लता म्हणाली.

मग बाकीच्यांनी एकमेकांच्या तोंडाकडे जरा वेळ पाहिलं आणि सगळे उत्स्फूर्तपणे म्हणाले, ''आम्हीपण आमच्या वाट्याची रक्कम द्यायला तयार आहोत.''

विनायकच्या अंगी असलेले सुप्त नेतृत्वगुण या निमित्तानं पुढे आले. तो म्हणाला, ''चला, मग आपण या कामासाठी स्वयंसेवकांचा एक गट बनवू. आपण आपल्या गटाचं नाव 'मुक्ती सेना' ठेवू आणि गोरगरिबांना मदत करू.''

''पण ज्यांच्या घरी कुणी वारलं आहे आणि ज्यांना आपल्या मदतीची गरज आहे, असे गरीब लोक शोधायला कुठे जायचं आपण?'' बापू म्हणाला.

आपण सर्वांत प्रथम सरकारी रुग्णालयात जाऊ. माझा मित्र एका सरकारी रुग्णालयात वॉर्डबॉय आहे. आपल्या उषाताईसारखे आपल्या मदतीची गरज असलेले कितीतरी गरीब लोक तिथे असतील, अशी माझी खात्री आहे,'' विनायक म्हणाला.

अशा रीतीनं मुक्ती सेनेचा प्रवास सुरू झाला. काही दिवसांतच त्यांना एक गोष्ट कळून चुकली. गरीब, गरजू लोकांची संख्या इतकी जास्त होती, की त्यांच्याकडे जमलेले पैसे पुरे पडणं शक्यच नव्हतं. काही लोकांकडे जेमतेम शंभर दोनशे रुपये असायचे, तर काहींकडे तेवढेसुद्धा नसत. आता आपण सुरू केलेलं हे काम पुढे कसं चालू ठेवायचं, याचा विनायकनं आणि त्याच्या मित्रांनी बसून नीट विचार केला.

त्यांच्या या उपक्रमाची बातमी विनायकच्या वडिलांच्या नोकरीच्या ठिकाणी – कापडगिरणीपर्यंत जाऊन पोहोचली. मग तिथल्या युनियननं पांढऱ्या कापडाचे गठ्ठेच्या गठ्ठे त्यांच्या संस्थेला मोफत देऊ केले. तरीही सुरुवातीच्या काही वर्षांत मुक्ती सेनेकडे पैशांचा खूप तुटवडा होता. हे काम करत असताना विनायकच्या एक गोष्ट लक्षात आली. समाजाची अर्थव्यवस्थाही पिरॅमिडसारखी असते. समाजातील गरीब घटक हे या पिरॅमिडच्या पायापाशी असतात; परंतु या उपक्रमाचा जास्तीत जास्त लाभ घेणारे लोकही तेच होते आणि त्यासाठी पुढे होऊन मदत करणारे लोकही तेच होते.

विनायक आणि त्याच्या या मुक्ती सेनेचा व्याप जसा वाढला, तसे त्यासाठी आपला सर्व वेळ खर्चून काम करणाऱ्या स्वयंसेवकांच्या उदरनिर्वाहाचा प्रश्न उभा राहिला. त्यावर विनायक म्हणाला, ''काही झालं तरी मुक्ती सेनेच्या निधीमधील एक पैसाही आपण आपल्या वैयक्तिक वापरासाठी घ्यायचा नाही.''

एखादा स्वयंसेवक जेव्हा संस्थेचा पगारी नोकर बनतो, तेव्हा आपोआपच त्या संस्थेत भ्रष्टाचाराचा शिरकाव होता, त्यामुळे आपली मुक्ती सेना ही नेहमी एक स्वयंसेवी, सेवाभावी संस्था राहील आणि स्वयंसेवकांनी आपल्या स्वत:च्या उदरनिर्वाहासाठी बाहेर नोकरी धरावी, असं त्या सर्वांनी ठरवलं; परंतु त्यातील

बऱ्याचशा सदस्यांनी नोकरीऐवजी स्वत:चा व्यवसाय सुरू केला. त्यामुळेच संस्थेचं काम करण्यासाठीसुद्धा त्यांना वेळ देणं शक्य झालं. एव्हाना मुक्ती सेनेविषयी आणि तिच्या नि:स्वार्थी वृत्तीनं कार्य करणाऱ्या स्वयंसेवकांविषयी बऱ्याच लोकांना माहीत झालं होतं. मग अनेक लोक उत्स्फूर्तपणे पुढे आले.

त्यांनी विनायकला आणि त्याच्या मित्रांना त्यांचे त्यांचे स्वतंत्र उद्योग सुरू करण्यासाठी लागेल ती मदत केली.

आज या मुक्ती सेनेकडे अहोरात्र काम करणारे एकूण तीस स्वयंसेवक आहेत. त्यातील सर्वचे सर्व जण स्वत:चा काहीतरी स्वतंत्र व्यवसाय करून आपापल्या कुटुंबाची काळजी घेतात. त्यातील काहींची वाण्याची दुकानं आहेत, तर काहींची सायकली भाड्यानं देण्याची दुकानं आहेत. कुणी बालवाडी चालवतं, तर कुणी वृत्तपत्रविक्रते आहेत. कुणी छापखाना सुरू केला आहे. इतरही व्यावसायिक आहेत. मुक्ती सेनेचं बोलावणं आलं, की तिचा स्वयंसेवक आपल्या दुकानाची जबाबदारी आपल्या मदतनिसावर टाकून तत्क्षणी मदतीला धावतो. अशाप्रकारे त्यांच्या अनुपस्थितीचा त्यांच्या व्यवसायावर कधी अनिष्ट परिणाम होत नाही.

आजही विनायकचं हेच म्हणणं असतं, ''मृत व्यक्ती कोणत्या जातीची वा धर्माची आहे, हा मुद्दाच नाही. फक्त त्या शवावर कोणत्याप्रकारे अंत्यसंस्कार करायचे, दहन करायचं की मूठमाती द्यायची, एवढ्या पुरताच धर्माचा संबंध येतो. मदत तर सर्वांनाच मिळायला हवी.'' तो म्हणतो, ''हिंदू, मुस्लीम, सीख, ईसाई सबको मेरा सलाम!''

८

तीन जलाशय

पूर्वीच्या काळी खेडोपाड्यांमध्ये तळी, सरोवरं, जलाशय हेच लोकांना पिण्यासाठी आणि वापरासाठी लागणाऱ्या पाण्याचे स्रोत होते. प्रत्येक गावात कशी नदी असणार? मग गावकरी या तळ्याची राखण अगदी मनापासून करत. दर वर्षी ते तळं साफ करून त्यातील गाळ काढत. घरटी एक माणूस या साफसफाईच्या कामासाठी आपण होऊन जात असे. या सफाईच्या कामाचे अर्थातच कुणालाही पैसे मिळत नसत, कारण ते तळं ही अख्ख्या गावाची सार्वजनिक मालमत्ता असायची. दर वर्षी लोक त्या तळ्याची मनोभावे पूजा करत, कारण त्यांच्या दृष्टीनं ते पाणी गंगेच्या पाण्याइतकंच पवित्र असे.

जलाशयांचेसुद्धा विविध प्रकार असतात. काही पाणी पुरवठ्यासाठी वापरण्यात येतात, काही केवळ पिण्याच्या पाण्यासाठी वापरण्यात येतात, तर काहींचा उपयोग या दोन्हींसाठी करण्यात येतो. एखादा जलाशय फार विस्तीर्ण असेल आणि त्याचा पलीकडचा काठ दिसत नसेल, तर त्याच्या नावापुढे 'समुद्र' हा शब्द जोडण्यात येतो. म्हणून तर 'शांती समुद्र', 'व्यास समुद्र' इत्यादी नावं तयार झाली आहेत. अनेक वेळा ज्या व्यक्तीनं ते तळं बांधलं असेल, त्यावरूनही त्याचं नामकरण करण्यात येतं, त्यामुळेच राजे-महाराजे, राण्या, धनाढ्य व्यापारी किंवा सेनापती यांच्या नावाचे जलाशय असतात.

भारतात प्रवास करण्याचा प्रचंड अनुभव माझ्या गाठीशी आहे. मी असं पाहिलंय, की प्रत्येक गावातील तळं हे त्या गावच्या लोकांच्या दृष्टीनं पवित्र असतं, शिवाय ते तळं कुणी, कधी आणि कसं बांधलं, यामागे काहीतरी कथा हमखास असतेच. बरेच वेळा त्या सर्व कहाण्यांचा मथितार्थ असा असतो, की या गावाच्या जमिनीखालून गंगा नदी वाहत होती आणि या गावच्या गोरगरीब लोकांना पाणी मिळावं, यासाठी ती येथे तळ्याच्या रूपानं प्रकट झाली. म्हणून तर पाण्याचा उल्लेख अनेकदा तीर्थ, गंगाजल अशा शब्दांत करण्यात येतो.

मी भारतातील विविध प्रदेशांमधील विविध तळी पाहिली, त्यासंबंधीच्या कथा

ऐकल्या; पण कर्नाटकातील तीन वेगवेगळ्या गावांमधील तीन वेगवेगळ्या तळ्यांच्या कथा माझ्या मनावर खूप खोलवर परिणाम करून गेल्या.

अम्माची अट

ईस्ट इंडिया कंपनी व्यापाराच्या निमित्तानं भारतात आली आणि नंतर इंग्रजांनी हळूहळू संपूर्ण देशाचा कब्जा घेतला, तेव्हाचा हा काळ. कोलारच्या जवळ अम्मानी नावाची एक अशिक्षित खेडूत स्त्री राहत असे. तिच्याकडे बऱ्याच गाई-म्हशी होत्या आणि ती जवळपास राहणाऱ्या लोकांच्या घरी दूध पोहोचवत असे. कोलार हा भाग सदासर्वदा दुष्काळग्रस्त असतो. लोकांची पाणी आणण्यासाठी चाललेली धावपळ ती रोजच बघायची. अम्मानीला या लोकांसाठी काहीतरी करण्याची मनापासून इच्छा होती.

एक दिवस तिच्या कानावर आलं, त्यांच्या गावाबाहेर जवळच ब्रिटिशांची छावणी पडणार होती. ब्रिटिशांची भाषा, तसंच कन्नड भाषा जाणणारा दुभाष्या त्या ब्रिटिशांसाठी काम करे. तो एक दिवस दुधाच्या शोधात त्यांच्या गावात आला. दुधाबरोबर दही, तूप, लोणी इत्यादी गोष्टी कुठे मिळतात, याची त्याला माहिती हवी होती. ब्रिटिशांच्या छावणीत मुक्काम ठोकून राहिलेल्या सैनिकांना या सर्व गोष्टी हव्या होत्या.

त्या रामप्पाला – दुभाष्याला – अम्मानी म्हणाली, ''मी त्या ब्रिटिशांना दूध नक्की पुरवीन; पण त्यासाठी माझी एक अट राहील. मी त्यांच्याकडून त्याचे काहीही पैसे घेणार नाही.''

रामप्पाला आश्चर्य वाटलं, ''काय? तू त्या फिरंग्यांना दूध फुकट पुरवणार? त्या गोऱ्यांना?'' तो म्हणाला.

''मी असं कधी म्हणाले? मी एक गरीब स्त्री आहे.''

''हे बघ बाई, तू त्यांना इतक्या घाऊक प्रमाणात दूध पुरवणार ना? मग चांगले भरपूर पैसे वसूल कर त्यांच्याकडून. स्वत:चं उखळ पांढरं करून घेण्याची चांगली आयती संधी चालून आली आहे. शिवाय ही सरकारी कचेरी आहे, म्हणजे तुझे पैसे बुडणार नाहीत, हे नक्की. खासगी छोट्या-मोठ्या संस्थांना आणि गिऱ्हाइकांना दूधपुरवठा करत बसण्यापेक्षा हे कितीतरी बरं. अशी संधी काही पुन्हा येणार नाही. तेव्हा नीट विचार करून निर्णय घे,'' त्यानं सल्ला दिला.

''माझ्या बोलण्यातून गैरसमज करून घेऊ नका. मी त्यांना दूध विकणारच आहे; पण मला दर महिन्याच्या महिन्याला त्याचे पैसे नकोत. त्याचा हिशेब त्या ब्रिटिश अधिकाऱ्यांकडेच राहू दे. तुम्हीच तर म्हणलात ना, सरकारी पैसे कधी बुडणार नाहीत,असं?''

''अगं बाई... तुझ्या म्हणण्याचा अर्थ असा का, की तू सर्वांत शेवटी तुझे पैसे एकदम घेणार? मला तर हे काही गौडबंगाल कळतच नाहीये.''

पण अम्मानी हट्टच धरून बसली होती. ब्रिटिशांना दूध पुरवेन, तर फक्त याच अटीवर. मग रामप्पा तिथून निघाला. ही गोष्ट ब्रिटिश अधिकाऱ्यांच्या कानावर घालण्याचं त्यानं ठरवलं.

दुसऱ्या दिवशी ब्रिटिश अधिकारी जॉर्ज याला रामप्पा म्हणाला, ''या गावात एक विक्षिप्त स्त्री आहे. ती तुम्हाला दूध, दही, तूप इत्यादी पुरवण्यास तयार आहे; पण ती त्याबद्दल पैसे घेण्यास तयार नाही.''

जॉर्जचं कुतूहल जागृत झालं. तो म्हणाला, ''त्या स्त्रीला घेऊन ये. मला तिच्याशी बोलायचं आहे.''

दुसऱ्या दिवशी अम्मानी त्या अधिकाऱ्याला भेटायला गेली. त्या काळात भारतीय लोकांना फिरंग्यांची भीती वाटायची. आपल्याला हे फिरंगी विनाकारणच शिक्षा करतील, असं त्यांना वाटे. त्या ब्रिटिशांचा वर्ण गोरा होता, भाषापण वेगळी होती आणि भारत ही ब्रिटिशांची वसाहत होती; पण अम्मानी मात्र अजिबात न घाबरता त्या अधिकाऱ्यासमोर जाऊन उभी राहिली. तिला काही इंग्रजी येत नव्हतं, पण त्याला काय सांगायचं, हे तिनं मनाशी पक्कं ठरवलं होतं.

ती जॉर्जला म्हणाली, ''साहेब, तुम्हाला दही, दूध, तूप जे काही लागेल, ते पुरवायला मी तयार आहे; पण त्याचे पैसे तुम्ही मला न देता तुमच्यापाशीच ठेवा. मी ते नंतर तुमच्याकडून घेईन.''

त्या वेळी बँका नव्हत्या, त्यामुळे अम्मानीला घरात पैसे ठेवण्याची भीती वाटत असावी, असा त्या जॉर्जचा समज झाला. तो म्हणाला, ''कुणी चोर तुमचे पैसे लुबाडून नेतील किंवा नातेवाईक तुमच्याकडे पैशांची मागणी करतील, अशी भीती वाटते आहे का तुम्हाला? तुम्ही एकट्याच राहता ना?''

त्यावर अम्मानी हसून म्हणाली, ''नाही साहेब, त्या क़ारणानं नाही.''

''मग का बरं?''

''साहेब मी ते तुम्हाला नंतर सांगेन. मला वाटतं, त्याला तुमची हरकत नसावी.''

त्या जॉर्जला अम्मानी आवडली. त्यानं तिची विनंती मान्य केली. काही थोड्याच दिवसांत अम्मानीनं दूध, दही आणि तूप ब्रिटिशांच्या छावणीत नियमितपणे पोहोचवण्यास सुरवात केली. तिची उत्पादनं गावातील कुणाहीपेक्षा सरस होती. तसंच ती अत्यंत वक्तशीर होती; पण ती त्या ब्रिटिशांकडून पैसे घेत नसल्याची बातमी गावात पसरली आणि ती लोकांच्या चेष्टेचा विषय बनली. तिला ब्रिटिशांकडून काही पैसे जरी मिळत नसले, तरी ती गावातपण दूध विकायची आणि त्यातून जे

काही थोडेफार पैसे मिळत, त्यात आपला चरितार्थ चालवायची.

अशी अनेक वर्षं लोटली. ब्रिटिश छावणीत एव्हाना अम्मानी तिच्या प्रामाणिकपणाबद्दल आणि तिच्या उत्पादनांच्या गुणवत्तेबद्दल सर्वांना माहीत झाली होती. काही दिवसांतच तिथे दूध आणि दुग्धजन्य पदार्थांचा पुरवठा करणाऱ्या इतर गावकऱ्यांना कमी करण्यात आलं आणि अम्मानी एकटीच तिथे मालाचा पुरवठा करू लागली. सर्व अधिकारी तिच्याशी मित्रत्वानं वागत.

एक दिवस जॉर्ज मुद्दाम अम्मानीशी बोलण्यासाठी आला. तो म्हणाला, "अम्मानी, आता तुम्ही तुमचे पैसे घेऊन जा. खूप मोठी रक्कम माझ्याकडे जमा झाली आहे. मी ती इतके दिवस ठेवून घेणं बरोबर नाही. एक वर्षभरात कदाचित आम्ही छावणीची जागा बदलून दुसरीकडे निघून जाऊ. आम्हाला तुमच्या प्रामाणिकपणाची खरोखर कदर आहे. आम्हीपण तुमच्याशी तसंच प्रामाणिकपणे वागू."

"साहेब, तुम्ही मला या गोष्टीची आधी कल्पना दिलीत त्याबद्दल मी, तुमची आभारी आहे; पण मला नुसताच पैसा नकोय. मला तुमच्याकडून आणि तुमच्या सैनिकांकडून आणखीही मदत हवी आहे."

"अरे वा! तुम्हाला बंगला बांधायचा आहे की काय?" तो हसून म्हणाला.

"नाही, साहेब, मला तलाव बांधायचाय."

"काय?" तो अधिकारी आश्चर्यचकित झाला. या खडकाळ प्रदेशात तलाव बांधणं ही मुळीच सोपी गोष्ट नाही, याची तुम्हाला कल्पना आहे का?" तो म्हणाला, "त्यासाठी खूप प्रचंड मनुष्यबळ लागेल, शिवाय तुमचा साठलेला पैसा या कामासाठी पुरा पडणार नाही."

"साहेब, मी तुमच्यापुढे पदर पसरते. या एवढ्या एकाच कारणासाठी मी तुमच्याकडून कधी पैसे घेतले नाहीत. मी जर ते वेळोवेळी घेतले असते, तर एव्हाना ते सगळे माझ्या हातून खर्च होऊन गेले असते, शिवाय मी आहे विधवा, तेव्हा माझ्या नातेवाइकांनी केव्हाच ते पैसे माझ्याकडून जबरदस्तीनं काढूनसुद्धा घेतले असते. साहेब, या उन्हाळ्याच्या दिवसांत एका स्त्रीचं आयुष्य किती खडतर होऊन बसतं, याची तुम्हाला कल्पना नाही येणार. तुम्ही एवढं काम माझ्यासाठी कराच."

जॉर्जनं तिच्या बोलण्यावर जरा वेळ विचार केला. तिचा प्रामाणिकपणा आणि गावच्या लोकांसाठी तिला वाटणारी कळकळ याचं त्याला कौतुक वाटलं. तो म्हणाला, "ठीक आहे, मी माझ्या वरिष्ठांशी बोलतो. त्यांनी जर आमच्या सैनिकांचं मन वळवलं आणि सैनिक श्रमदान करून गावासाठी तळं बांधण्यास तयार झाले, तर पाहू."

अखेर कनवाळू हृदयाच्या जॉर्जनं आणि त्याच्या सैनिकांनी श्रमदान करून तो

तलाव बांधून पूर्ण केला. पूर्ण गावाला त्या तळ्यातून पिण्याचं पाणी उपलब्ध झालं. आता लोकांची पाण्यासाठी होणारी रोजची पायपीट थांबली. आजही लोक त्या तळ्याला 'अम्मानीचं तळं' म्हणून ओळखतात.

लग्नाची भेट

आता मी तुम्हाला नवलगुंदच्या तळ्याची कथा सांगणार आहे. नवलगुंद हे उत्तर कर्नाटकातलं बऱ्यापैकी मोठं शहर आहे. खूप खूप वर्षांपूर्वीची गोष्ट आहे. तेव्हा या नवलगुंद गावाचा रामेगौडा नावाचा सरपंच होता. त्याला दोन सुंदर मुली होत्या – चन्नम्मा आणि नीलम्मा.

नवलगुंद गावची जमीन जरी सुपीक असली, तरी सगळी शेती पूर्णपणे पावसावर अवलंबून होती आणि नवलगुंदमधलं जीवन फार कठीण होतं. जवळपास पाण्याचा झरासुद्धा नव्हता. पाण्यासाठी गावात अनेक विहिरी खणण्यात आल्या; पण त्यांच्यातील एकाही विहिरीला थेंबभरसुद्धा पाणी लागलं नाही. गावातील स्त्री-पुरुषांना थोड्या बादल्या पाण्यासाठीसुद्धा मैलोनमैल हेलपाटे घालावे लागत. रामेगौडा चांगला श्रीमंत होता. तो आणि त्याचे कुटुंबीय ऐषारामात राहत. त्यांच्या घरी पुष्कळ नोकरचाकर होते. ते लागेल तेवढं पाणी बैलगाड्यांमधून घेऊन येत असत, त्यामुळे पाण्याचा केवढा मोठा प्रश्न गावातल्या गरीब लोकांना भेडसावत आहे, याची त्याच्या घरच्या कुणालाही कल्पना नव्हती.

एक दिवस रामेगौडाच्या अध्यक्षतेखाली गावची पंचायत भरली होती. गावातील अनेक गरीब लोक तेथे येऊन म्हणाले, ''धनी, या गावासाठी एक तलाव बांधा. आम्ही या कामी तुम्हाला लागेल ती मदत करू. काबाडकष्ट करू. आम्ही श्रमदानानं तलाव बांधू. मजुरीचे पैसेसुद्धा नाही मागणार.''

त्यावर रामेगौडा म्हणाला, ''हे पाहा. तलाव बांधणं म्हणजे काही सोपं काम नाही. मजुरीचा खर्च येणार नाही, हे जरी खरं असलं, तरीसुद्धा बांधकामासाठी प्रचंड खर्च येईल. त्यामुळे या गावातील सर्व सधन व्यक्तींनी यासाठी काही ना काहीतरी दानधर्म केला पाहिजे. मगच आपल्याला या गोष्टीचा विचार करता येईल.'' पण गावचा एकही श्रीमंत माणूस त्यासाठी देणगी देण्यास तयार झाला नाही.

त्या काळात प्रत्येक श्रीमंत माणसाच्या घरी हवे तेवढे नोकरचाकर आणि शिवाय गुलामसुद्धा असत, त्यामुळेच पाणी वाहून आणण्यासाठी किती कष्ट पडतात, याची नवलगुंदमध्ये राहणाऱ्या धनिकांना अजिबात कल्पना नव्हती. हे सर्व संभाषण जेव्हा पंचायतीत चालू होतं, तेव्हा तिथे एका खांबाआड उभी राहून नीलम्मा ते सगळं ऐकत होती. रामेगौडानं आधी स्वतः पुढे होऊन या कामासाठी चांगली घसघशीत देणगी द्यावी, अशी गावातील इतर श्रीमंतांची अपेक्षा आहे,

याची तिला कल्पना होती. त्यामुळेच त्या सभेत काहीच झालं नाही. सभा बरखास्त झाली.

नीलम्माला अतिशय वाईट वाटलं. आपल्या घरच्या कामवाल्या बाईला पाणी भरण्यासाठी किती कष्ट पडतात, हे तिनं पाहिलं होतं. एक दिवस घरातल्या कुणाला काहीही न सांगता नीलम्मा त्या बाईसोबत पाणी भरायला चालत गेली होती. ते काम किती कष्टाचं आहे, याचा तिनं प्रत्यक्ष अनुभव घेतला होता; पण आपले वडील आपलं काहीही ऐकणार नाहीत, याचीही तिला कल्पना असल्यामुळे ती गप्प बसली.

अशीच काही वर्षं गेली. चनम्मा आणि नीलम्मा मोठ्या झाल्या. रामेगौडानं त्यांच्यासाठी दोन गर्भश्रीमंत स्थळं आणली. विवाहसमारंभ अत्यंत थाटामाटात पार पडला. चन्नम्मा आणि नीलम्मा जेव्हा सासरी जायला निघाल्या, तेव्हा रामेगौडा त्यांना म्हणाला, ''मुलींनो, तुम्ही आज हे गाव सोडून आपल्या पतीच्या घरी निघाला आहात, तेव्हा लग्नाची भेट म्हणून मी तुम्हाला काय देऊ?''

चन्नम्मा म्हणाली, ''मला बैलगाडी भरून दागदागिने द्या.''

''हो, नक्की देईन,'' रामेगौडा म्हणाला.

नीलम्मा मात्र काहीच बोलली नाही.

''नीलम्मा, तुला काय हवं ते सांग ना,'' रामेगौडा म्हणाला.

''मला जे हवं आहे, ते तुम्ही देऊ शकाल की नाही, हे मला ठाऊक नाही.'' नीलम्मा म्हणाली.

ते ऐकून रामेगौडाला राग आला. ''तुझ्या या बोलण्याचा काय अर्थ? मी या गावातला सर्वांत श्रीमंत माणूस आहे. मला फक्त दोनच मुली आहेत. जरा तुझ्या बहिणीकडे पाहा. तिनं जर मला बैलगाडी भरून दागिने मागितल्यावर ते द्यायला मी हो म्हणालो, तर तुला मी नाही कसं म्हणेन? तू माझ्याकडे काही जगावेगळी मागणी करणार आहेस का?''

नीलम्मा म्हणाली, ''मी जे काही मागेन, ते देण्याची क्षमता नक्कीच तुमच्यापाशी आहे; पण तुम्ही ते मला द्याल, असं वचन द्या, तरच मी तुमच्याकडे ते मागेन.''

रामेगौडाला वाटलं, हिला आपल्या बहिणीपेक्षाही जास्त जडजवाहीर हवं असेल किंवा जमीनजुमला पाहिजे असेल. मग तो म्हणाला, ''हो.''

''पिताजी मला तुमच्या घरचं सोनं नाणं, पैसाअडका काहीसुद्धा नको. मला गर्भरेशमी साड्या नकोत. मला तुमची नखभर जमीनसुद्धा नको. या गावाच्या मधोमध एक तलाव बांधून द्या. म्हणजे गावातल्या सर्व गोरगरिबांना पाणी भरण्यासाठी लांबलांब जावं लागणार नाही. त्यांना सुखानं पिण्याचं पाणी मिळेल.''

रामेगौडाला त्यावर काय बोलावं, तेच कळेना. आधी त्याला मुलीचा खूप राग

आला. मग त्यानं त्या बांधकामासाठी होऊ शकणाऱ्या खर्चाचा हिशेब केला. त्याच्या खिशाला तो नक्कीच परवडण्यासारखा होता. मग त्याला आपण दिलेल्या वचनाची आठवण झाली. तो हसून म्हणाला, ''एकदा शब्द दिला म्हणजे दिला. मी तुझ्यासाठी तो तलाव बांधीन.''

आजही नवलगुंद शहराच्या मधोमध हा तलाव आहे. त्याला नीलम्माचंच नाव देण्यात आलं आहे. गेल्या काही वर्षांत या तलावाला वाढवून मोठं करण्यात आलं आहे. तो चांगला सजवण्यात आला आहे. व्यवस्थित राखण्यात आला आहे. या तलावात पाय बुडवण्याआधी प्रत्येकानं पाय स्वच्छ धुतले पाहिजेत, अशी येथील शिस्त आहे. नवलगुंदमधील लोक या तलावाचं पाणी नेहमी स्वच्छ ठेवतात, कारण ते खराब करणं त्यांना परवडण्यासारखं नाही. आज रामेगौडाही हयात नाही आणि त्याच्या दोघी मुली चनम्मा व नीलम्माही हयात नाहीत; पण नवलगुंदच्या लोकांबद्दल नीलम्माच्या मनात किती कळवळा होता, याची जाणीव आजही तिथल्या लोकांना आहे.

भागीरथी

आणि आता माझी सर्वांत आवडती कथा. तुम्ही जर हंगळपासून हवेरीपर्यंतचा प्रवास केलात, तर तुम्हाला वाटेत एक पेंगुळलेलं गाव लागतं. याचं नाव कल्लाकेरे. (स्थानिक भाषेत याला कालाकेरी असं म्हणतात.) या गावातही एक स्वच्छ पाण्याचं सुंदर तळं आहे. तळ्याच्या समोर एक शंकराचं मंदिर आहे. या तळ्यातल्या पाण्यात मोठमोठ्या पानांवर फार मनोवेधक कमलपुष्पं तरंगत असतात. दुरून हे दृश्य मोठं उठावदार दिसतं. त्यांच्याकडे पाहून ती आपलं हर्षभरानं स्वागत करत आहेत, असं वाटतं; पण तुम्ही जर तळ्याच्या जवळ जाऊन पाहिलंत, तर ही कमळं तुमच्यापासून दूर दूर जात असल्याचा भास होतो. हे तळं म्हणजेच भागीरथीचं तळं.

खूपखूप वर्षांपूर्वी या गावचा सरपंच होता मल्लाना गौडा. त्याला सात मुलगे होते. त्या सर्वांचेही विवाह झालेले होते. त्याची सर्वांत धाकटी सून म्हणजे भागीरथी. ती तरुण होती, सुंदर होती आणि अत्यंत सुस्वभावी होती. ती मितभाषी होती. चार चौघांमध्ये ती आपल्या भावना कधीच व्यक्त करत नसे. तिचा पती सैन्यात होता आणि तो युद्धात भाग घेण्यासाठी गेला होता. भागीरथीचे सासू-सासरेच तिचा सांभाळ करत. तिच्या मैत्रिणींमध्ये ती अतिशय लोकप्रिय होती. गावच्या सगळ्या लोकांचीही ती आवडती होती.

मल्लाना गौडानं गावात एक तळं बांधायचं ठरवलं. त्याप्रमाणे तळं बांधण्यात आलं; पण त्यात अजिबात पाणी नव्हतं. तो मोठ्या चिंतेत पडला. जर तळ्यात

पाणी नसेल, तर गावचे शेतकरी आणि गावकरी या सर्वांचेच हाल होणार. त्यानं तळ्यात पाणी लागावं, म्हणून खोलवर खोदकाम केलं, कितीतरी पूजाअर्चासुद्धा केल्या; पण पाणी काही लागलं नाही.

एक दिवस गावातील लोक आपापसांत काहीतरी कुजबुजत होते. एखाद्या सवाष्णीनं अतिशय मनापासून ईश्वराची करुणा भाकली आणि त्याच्याकडे पाण्याची याचना केली, तरंच काहीतरी होईल, असा त्यांचा विश्वास होता. भागीरथी बागेत काम करता करता त्यांचं बोलणं ऐकत होती. कुणाचंच तिच्याकडे लक्ष नव्हतं.

मग कुणीतरी मल्लाना गौडाला म्हटलं, "या तळ्याला पाणी लागण्याचा फक्त एकच मार्ग आहे. एखाद्या सुवासिनीनं त्यासाठी मनोभावे देवाची प्रार्थना करायला हवी. मग पाणी येईल; पण..." एवढं बोलून तो एकदम थांबला.

"ओह! मग त्यात इतकं अवघड काय आहे? गावातील प्रत्येक सुवासिनी ते करू शकेल," दुसरा एक जण म्हणाला.

"पण त्यात एक अट आहे. एकदा तळ्यात पाण्याचा जोरदार प्रवाह उसळला, की कदाचित ती प्रार्थना करणारी सुवासिनी त्यात वाहून जाण्याची शक्यता आहे. तिला वर येताच आलं नाही तर? मग कोण तयार होणार या कामाला?" तो आधीचा माणूस म्हणाला.

त्याचे ते शब्द ऐकून सगळे एकदम गप्प झाले. त्या गावात इतक्या विवाहित स्त्रिया होत्या; पण कुणाचाच पती, पिता वा सासरा या गोष्टीसाठी तयार होणं शक्य नव्हतं.

कुणीतरी म्हणालं, "भागीरथीचं येणं इतकं कठीण आहे का?"

ते ऐकून मल्लाना गौडा अतिशय संतप्त झाला. तो ओरडून म्हणाला, "संपूर्ण गावात तुला फक्त माझ्याच सुनेचं नाव सुचलं? गावात इतरही स्त्रिया आहेतच की."

त्यावर तो माणूस म्हणाला, "नाही धनी. मला म्हणायचं होतं गंगा.... गंगा नदी.... गंगा भागीरथी."

गंगेलाही भागीरथी म्हणतात. भारतात त्या विषयीची लोककथा प्रसिद्ध आहे. ती अशी आहे : गंगा नदी खरंतर फक्त स्वर्गातच वाहत असे; पण राजा भगीरथ यानं तिची प्रार्थना करून तिनं लोकांच्या कल्याणासाठी पृथ्वीवर यावं, असं तिला आवाहन केलं. त्यानं त्यासाठी मोठी तपश्चर्या केली. मग त्याच्या विनंतीला मान देऊन ती पृथ्वीतलावर अवतीर्ण झाली. म्हणूनच तिला भागीरथी असंही म्हणतात. आजही गंगेच्या उगमापाशी, म्हणजेच गंगोत्रीपाशी राजा भगीरथाचा पुतळा आपल्याला पाहायला मिळतो.

मल्लाना गौडाची सून भागीरथी हिनं ते सगळं संभाषण ऐकलं. ती आपल्या

खोलीत निघून गेली. त्या रात्री तिला झोप लागली नाही. ती मनाशी म्हणाली, ''माझे पती देशासाठी नि:स्वार्थीपणे लढत आहेत. मग मी जर लोकांच्या सुखासाठी, त्यांच्या कल्याणासाठी थोडा त्याग करू शकत नसेन, तर माझ्या जगण्याला काय अर्थ आहे?'' ही परिस्थिती खरोखर खूप कठीण होती. तिचं मन विचारांच्या आवर्तात सापडलं होतं.

दुसऱ्याच दिवशी ती आपल्या सासऱ्यांना म्हणाली, ''पिताजी, माझी एक छोटीशी मागणी आहे. आपण सर्वांनी मिळून त्या तलावाच्या तळापाशी जाऊन एक छोटीशी पूजा करू या. कुणी सांगावं? भागीरथी येईलही.''

त्यावर तिचे सासरे हसून म्हणाले, ''बाळे, आजवर आपण काय कमी का पूजा केल्या; पण तरीही पाणी काही आलंच नाही; पण जर तुझी एवढीच इच्छा असली, तर पुढच्या आठवड्यात आपण पूजा करू.''

दुसऱ्याच दिवशी भागीरथी आपल्या जिवलग मैत्रिणीच्या घरी जाऊन तिथे सर्वांशी बोलली. ती जेव्हा जायला निघाली, तेव्हा तिच्या डोळ्यांत पाणी तरळत होतं. तिच्या मैत्रिणीनं तिची समजूत काढली, ''अगं, इतकी दु:खी कष्टी होऊ नको. तुझा पती लवकरच परत येईल आणि तो नक्की विजय मिळवून येईल. तू धीर धर.'' त्यावर काहीही न बोलता भागीरथी घरी परत आली.

आणखी एक दिवसानं ती आपल्या माहेरी गेली. भागीरथी अशी अचानक आलेली पाहून तिच्या आई-वडिलांना आश्चर्य वाटलं. यापूर्वी तिनं असं कधीच केलं नव्हतं. त्यानंतरचे दोन दिवस ती माहेरी राहिली. साश्रू नयनांनी त्यांचा निरोप घेऊन ती जायला निघाली. ते म्हणाले, ''भागीरथी रडू नको. तुझा पती लवकरच परत येईल.'' भागीरथी त्यावर काहीच बोलली नाही आणि आपल्या सासरी परत आली.

दुसऱ्या दिवशी सकाळी उठून तिनं सगळ्या गावाला पूजेसाठी बोलावणं पाठवलं.

पूजेच्या दिवशी सकाळी तिनं एखाद्या नववधूसारखा साजशृंगार केला आणि आपल्या कुटुंबीयांसह त्या कोरड्या ठणठणीत तलावाच्या तळाशी पूजेला सुरुवात केली. पूजा संपल्यावर सर्व जण परत फिरले.

भागीरथीसुद्धा आपल्या सासऱ्यांसोबत काही पायऱ्या चढून वर आली आणि मग अचानक थांबून म्हणाली, ''पिताजी मी पूजेचं सुवर्णाचं तबक चुकून पूजेच्या जागीच विसरून आले आहे. ते मी पटकन घेऊन येते. तुम्ही सर्व जण पुढे व्हा.'' मग ती एकटीच पूजास्थानी परत गेली आणि डोळे मिटून हात जोडून मनोभावे गंगेला आवाहन करत म्हणाली, ''हे गंगामाते, कृपा करून आमच्या गावाकडे धावून ये. तुझ्या मधुर पाण्यानं हे तळं भरून टाक, सर्वांना सुखसमृद्धी दे. या गावातील स्त्रिया आणि आबालवृद्धांची, पक्षी-प्राण्यांची काळजी घे. त्यांना पाणी दे.

त्या मोबदल्यात जर तुला माझे प्राण हवे असतील, तर ते घे. अखेर माझं भागीरथी हे नाव तुझ्यावरूनच ठेवण्यात आलं आहे. माझं जीवन तुझ्यासाठीच आहे.''

त्यानंतर ती पहिली पायरी चढून वर आली. अचानक सोसाट्याचा वारा सुटला, वादळ आलं. कुणाला काही दिसेना. तळ्याच्या सर्व बाजूंनी पाण्याचे लोट वाहू लागले. बघता बघता पाण्याच्या पातळीत वाढ झाली. भागीरथीच्या घोट्यापर्यंत पाणी आलं. तिला एकीकडे खूप आनंद होत होता, तर दुसरीकडे दुःखाचे कढ येत होते. ती दुसरी आणि तिसरी पायरी चढून वर येऊ लागली. आता पाणी तिच्या कमरेपर्यंत आलं होतं. ती तशीच चौथी पायरीसुद्धा चढली. पाणी तिच्या खांद्यापर्यंत येऊन पोहोचलं. ती पाचवी पायरी चढली. पाणी तिच्या गळ्यापर्यंत आलं. ती सहावी पायरी चढली. पाणी तिच्या नाकाला येऊन भिडलं. ती सातवी पायरी चढली. पाणी तिच्या डोक्यावरून वाहू लागलं. तिला आता श्वास घेता येईना. वादळ शांत झालं. वारा थांबला.

मल्लाना गौडा मागे फिरून नक्की काय झालं, ते बघायला आला. तळ्यातील पाण्याची पातळी वाढतच होती. अखेर तळं तुडुंब भरल्यावर पाणी वाढायचं थांबलं. एव्हाना सगळं गाव तळ्याच्या काठाशी जमा झालं होतं. इतक्या वर्षांच्या प्रार्थनेनंतर आणि प्रतीक्षेनंतर अखेर आज ते तळं पाण्यानं भरलं होतं. जरा वेळानं मल्लाना गौडाच्या लक्षात आलं, त्याची सून भागीरथी कुठेच दिसत नव्हती. त्याच्या डोळ्यांतून घळाघळा पाणी वाहू लागलं. तो तिथेच जमिनीवर बसून मोठ्यांदा आक्रोश करू लागला. ''भागीरथी, अगं बाळे, तुझा पती रणांगणावरून परत येईपर्यंत तुझी संपूर्ण जबाबदारी माझ्यावर होती. मी स्वतःच्या मुलीसारखं तुझ्यावर प्रेम केलं गं; पण तुझ्या मनात काय चाललं होतं, याचा मला शेवटपर्यंत थांगपत्ता लागला नाही. तू तुझ्या मैत्रिणींना आणि आई-वडिलांना मुद्दामच भेटून आलीस ना? आज सकाळी एखाद्या नववधूसारखा साजशृंगार तू मुद्दामच केला होतास ना? आज सुवर्णाचं तबक पूजेच्या ठिकाणी तू मुद्दामच विसरून आलीस ना? गेल्या आठवड्यातलं आमचं संभाषण तू ऐकलं होतंस, याची मला कल्पनाच नव्हती. लोकांना पाणी मिळावं, म्हणून तू स्वतःचे प्राण समर्पण केलेस; पण आता तुझा पती जेव्हा परत येईल, तेव्हा मी त्याला तोंड कसं दाखवू? कसा सामोरा जाऊ मी त्याला?''

भागीरथीनं या गावातील लोकांच्या सुखासाठी आत्मसमर्पण केलं, हे एव्हाना सगळ्या गावाला कळून चुकलं होतं, त्यामुळे त्यांच्या गावात गंगा आल्याप्रीत्यर्थ आनंदोत्सव साजरा करावासा कुणालाच वाटत नव्हता.

पुढच्याच महिन्यात युद्ध संपलं. भागीरथीचा पती रणांगणात पराक्रम गाजवून विजय प्राप्त करून घरी परतला. आपल्या साहसाविषयी, पराक्रमाविषयी आपल्या

पत्नीला सगळं काही सांगण्याची खूप आतुरता मनात घेऊन तो आला होता. त्यानं येताना भागीरथीसाठी खूप जडजवाहीर आणि वस्त्रंप्रावरणं आणली होती.

तो जेव्हा घरी पोहोचला, तेव्हा सगळे खूश झाले, पण तरीही एकूणच वातावरणात एक दु:खाची छाया पसरल्याचं त्याला जाणवलं. त्याला भागीरथी कुठेच दिसेना. त्यानं तिचा घरभर शोध घेतला. मग आपल्या वडिलांना म्हणाला, ''भागीरथी कुठे आहे? मला तिला भेटायचं आहे.''

पण त्याला सत्य सांगण्याचा धीर त्याच्या वडिलांना झाला नाही. ते म्हणाले, ''ती तिच्या मैत्रिणीच्या घरी गेली आहे.'' त्याबरोबर भागीरथीचा पती घाईघाईनं तिच्या जिवलग मैत्रिणीच्या घरी गेला. तिथे त्याला पाहून मैत्रिणीच्या आणि तिच्या घरच्या सर्वांच्या डोळ्यांत पाणी आलं; पण तरीही त्याला सत्य सांगण्याचं धाडस कुणालाच झालं नाही. मग ते म्हणाले, ''ती तिच्या माहेरी गेली आहे.''

तो तिथून घाईघाईनं भागीरथीच्या माहेरी गेला; पण तिच्या आई-वडिलांकडूनसुद्धा त्याला भागीरथीचा काहीच ठावठिकाणा कळला नाही. सत्य त्यांनीही त्याला सांगितलं नाही.

निराश होऊन तो स्वत:च्या घरी परत जायला निघाला. वाटेत तो तहानेनं व्याकूळ झाला. त्याला गावात एक नवीनच, पाण्यानं तुडुंब भरलेला जलाशय दिसला. हा या आधी तेथे कधी नव्हता. मग त्यानं आत उतरून ओंजळीनं त्यातलं पाणी प्यायलं. ते खूप मधुर होतं. त्या तळ्याकडे तो एकटक नजरेनं बराच वेळ खिळल्यासारखा बघत उभा राहिला. मग थोडा वेळ तो काठावर बसून राहिला.

एक छोटा गुराख्याचा पोर आपल्या गाईगुरांना चरायला घेऊन निघाला होता. तो वाटेत पाणी पिण्यासाठी तेथे थांबला. भागीरथीच्या पतीनं त्याला विचारलं, ''अरे बाळा, हे तळं तर या आधी कधीच मी इथे पाहिलं नव्हतं आणि यातलं पाणी तर अमृताहुनी गोड आहे; पण मला आठवतं त्याप्रमाणे हे तळं ठणठणीत कोरडं होतं. याला तर थेंबभरही पाणी नव्हतं. हा चमत्कार कसा घडला तरी कसा?'' त्यावर त्या निरागस पोरानं भागीरथीची कहाणी जशीच्या तशी त्याला सांगितली आणि तेथून निघून गेला.

भागीरथीला गमावून बसल्याचा धक्का तिच्या पतीला सहन झाला नाही. तिनं केलेल्या त्यागाची कहाणी ऐकून तो धायमोकलून रडू लागला. आता तिच्याशिवाय जगणं आपल्याला अशक्यच आहे, असं त्याला वाटू लागलं. मग त्या तळ्याच्या पाण्याच्या रोखानं बघत तो म्हणाला, ''प्रिये, तू जिथे कुठे असशील. तिथे मीही तुझ्यासोबत येणार. मग ते तळं असो नाहीतर घर.... मला याची पर्वा नाही. जिथे तू तिथे मी. मग त्यानं सरळ त्या तळ्यात उडी घेतली.

आजही आपण जर हे तळं पाहिलं, तर त्यात फुललेली कमळं दुरूनही

आपल्याला दिसतात. या कमळांचा आणि कमलपत्रांचा आकार नेहमीच्या कमळांपेक्षा फार जास्त मोठा आहे. मी जेव्हा त्या गावात गेले होते, तेव्हा त्या कमळांनी मला मोहवून टाकलं. आता गावात जागोजागी कूपनलिका बसवण्यात आल्या असल्यामुळे या तळ्याचं पाणी कुणीही पिण्यासाठी वापरत नाही; परंतु अजूनही कपडे धुणं, भांडी घासणं यासाठी या तळ्याच्या पाण्याचा वापर करण्यात येतो.

मी तिथल्या एका कोळ्याला माझ्यासाठी थोडी कमळं तोडून आणण्यास सांगितल्यावर त्याला माझ्या अज्ञानाचं हसू आलं. तो म्हणाला, ''मॅडम, तुम्ही या गावच्या दिसत नाही. तुम्ही बाहेर गावाहून आलात का? भागीरथी आणि तिचा पती या तळ्यात आहेत, हे तुम्हाला माहीत नाही वाटतं? आजपर्यंत कुणीही कधीही या तळ्यातील एकही कमळ तोडलेलं नाही. ही सगळी कमळं नेहमी दोन-दोनच्या जोड्यांनीच उमलतात; पण आपण जर ती तोडायला त्यांच्या जवळ जाऊ लागलो, तर ती दूरदूर जातात. शिवाय हे तळं इतकं खोल आहे, की त्या कमळांच्या मागे जास्त आत गेल्यावर बुडण्याचीच शक्यता जास्त.''

इतक्या दाटीवाटीनं फुलून आलेल्या भरगच्च कमळांच्या सुंदर देखाव्यामागे ही अशी खट्टीमीठी कहाणी आहे, याची मला कल्पनाही नव्हती.

/

९

नो मॅन्स गार्डन

मी लहान असताना आमच्या शाळेची लक्ष्मीश्वर नामक गावी सहल गेली होती. तिथे एक मोठं देवालय आहे. त्याचं नाव सोमेश्वराचं देऊळ. हे मंदिर प्रचंड मोठं असून, मंदिराच्या सभामंडपात मोठमोठे स्तंभ आहेत आणि भिंतींवर अतिशय सुरेख कोरीव काम केलेलं आहे. मंदिराच्या आवारात जागोजागी नितांत सुंदर शिल्पकृती आहेत; पण त्या सगळ्याचं त्या वेळी मला काही विशेष वाटलं नव्हतं; परंतु मंदिराच्या प्रांगणात एक मोठा पाषाण आहे. त्यावर काही विशिष्ट रेखाकृती कोरलेल्या आहेत. हा पाषाण पाहून माझं मन भरून आलं. हा पाषाण एक हजार वर्षांहूनही अधिक जुना आहे. त्यावर एक शिलालेख कोरलेला आहेच, तसंच काही चित्रंपण कोरलेली आहेत. चित्रात एका जलकुंभामधून काही गाई-म्हशी पाणी पीत असल्याचं दाखवलं आहे. एक माणूस जवळच्या विहिरीतून पाणी शेंदून त्या जलकुंभात भरत आहे, असंही दाखवलं आहे. कन्नड भाषेत याला 'धर्म येथा' असं म्हणण्यात येतं. एखादा कनवाळू माणूस एक विहीर बांधतो, जवळच एक जलकुंभ ठेवतो आणि विहिरीतून त्या कुंभात पाणी भरण्यात येऊन तो कुंभ माणसांना आणि प्राण्यांना पाणी पिण्यासाठी सतत भरलेला राहावा, अशी व्यवस्था करून ठेवतो. हा जलकुंभ किंवा त्यातलं पाणी, हे सर्वांसाठी असतं. त्यावर कुण्या एकाची मालकी नसते. मी अगदी लहान असल्यापासून ही संकल्पना माझ्या मनावर जशी काही कोरली गेलेली आहे. सर्वसाधारणपणे लोक जेव्हा इतरांना मदत करतात, तेव्हा त्यांची काहीतरी अपेक्षा असते; पण तुमच्या मनात मानवजातीबद्दल, पशुपक्ष्यांबद्दल खरोखर प्रेम असेल, तर मग हळूहळू ही अपेक्षा कमीकमी होत पार नाहीशी होते. जीवनाच्या विशाल संदर्भापुढे हे तुझं, हे माझं अशी मालकी हक्काची भावना लुप्त होऊन जाते. माणसाला खराखुरा निर्मळ, उच्च दर्जाचा आनंद त्यानंतरच मिळतो.

एका गावात पराप्पा नामक एक वयोवृद्ध माणूस राहत होता. त्याची दृष्टी तशी चांगली होती. त्याला कानांनी व्यवस्थित ऐकूही येत असे; पण गेल्या काही दिवसांपासून त्याला चालताना थोडा त्रास होऊ लागला होता. तरुणपणी तो एकेका

दिवशी वीस मैल आरामात चालून जाऊ शकायचा; पण आता तशी स्थिती राहिली नव्हती. त्याला त्याच्या आई-वडिलांकडून वारसाहक्कानं पाच एकर जमीन मिळाली होती. त्या जमिनीत अपार काबाडकष्ट करून त्यानं स्वत:चा व्याप पुष्कळ वाढवला होता. आता त्याच्या मालकीची पन्नास एकर जमीन होती. त्यानं आयुष्यात पुष्कळ यश मिळवलं होतं.

एक दिवस त्याचा मुलगा भीमप्पा त्याला म्हणाला, "पिताजी, तुम्ही तुमच्या तरुणपणी खूप मेहनत केलीत; पण आता शेतीची पद्धत बदलून गेली आहे. आता आपल्या शेतीसाठी ट्रॅक्टर्स आणावे, अद्ययावत यंत्रसामग्रीचा शेतीमध्ये वापर करावा, असं माझ्या मनात आहे. म्हणजे रोज रोज शेतावर जाऊन मजुरांवर देखरेख करण्याची आपल्याला गरज पडणार नाही, शिवाय यंत्र आल्यावर कमी मजुरांना कामावर ठेवावं लागेल. मला तुमच्या सल्ल्याची जेव्हा जेव्हा गरज भासेल, तेव्हा तेव्हा मी तो घेईनच; पण आता तुम्ही घरी राहावं, आराम करावा, असं मला वाटतं."

मग पराप्पापण कामातून बाजूला होऊन निवृत्त जीवन जगू लागला आणि शेतीचा पसारा भीमप्पानं सांभाळण्यास सुरुवात केली.

पराप्पानं खूप मोठं घर बांधलं होतं. गावातील पाण्याचा जो जलाशय होता, त्याचा मातीचा बंधारा त्या घराच्या अगदी समोरच होता. याला कन्नड भाषेमध्ये 'बाडुवू' असं म्हणतात. म्हणून त्या गावात लोक पराप्पाचा उल्लेख 'बाडुविना पराप्पा' असा करत. हळूहळू तीच त्याची ओळख बनली. संध्याकाळच्या वेळी पराप्पा, आपल्या घराच्या पडवीत बैठक मारून बसायचा. मग त्याचे मित्र त्याला तिथे भेटायला येत आणि सगळे मिळून गप्पागोष्टी करत. गावातील विशेष घडामोडींवर चर्चा करत.

पराप्पा हा सधन शेतकरी असल्यानं त्याच्या घरी भरपूर नोकरचाकर होते. भीमप्पाच्या बायकोनं कामासाठी एक मोलकरीण ठेवली होती. तिचं नाव परव्वा. ती रोज येऊन घराची, अंगणाची झाडलोट करायची, साफसफाई करायची. ती इतकी बडबडी होती, की सगळ्या गावच्या बातम्या तिच्या तोंडी असायच्या. रोज सकाळी नाश्ता करून पराप्पा घराच्या ओसरीत बाडुवूकडे तोंड करून बसायचा आणि इकडे काम करता परव्वाची तोंडाची टकळी चालू असायची. परव्वाकडे तर स्थानिक वृत्तपत्रापेक्षाही जास्त खमंग, आतल्या गोटातल्या बातम्या असायच्या.

परव्वा आपल्या छोट्या मोठ्या कौटुंबिक अडचणीविषयीसुद्धा पराप्पाला सांगायची. तिचं कुटुंब खूप मोठं होतं. ती, तिचा नवरा, त्याचे आई-वडील, तिची दोन मुलं, एक लांबचा दीर आणि त्याची तीन मुलं – इतकी सगळी माणसं एकत्र राहत. तिचा नवरा पराप्पाच्या शेतात कामाला होता. त्यांचं आयुष्य एकंदर बिकट होतं.

एक दिवस सकाळच्या वेळी परव्वानं आपलं मौखिक बातमीपत्र सुरू केलं, ''आजकाल भाजीपाल्यावर एक नवा रोग पडलाय, त्यामुळे आता गावच्या बाजारात भाज्यांचे दाम दसपट वाढले आहेत. आजकल श्रीमंतांनसुद्धा भाज्या खाणं परवडेनासं झालंय. तेसुद्धा भाजी खरेदी करताना विचार करतात. एक किलो टमाट्यांचा दर दोन लिटर दुधापेक्षाही जास्त झालाय. कालतर फारच कठीण परिस्थिती ओढवली.'' ती एक सुस्कारा टाकून म्हणाली.

''का? काय झालं?'' पराप्पा म्हणाला.

''काल माझी बहीण, तिचा नवरा, मुलंबाळं असे पाच जण अचानक घरी आले. आता एवढ्या लांबून पाहुणे आले, तर त्यांना जेवायला घालायला नको का? मी त्यांना पोळ्या, भात, आमटी असं रांधून वाढलं; पण घरात भाजीच नव्हती. मला इतका संकोच झाला.''

''पण मग घरात भाजी का नव्हती?''

''भाज्या इतक्या महाग झाल्या आहेत. कुठून आणणार मी भाजी? गावात आठवड्यातून एकदाच बाजार भरतो. तिथून जरी भाज्या खरेदी करून आणल्या, तरी त्या ठेवायला माझ्याकडे फ्रीज कुठे आहे? आणि आपल्या गावात हव्या तेव्हा हव्या त्या भाज्या मिळतसुद्धा नाहीत.''

''पण मग तू घरी थोडे भोपळे का नाही आणून ठेवत?'' पराप्पा म्हणाला, कारण भोपळे बरेच दिवस टिकतात, हे फ्रीजमध्ये ठेवायची गरज पडत नाही, त्यामुळे गावात बऱ्याच लोकांच्या घरी भोपळे आणून ठेवलेले असायचे.

''माझ्याकडेसुद्धा दोन भोपळे होते हो, पण काही आठवड्यांपूर्वी असेच अचानक पाहुणे आल्यावर त्या भोपळ्याची भाजी केली ना. म्हणून ते संपले. जर माझ्या घराबाहेर बाग करण्यापुरता छोटासा जमिनीचा तुकडा असता, तर किती बरं झालं असतं? पण माझ्या झोपडीच्या बाहेर इंचभरसुद्धा रिकामी जागा नाहीये,'' परव्वा कुरकुर करत म्हणाली, ''आपल्या गावात माझ्यासारखी पुष्कळ गरीब माणसं आहेत. त्यांच्याकडे भाज्या उगवायला जागापण नाही आणि भाज्या विकत घेणं त्यांना परवडतपण नाही आणि भाज्या खाणं किती जरुरी आहे. दु:खाची गोष्ट अशी, की सगळे राजकारणी नेते आणि पुढारी आपल्याला भरपूर तांदूळ पुरवण्याच्या गोष्टी करतात; पण भाज्यांबद्दल कुणी चकार शब्दसुद्धा काढत नाही.'' मग ती भराभरा केर काढू लागली. एकीकडे तिची स्वत:शीच बडबड चालू होती. ''आज तुमच्या घरी पंचायत भरणार आहे ना? मला इथले केरवारे लवकर आटपले पाहिजेत. दिवाणखाना पुसून घ्यायला पाहिजे. धूळ झटकली पाहिजे, शिवाय सभेच्या वेळी खायला करावं लागेल, त्याचंही बघितलं पाहिजे.'' मग ती घरात साफसफाई करण्यासाठी निघून गेली.

परप्पा तिच्या बोलण्यावर विचार करण्यात गढून गेला. त्याला त्याच्या आयुष्यात कधीच जेवणात भाज्यांची कमतरता भासली नव्हती. तो एक सधन शेतकरी होता. त्यांच्या कुटुंबासाठी लागणाऱ्या सगळ्या भाज्या त्याच्या स्वत:च्याच शेतात पिकायच्या. बाजारातून भाज्या खरेदी करून आणण्याची त्याच्यावर कधीच वेळ आली नव्हती. कधी जास्त भाज्या पिकल्या, की तो त्याच्या शेतात काम करणाऱ्या मजुरांना त्या वाटून टाकायचा; पण तसं काही प्रत्येक वेळी घडत नसे. त्याची आई त्याला म्हणायची, ''फुलं, फळं आणि भाज्या उगीच साठवून ठेवत जाऊ नको. वेळच्या वेळी लोकांना वाटून टाकत जा, नाहीतर त्यांची नासाडी होते.'' पण तांदूळ, नाचणी आणि ज्वारीच्या बाबतीत मात्र आईचा असा काही नियम नव्हता, कारण या गोष्टी टिकाऊ असल्यानं साठवून ठेवता येतात.

परव्वाच्या अडणीवर काय उपाय काढता येईल, याविषयीच्या विचारात परप्पा गढून गेला असताना अचानक त्याचा बंडू कुत्रा मोठमोठ्यांदा भुंकू लागला. परप्पानं मान वर करून पाहिलं, तर बंडू दुसऱ्या एका कुत्र्याच्या मागे लागला होता. दोघं पळता पळता बाडुवूपाशी जाऊन पोहोचले. त्या भागात बरंच काँग्रेस गवत आणि तण माजलं होतं. निवडुंगासारखी इतर चित्रविचित्र झुडपंही वाढली होती. त्या कुत्र्यांनी भांडत भांडत तिथे जाऊन घाण केली. जरा वेळानं ते दोघं शांत होऊन तिथेच गवतावर उन्हात लोळत पडले. मग तिथे एक डुकरीण आपल्या पिलांना घेऊन आली. लगेच दोन्ही कुत्री उठून भुंकत तिच्या मागे लागली आणि त्यांनी तिला हकलावून लावलं. हे सगळं दृश्य नेहमीचंच होतं. गेली अनेक वर्षं रोजच परप्पा ते बघत आला होता. हा 'बाडुवू'चा भाग म्हणजे 'नो मॅन्स लँड'सारखा होता. त्या जमिनीवर कुणाचीच मालकी नव्हती. ती जागा ग्रामपंचायतीच्या मालकीची होती. आजपर्यंत ती जागा स्वच्छ करण्याचं कुणीच मनावर घेतलं नव्हतं. उंदीर, घुशी, कुत्री आदी प्राण्यांचा तिथे सुळसुळाट होता.

परप्पाच्या मनात एक कल्पना चमकून गेली. ही जागा साफ करून येथे गोरगरिबांसाठी भाज्या उगवण्यास काय हरकत आहे? पण ती जागा सरळ नव्हती. ती होती उताराची. आजच परप्पानं घरच्या ग्रामपंचायतीच्या सभेत हा विषय मांडायचं ठरवलं.

परप्पाला गावात खूप मान होता. सगळे त्याला 'आजोबा' म्हणून हाक मारत. खरंतर ग्रामपंचायतींच्या बैठकांना परप्पा कधी उपस्थिती लावत नसे. त्याचा मुलगा भीमप्पा सदस्य होता; पण आज आपल्या वडिलांना तिथे आलेलं पाहून भीमप्पाला जरा आश्चर्यच वाटलं. सर्व उपस्थित सदस्यांनी परप्पाचं आदरपूर्वक स्वागत केलं आणि सभेच्या कामकाजाला सुरुवात झाली.

सभा संपत आल्यावर परप्पा उठून म्हणाला, ''माझ्या डोक्यात एक कल्पना

आली आहे. भाज्यांच्या किमती सध्या गगनाला जाऊन भिडलेल्या असल्यामुळे आपल्या गावच्या अनेक लोकांना भाजी खाणं परवडेनासं झालं आहे. त्यांना भोपळ्यासारखी भाजी आणणंसुद्धा आता कठीण झालेलं आहे. माझ्या घरासमोरचा बाडुवू म्हणजे नुसती कचरापट्टी झाली आहे. तिथे नुसती झाडंझुडपं वाढली आहेत. जर पंचायतीनं, परवानगी दिली, तर ती जागा साफ करून तिथे भाज्या पिकवून त्या गावच्या गोरगरिबांना मोफत देण्याची माझी इच्छा आहे.''

त्याच्या या जगावेगळ्या प्रस्तावामुळे सर्व जण आश्चर्यचकित झाले.

''आजोबा, तुमचा उत्साह खरोखर वाखाणण्यासारखा आहे. तुमची कल्पनापण खूप चांगली आहे; पण ती जागा साफ करण्याचा खर्च पंचायतीचं कार्यालय देणार नाही, शिवाय तिथे धुमाकूळ घालणारी कुत्री आणि डुकरं तुम्हाला काही काम करू देणार नाहीत. शिवाय त्या बागेची राखण कोण करणार? तिला पाणी कोण घालणार? तुम्ही या सर्व तपशिलाचा विचार केलाय का?'' सुरेश नावाचा एक तरुण सदस्य म्हणाला.

पराप्पा त्यावर म्हणाला, ''होय, मी तो सगळा विचार केला आहे. मला संपूर्ण 'बाडुवूची जागा नकोच आहे. मी इतका म्हातारा आहे. त्यातल्या एका छोट्याशा तुकड्याची मशागत मी व्यवस्थित करू शकेन. तो भाग साफ करण्यासाठी लागेल तो पैसा मी घालीन. या उपक्रमावर पंचायतीनं एक पैसाही खर्च करण्याची गरज नाही. फक्त मला तुमची परवानगी हवी आहे.''

''पण या भाज्या तुम्ही कुणाला वाटणार? तुमच्या मनात जर त्या तुमच्या घरच्या नोकरचाकरांना वाटायच्या असतील, तर ते योग्य होणार नाही, कारण ती जागा काही तुमच्या मालकीची नाही,'' सुरेश म्हणाला.

''मी तुम्हाला एक वचन देतो. माझ्या एकाही नोकराला त्यातली भाजी मिळणार नाही. भाज्यांचं पीक आलं, की मी सगळ्याच्या सगळ्या भाज्या पंचायतीच्या ऑफिसात आणून देईन. मग त्याचं वाटप कुणाला आणि कसं करायचं, ते सगळं तुमचं तुम्ही ठरवा. हे तुम्हाला मंजूर आहे का?''

पंचायतीमधल्या सगळ्या सदस्यांना ही कल्पना अत्यंत अव्यवहारीपणाची वाटला; परंतु वयोवृद्ध पराप्पाबद्दल सर्वांच्याच मनात अत्यंत आदर होता, त्यामुळे पराप्पाला एक संधी द्यावी, असं त्यांनी ठरवलं.

परंतु ती बैठक संपल्यानंतर भीमप्पा मात्र बराच अस्वस्थ होता. तो वडिलांना म्हणाला, ''या वयात तुम्हाला या असल्या भानगडीत कशासाठी पडायचंय? तुम्ही आता म्हातारपणी निवांत टी.व्ही. बघायचा, देवळात जायचं, नातवंडांशी खेळायचं. ते सगळं सोडून हे कशाला आता? तुम्हाला जर तुमच्या या सगळ्या उपक्रमात यश आलं नाही, तर लोक तुमची चेष्टा करतील, तुम्हाला हसतील आणि तुमच्या

म्हणण्याप्रमाणे तुम्हाला यश आलंच, तरीसुद्धा त्यातून काहीच फायदा होणार नाही. म्हणजे काही जरी झालं, तरी नुकसान आपलंच आहे. आपल्याला आधी 'बाडुवू' साफ करून घ्यावं लागणार, नंतर त्या बागेची राखणही करावी लागणार. त्यासाठी पदरमोड करावी लागणार.''

"हे बघ पोरा, ज्या गोरगरिबांकडे स्वतःच्या मालकीचा इंचभरसुद्धा जमिनीचा तुकडा नाही, अशा लोकांचा जरा विचार कर ना. दारिद्र्यरेषेच्या खाली असणाऱ्या या गरीब लोकांना मदत करणं, हे आपलं कर्तव्य नाही का? त्या गरीब बिचाऱ्या लोकांकडे साधा फ्रीजसुद्धा नसतो. आठवड्यातून फक्त एकदा बाजारात जाऊन त्यांना भाजी आणता येते. त्यांना मदत करण्याची माझी खरोखरच इच्छा आहे. नाहीतरी माझा स्वतःचा असा फार काही खर्चसुद्धा नसतो. मग मला या गोष्टीवर पैसा खर्च करू दे आणि काहीतरी भलं काम करू दे. लोकांना जे काय बोलायचं असेल, ते बोलू देत ना. त्यानं काय फरक पडतो?'' पराप्पा म्हणाला.

"तुम्ही सगळं कसं काय पार पाडणार आहात, तेच मला कळत नाहीये,'' भीमप्पा जरा रागातच म्हणाला, "पण हे पाहा, माझ्याकडून कोणत्याही प्रकारच्या मदतीची अपेक्षा करू नका.''

अशा तऱ्हेनं पराप्पाचा नवा उपक्रम सुरू झाला. त्या जमिनीपैकी किती जमीन साफ करून त्यात भाज्या लावायच्याच, इत्यादी माहिती त्यानं आपल्याच शेतात काम करणाऱ्या मजुरांकडून घेतली. मग त्यानं तेवढाच तुकडा त्या मजुरांकडून साफ करून घेतला. त्यात प्लॅस्टिकच्या पिशव्या, रिकाम्या बाटल्या आणि भरपूर कचरा होता. त्यानंतर त्यानं स्वच्छ केलेल्या त्या जमिनीला बांबूचं भक्कम कुंपण घालून घेतलं. जनावरांनी आत शिरून बागेची नासधूस करू नये, यासाठी ते आवश्यक होतं. त्यानंतर त्यानं भोपळ्याचे आणि काकडीचे वेल आणि काही पालेभाज्या लावल्या. 'बाडुवू'च्या बाहेरच पाणवठा होता आणि त्यातून भरपूर पाणी उतारावरून वाहत खाली येत असे, त्यामुळे बागेला पाण्याची अडचण कधीही भासणार नाही, याची त्याला कल्पना होती. त्यानं बागेच्या बाहेरच्या बाजूलाच एक सिमेंटचा बाकपण बांधून घेतला. तिथे बसून तो रोज आल्यागेल्याची विचारपूस करे. लोक आता मुद्दाम त्याला भेटायला तिथे येऊ लागले. लोक आता त्या बागेला 'पराप्पाची बाग' म्हणूनच ओळखू लागले.

जशीजशी बाग वाढू लागली, तसे भोपळ्याच्या वेलीला छोटे छोटे भोपळे लागले. पराप्पाला ते पाहून अत्यानंद झाला. त्याचं ते आनंदानं हरखून जाणं पाहून लोकांना वाटलं, याला जणू नवीन नातवंडच झालं आहे की काय! बघता बघता पराप्पाची बाग फुलू लागली. भाज्या उगवल्या आणि बाग हिरवीगार दिसू लागली; पण त्याला अनेक अडचणींचा सामनासुद्धा करावा लागत होता. एक दिवस एका

माजलेल्या डुकरानं कुंपण तोडून आत शिरण्याचा प्रयत्न केला. काही आठवड्यांनंतर उंदरांनी काकड्या पळवून नेल्या. काही व्रात्य मुलांनी भोपळे चोरून नेले. मग पराप्पानं बागेची राखण करण्यासाठी एक कुत्रा आणला. काही दिवसांत बागेत भरपूर भाज्या आल्या.

एक दिवस त्याच्या सुनेला काकड्या हव्या होत्या; पण पराप्पानं तिला काकड्या देण्यास नकार दिला. तिनं पैसे देऊन विकत घ्यायचीसुद्धा तयारी दाखवली. तरीही पराप्पा राजी झाला नाही. तो म्हणाला, ''मी पंचायतीपुढे शब्द दिलेला आहे. मी तो शब्द मोडू शकत नाही.'' पराप्पाच्या घरची मोलकरीण परव्वापण अनेकदा त्याच्याकडे भाज्यांची मागणी करायची; पण तिलासुद्धा त्यानं कधीही एकही भाजी दिली नाही.

एक दिवस सगळ्याच्या सगळ्या भाज्या घेऊन तो पंचायतीच्या कार्यालयात गेला. तो म्हणाला, ''तुम्हाला या भाज्या ज्या कुणाला द्यायच्या असतील, त्या द्या. फक्त माझी एकच विनंती आहे. सगळ्यात आधी या भाज्या गावातल्या गोरगरिबांना द्या.'' एवढंच बोलून तो त्यांच्या उत्तराची वाटसुद्धा न बघता निघून गेला. पराप्पाची निर्मोही वृत्ती पाहून पंचायतीचे सदस्य थक्क झाले. त्यांनी त्याच्या या नि:स्वार्थी वृत्तीला सलाम केला. आपल्या वडिलांनी जे काही मिळवलं आहे, त्याची जाणीव आता भीमप्पाला झाली. त्याला आपल्या वडिलांचा खूप अभिमान वाटला.

आजही पराप्पा वर्षभर त्या बागेत निरनिराळ्या भाज्या उगवतो. त्या अजूनही पंचायतीच्या कार्यालयात नेऊन देतो. पूर्वीच्या काळी कुणीतरी दानशूर माणूस लोकांसाठी विहीर बांधायचा. त्याच्या शेजारी एक हौद बांधायचा. विहिरीतून पाणी काढण्याची सगळी व्यवस्था त्या जागी करून ठेवायचा आणि त्या जागेला स्वत:चं नावसुद्धा न देता, मागे वळूनही न पाहता नि:संग वृत्तीनं पुढे निघून जायचा. मग पांथस्थ येत. विहिरीतून आपलं आपण पाणी काढून ते वापरत. गाईगुरं येत आणि हौदातलं पाणी पीत. यालाच 'धर्म येथा' म्हणण्यात येई. एकप्रकारे ही अशीच सेवा पराप्पाही करतो आहे. कसल्याही परतफेडीची अपेक्षा न बाळगता आजही तो लोकांना मोफत भाजीपाला पुरवतो आहे.

/

१०

चिकटगुंडा

काही वर्षांपूर्वी मी गावाला जायला निघाले होते. मी ट्रेनच्या डब्यात शिरण्याच्याच तयारीत होते, एवढ्यात प्लॅटफॉर्मवर दुरून मला वेंकट चालत येताना दिसला. मी वेंकटला कितीही गर्दीतून, कितीही दूर अंतरावरून ओळखू शकते. तो उंच आणि लुकडा असून, नेहमी पांढऱ्याशुभ्र कपड्यांत असतो. त्याला बघताक्षणी मी घाईघाईनं डब्यात चढले. त्याचं माझ्याकडे लक्ष जाऊ नये, म्हणून मी अतोनात काळजी घेतली. मी डब्यात शिरून घाईघाईनं ए.सी.कूपमध्ये जाऊन माझ्या जागेवर बसले. एकूण चार जागा होत्या. त्यापैकी तीन जागांवर आधीपासूनच प्रवासी येऊन बसले होते. माझी जागा खिडकीपाशी होती. मी घाईनं बॅगेतून पुस्तक काढून वाचायला सुरुवात केली. इतक्यात माझ्या कानांवर शब्द पडले, "ओ! तुम्ही आहात होय? माझं नशीब किती चांगलं आहे बघा! नेमक्या तुम्हीसुद्धा याच ट्रेनमध्ये आहात. मीसुद्धा याच ट्रेननं चाललो आहे."

मी पुस्तकातून डोकं वरही करून न बघताच मला कळलं, तो वेंकटच होता. एखाद्या नारळाच्या उंचच उंच झाडासारखा तो माझ्या पुढ्यात होता. "हो - हो," मी चाचरत म्हणाले. नेहमीप्रमाणेच त्याचं माझ्या बोलण्याकडे काडीइतकंही लक्ष नव्हतं.

"मगाशी वाटलंच मला, तुम्ही डब्याच्या बाहेर उभ्या होता ना? पण मग अचानक तुम्ही अदृश्य झालात, त्यामुळे मला खात्री वाटेना. त्यामुळे मग मी तुमच्याच शोधात निघालो होतो. आता एवढ्या मोठ्या ट्रेनमध्ये तुम्हाला कुठे आणि कसं शोधायचं, हा मला प्रश्नच पडला होता; पण माझं नशीब बघा. मी पाहिलेल्या पहिल्याच डब्यात तुम्ही सापडलात. हा... हा... हा..." असं म्हणून तो मोठ्यांदा हसला आणि विनोद करत म्हणाला, "तुमच्या त्या कॉम्प्युटरच्या सर्चपेक्षा माझा सर्च भारी आहे बरं का!"

मग त्यानं कंपार्टमेंटमध्ये एकवार नजर फिरवली. "अरे.... इथे तर सगळ्या जागा भरलेल्या दिसतायत," तो म्हणाला. माझ्या शेजारी बसलेल्या प्रवाशाला

तो म्हणाला, ''सर, आमची दोघांची खूप चांगली मैत्री आहे; पण गेली बरीच वर्षं आमची गाठभेट झाली नव्हती. तुम्ही प्लीज माझ्या जागी जाऊन बसाल का?''

तो प्रवासी म्हणजे पंचविशीतला तरुण होता. कानाला हेडफोन लावून गाणी ऐकत बसला होता, त्यामुळे त्याला वेंकटचं बोलणं बहुधा नीट ऐकू आलं नसावं, पण एकंदर काय चालू आहे, याचा त्याला अंदाज आला. तो म्हणाला, ''तुमचा सीट नंबर काय?'' त्यानं जागा बदलायला नकार द्यावा, अशी मी देवाची मनापासून प्रार्थना करत होते; पण माझं दुर्दैव! तो तरुण राजी झाला, त्यामुळे आता पुढच्या आठ तासांच्या प्रवासात सर्व वेळ वेंकट माझ्या शेजारच्या सीटवर असणार होता.

मी वेंकटला गेल्या पन्नास वर्षांहून अधिक काळापासून ओळखते आहे. तो स्वभावानं सज्जन आहे, सर्वांना नेहमी मदत करतो. फक्त या वेंकटच्या स्वभावातील एक मेख आहे, ती म्हणजे तो अतिशय जास्त बोलतो. समोरच्या माणसाचं आपल्या बोलण्याकडे लक्ष आहे की नाही, तो आपलं बोलणं ऐकतोय की नाही, याच्याशी त्याला काहीच देणं-घेणं नसतं.

ट्रेननं स्टेशन सोडलं आणि वेंकटनं कुठल्यातरी निरर्थक गोष्टीबद्दल बडबडायला सुरुवात केली. जरा वेळानं माझं त्याच्या बोलण्याकडे पूर्णपणे दुर्लक्ष झालं आणि माझं मन भूतकाळात गेलं. मला या वेंकटच्या संदर्भातल्या अनेक गोष्टी एक एक करत आठवू लागल्या.

शाळेत असताना वेंकट वादविवाद मंडळात होता. वादविवाद स्पर्धेमध्ये प्रत्येक वक्त्याला बोलण्यासाठी तीन मिनिटांचा अवधी दिला जायचा; पण त्यानं बोलायला सुरुवात केली, की तो प्रस्तावनेलाच चार मिनिटं घ्यायचा. त्याच्या त्या अव्याहत बडबडीचा वर्गातल्या आम्हा सर्वांनाच कंटाळा यायचा. सगळे शिक्षकसुद्धा त्याला त्याबद्दल वारंवार रागवत. 'जरा कमी बोलत जा', अशी समज देत; पण त्यावर तो खुशाल म्हणायचा, ''सर मला शाब्दिक अतिसार झालेला असून, त्याला माझा काहीही इलाज चालत नाही.'' अखेर आमच्या वर्गातल्या सर्वांच्या त्याचं हे वागणं अंगवळणी पडून गेलं, पण तो मात्र सुधारला नाहीच.

एकदा आमच्या शाळेत वक्तृत्व स्पर्धा होती. वेंकटनं भाषण सुरू केलं. खरंतर प्रत्येकाला तीन मिनिटांचा वेळ देण्यात येत होता; पण आमच्या शिक्षकांना वेंकटची अती बोलण्याची सवय ठाऊक असल्यानं त्यांनी दोन मिनिटांनंतरच घंटा वाजवली. त्याकडे दुर्लक्ष करून वेंकटचं भाषण सुरूच होतं. परत एकदा घंटा वाजली. वेंकटनं आता भाषण थांबवावं, असा इशारा देणारी ती घंटा होती. त्यावर त्यानं शिक्षकांसमोर टेबलावर असलेली घंटी खुशाल उचलून खिशात टाकली आणि भाषण सुरूच ठेवलं. एक मिनिटानंतर शाळेच्या शिपायानं त्याच्या समोरचा

माइकही उचलून नेला. मग मात्र नाइलाजानं वेंकटला खाली बसावं लागलं. वेंकटला त्याच्या वक्तृत्वासाठी कधीही एक सुद्धा बक्षीस मिळालं नाही

वर्गातल्या कुठल्याही उपक्रमात जोडीदार म्हणून वेंकट कधीही कुणाला नको असायचा, कारण त्याची ती सततची बडबड, म्हणजे सर्वांसाठी एक डोकेदुखीच होऊन बसली होती. शिवाय तो ज्या गटात असेल, त्या गटाचं काम कधीच वेळेत संपायचं नाही, त्यामुळे हा नक्की ॲस्पिरीन किंवा डोकेदुखीचं बाम बनवणाऱ्या कंपनीचा चेअरमन होणार, असं आम्ही म्हणायचो. निदान या अशा कंपन्यांचा तो अत्यंत उत्कृष्ट सेल्समन तरी नक्कीच झाला असता.

आम्ही सर्व जण पदवीधर झाल्यावर नोकरी किंवा स्वत:चा व्यवसाय सुरू केला, पण वेंकटनं मात्र यातलं काहीच केलं नाही. त्याला वडिलोपार्जित बरीच संपत्ती मिळाली. त्यानं मिळालेला पैसा खूप हुशारीनं व्यवस्थित गुंतवला व त्याला नियमित उत्पन्न सुरू झालं.

काही काळानंतर आमच्या वर्गातल्या सर्वांची एक एक करत लग्नं होऊ लागली. या बडबड्या वेंकटला कोण बायको मिळणार, याची आम्हा सर्वांनाच मोठी उत्सुकता होती. या वेंकटला जर बहिरी बायको मिळाली, तरच ती त्याच्याजवळ नांदेल, नाहीतर लग्नानंतर वर्षभरातच ती पळून जाईल, अशी आम्ही गमतीनं बेटसुद्धा लावली होती. काही दिवसांनंतर त्याचं लग्न झालं. त्याची बायको लता अत्यंत प्रेमळ, सुस्वभावी आणि शांत होती.

त्यांच्या लग्नाला एक वर्ष झाल्यानंतर मी एक दिवस लताला विचारलं, "लता, तू या वेंकटचं इतकं जास्त बोलणं कसं गं काय सहन करतेस?"

त्यावर ती हसून म्हणाली, "त्यात काय? अगदी सोपं आहे. ते बोलू लागले, की शेजारी रेडिओ चालू आहे, असं मी समजते."

'अगं हो, पण रेडिओ आपल्याला बंद करता येतो ना."

"वेल, मी माझ्यापुरते माझ्या मनाचे दरवाजे बंद करून घेते, इतकंच. तेवढं एक सोडलं, तर एक पती म्हणून ते फार चांगले आहेत. ते माझ्याशी आणि माझ्या माहेरच्या माणसांशी अत्यंत कनवाळूपणे वागतात. ते घराकडे नीट बघतात. आता असतात काही माणसं अशी बोलकी!" लता आपल्या पतीविषयी प्रेमानं बोलली.

या वेंकटला माणसं जमवायची, लोकांना जेवू घालायची, सणासमारंभाची अतोनात हौस होती. त्याला जेव्हा बाळ झालं, तेव्हा त्यानं आम्हा सर्वांना घरी जेवायला बोलावलं. त्यानं बोलावलेल्या वेळेत मी तिथे हजर झाले; पण त्याची इतर मित्रमंडळी मात्र मुद्दाम चांगली तासभर उशिरा आली. जितकं उशिरा येऊ तितकी वेंकटची टकळी कमी ऐकावी लागेल, असा त्यांचा होरा होता. मी मात्र इतकी चलाख नसल्यानं तिथे वेळेवर जाऊन पोहोचले आणि फसले. मी वेंकटच्या

घरी पोहोचता क्षणीच वेंकटची बडबड सुरू झाली. लताचं गर्भारपण, तिला वेणा सुरू झाल्या त्याचं वर्णन, तिचं बाळंतपण, त्यानंतर त्या बाळाचं लसीकरण आणि त्या क्षणापर्यंतची बाळाची झालेली प्रगती, त्या प्रगतीचा प्रत्येक टप्पा. सगळं कसं अगदी तपशीलवार चालू होतं. आपण बरोबर आणलेली भेटवस्तू तिथेच टेबलावर ठेवून तिथून काढता पाय घ्यावा, असं माझ्या सारखं मनात येत होतं. वेंकटच्या सहवासात वेळ घालवायचा प्रसंग ओढावलाच, तर काय खबरदारी घेतली पाहिजे, हा धडा मी त्या दिवशी शिकले.

मला आणखी एक प्रसंग आठवला. एक दिवस वेंकट अचानक माझ्या घरी सहज गप्पा मारण्यासाठी हजर झाला. वेंकट स्वभावानं इतका चांगला होता, की त्याचं स्वागत न करता त्याला परत पाठवणं माझ्या जिवावर आलं; पण मी त्याला म्हणाले, ''मी जरा घाईत आहे. तुम्हाला माझ्याशी काही खास काम वगैरे आहे का?''

''नाही, नाही. काम असं काहीच नाही'' तो म्हणाला, ''तुम्हाला जर घाई असेल, तर तुम्ही गेलात तरी चालेल. मी इथेच तुमची वाट बघत बसेन.'' त्याचे ते उद्गार ऐकून माझ्या घरच्या माणसांच्या पोटात मोठा गोळा आला, कारण वेंकटला इतका वेळ सहन करण्याची ताकद कुणाच्याच अंगात नव्हती.

मग मी त्याला म्हणाले, ''मी तुमच्याशी पंधरा मिनिटं बोलेन. मग मात्र मला निघायला हवं.''

वेंकट म्हणाला, ''ठीक आहे, मला फक्त तुम्हाला इतकंच सांगायचं होतं, की मी घर बांधायला काढलंय.'' आता पुढची पंधरा मिनिटं हा अखंड बोलणार, हे मला कळून चुकलं. वेंकट म्हणाला, ''माझ्या आजोबांनी बांधलेलं भलं मोठं घर तुम्ही पाहिलं आहे ना. हे घर बांधताना त्यांनी इतकं सिमेंट वापरलं, की त्यात आरामात चार घरं बांधून झाली असती. नुसतं स्वयंपाकघरच इतकं मोठं होतं, की शंभर माणसं मावली असती. अगदी एखादं छोटंसं लग्नसुद्धा त्या घरात पार पडलं असतं. ते घर तीन मजली होतं. तुम्हाला माहीतच आहे, माझे वडील एकुलते एक. त्यांना भावंड नव्हतं. त्यांना हे घर वारसाहक्कानं मिळालं. मग त्यांनी त्यांच्या एका वास्तुतज्ज्ञ मित्राच्या सांगण्यावरून त्या घरात काय वाट्टेल ते बदल केले. लोक जिथून घरात प्रवेश करत, ते दारच त्यांनी तिथून त्यांनी काढलं आणि घराच्या एका बाजूनं प्रवेशद्वार ठेवलं. त्यामुळे घराच्या कडेला असणारी खिडकी बंद झाली. इतकी सुंदर रेडऑक्साइडची जमीन होती, तिथे सगळीकडे टाइल्स बसवून टाकल्या. पहिल्या मजल्याच्या भिंती पाडून तिथे त्यांनी प्रवचनासाठी मोकळा सभामंडप बनवला. आता ही प्रवचनं ऐकायला येणारे लोक इतके म्हातारे असत, की त्यांना जिन्याच्या पायऱ्यासुद्धा चढता यायच्या नाहीत. मग त्यांच्यासाठी त्यांनी लिफ्ट

बसवून घेतली. त्यानंतर त्यांनी झोपायची खोली पाडली. घराच्या नूतनीकरणासाठी त्यांनी इतका पाण्यासारखा पैसा खर्च केला, की त्यात त्यांना एक नवीन घर बांधता आलं असतं. या वडिलोपार्जित घरात माझ्या वडिलांनी इतके बदल केलेले माझ्या आईला मुळीच आवडले नाहीत. त्यामुळे 'हे घर पाडून त्या जागी नवीन बंगला बांध', असा तिनं माझ्या मागे लकडा सुरू केला. या घराच्या दुसऱ्या मजल्यावर राहायला माझ्या बायकोला – लताला खूप आवडायचं, कारण तिथे राहणं खूप सोयीचं पडायचं. शिवाय घराजवळ चांगल्या शाळा, दुकानं असं सगळंच आहे. शेजारपाजारही चांगला आहे. वस्ती चांगली आहे. आमच्या घराच्या समोरच मोठी बाग आहे. ते जवळजवळ खासगी उद्यान असल्यासारखंच आहे. हां, पण त्याची देखभाल मात्र बंगळुरू कॉर्पोरेशन करतं. कधी कधी तर वाटतं, की हे आपल्या मालकीचंच उद्यान आहे.''

त्याची ती बडबड थांबतच नव्हती. मग मी मध्येच म्हणाले, 'मला सांगा, आता हे घर तुम्ही नक्की कसं बांधणार आहात?''

त्यावर तो म्हणाला, ''ओह! मला तर सर्वांच्याच मनाजोगतं करायला हवं. सर्वांनाच खूश ठेवायला हवं. आमच्या घरात लोकं आहेत पाच, पण मतं विचाराल तर पन्नास. आता तर माझा मुलगासुद्धा सगळ्या चर्चेत भाग घेतो. आम्ही आता राहतं घर पाडून त्या जागी पूर्णपणे नवीनच घर बांधतोय. मी माझ्याबरोबर घराचा प्लॅनच आणलाय तुम्हाला दाखवायला. एक वेळ बंगळुरू कॉर्पोरेशन माझा हा घराचा प्लॅन मंजूर करेल, पण आमच्या घरचे नाही करणार, त्यामुळे आधी मी तो माझ्या घरच्यांकडून मंजूर करून घेतला आणि आता कॉर्पोरेशनची मंजुरी मिळवायला चाललोय.''

त्यानंतर त्यानं तो घडी केलेला प्लॅन उघडून माझ्यासमोर टेबलावर पसरला. मी त्यातल्या काही ड्रॉइंगजवरून नजर फिरवली, पण मला खरोखरच त्यात काही रस नव्हता. मला वाटलं, आता वेंकटला जायला सांगायची चांगली संधी चालून आली आहे. मी म्हणाले, ''मला वाटतं तुम्ही आता ताबडतोब कॉर्पोरेशनमध्ये जा. त्यांचं डिपार्टमेंट बंद होईल.''

''ओह! तुम्ही त्याची काही काळजी करू नका. माझा एजंट आहे ना तिथे. तिथला अधिकारी आला, की मला लगेच फोन करायला सांगितलंय मी त्या एजंटला! आणि त्यात तर त्यांची जेवणाची सुट्टी असेल ना, त्यामुळे जरा वेळ तो अधिकारी येणारच नाही.''

आता हा वेंकट अजून दोन तास असाच माझ्या घरी थांबणार की काय, या विचारानं माझ्या पोटात गोळा आला. जसजसं एक एक मिनीट जात होतं, तसतशी मी जास्त जास्त कंटाळत चालले होते; पण वेंकटच्या ते लक्षातसुद्धा आलं नाही.

तो म्हणाला, ''हा प्लॅन बघा. हे घराचं प्रवेशद्वार. ही छोटी खोली दिसते आहे ना, तो खरंतर छोटा व्हरांडा आहे; पण इतर ठिकाणी जेवढा छोटा असतो, तेवढा छोटा नाही हं तो. आलेल्या लोकांना चप्पल इथेच काढून आत येता येईल. मी इथे बाक ठेवणार आहे. म्हणजे लोकांना आरामात बसूनच चपला-बूट वगैरे काढता-घालता येतील. त्यानंतर आत गेल्यावर आणखी एक व्हरांडा आहे. इथे आलेल्या लोकांचं आम्हाला व्यवस्थित स्वागत करता येईल. औपचारिक पाहुण्यांना बसविण्यासाठी मी इथे सोफासेट आणि थोड्या खुर्च्या ठेवणार आहे. आत्ता आमच्या सध्याच्या घरात काय होतं, जो कुणी येतो तो मुळी थेट बैठकीच्या खोलीतच प्रवेश करतो. लताला ते मुळीच आवडत नाही आणि तिनं केलेल्या सूचनांचं मला पालन केलंच पाहिजे, कारण घरात सदासर्वकाळ तीच तर असते.''

एवढ्यात त्याचा सेल फोन वाजला. तो फोनवर म्हणाला, ''हो, हो, ठीक आहे.'' मी मनातल्या मनात सुटकेचा निःश्वास टाकला. 'कॉर्पोरेशनमधला अधिकारी आलेला दिसतोय,' मी मनात म्हटलं, पण त्यानं लगेचच फोन ठेवला आणि माझ्याकडे पाहून हसत म्हणाला, ''कॉर्पोरेशनचा इंजिनिअर आज रजेवर आहे. म्हणजे काय, आता आपल्याकडे भरपूर वेळ आहे. मी आता तुम्हाला अगदी एकेका खोलीबद्दल नीट समजावून सांगतो.''

''पण तुम्हाला तसं करण्याची काहीच गरज नाही, वेंकट,'' मी म्हणाले, ''आजकाल तर कॉम्प्युटरवर घराची थ्री-डायमेन्शनल चित्रं असतात. अगदी प्रत्येक खोलीतून अक्षरशः चालत गेल्याप्रमाणे ती आपल्याला पाहता येते.''

''हो, हो. बरोबर आहे तुमचं म्हणणं. बरं झालं मी माझा लॅपटॉप बरोबर आणलेलाच आहे. मी दाखवतो ना तुम्हाला.'' त्यानं घाईनं लॅपटॉप उघडला. आता मी पुरती बंदिवान झाले आहे, हे मला कळून चुकलं. मला ती टीव्हीवर पाहिलेली जाहिरात आठवली, 'फेव्हिकॉल का जोड है. टूटेगा नहीं.'

मग मीही सगळा धीर गोळा करून उठून उभी राहिले. हा प्रकार इथेच संपवायचा, अशा निर्धारानं त्याला म्हणाले, ''सॉरी वेंकट, मला बाहेर जायचंय.''

त्यावर तो हसून म्हणाला, ''जरा वेळापूर्वी तुमचा ड्रायव्हर जेवायला गेलाय. मला खिडकीतून दिसला ना तो जाताना! आता तुम्हाला नाहीतरी तो परत येईपर्यंत थांबावं लागणारच आहे, त्यामुळे आता मला तुमच्याकडून एक- दोन सूचना हव्या आहेत.'' एवढं बोलून तो म्हणाला, ''बरं, मग मी कुठे होतो?''

''तुम्ही बराच वेळ इथे माझ्यासमोर बसून आहात,'' मी उपरोधानं म्हणाले.

पण नेहमीप्रमाणेच माझा उपरोध वेंकटच्या लक्षातच आला नाही. तो म्हणाला, ''ओ! मला वाटलं, मी माझ्या घराच्या व्हरांड्यात होतो.'' तो एकीकडे त्याचा लॅपटॉप सुरू करत होता.

आता माझी धिटाई जरा वाढली होती. त्याची बडबड थांबवण्याचा मी आणखी एक प्रयत्न करून पाहिला. मी उठून सरळ घराच्या दाराच्या दिशेनं चालू लागले. चालता चालता म्हणाले, "वेंकट, त्यापेक्षा आपण असं करू यात. आता मी स्वत:च एक दिवस तुमच्या घरी येईन. तिथे लतासुद्धा असेल. मग आपण एकत्र बसून सगळी तपशीलवार चर्चा त्याच वेळी करू." मी सरळ घरातून बाहेर पडले. तोही उठून माझ्या मागोमाग येईल या आशेनं.

आता मात्र वेंकटला उठून बाहेर जाणंच भाग पडलं.

चहावाल्या पोऱ्याच्या आवाजानं मी भानावर आले. भूतकाळातून परत वर्तमानकाळात आले. वेंकटची बडबड चालूच होती. जुने एक एक प्रसंग आठवल्यानंतर आता आज परत त्याची ती नेहमीची बडबड मी सहन करू शकेन, याची काही मला खात्री नव्हती. त्याच्यापासून सुटका करून घ्यावी, या एकमेव उद्देशानं मी ट्रेनमधील स्वच्छतागृहाचा आसरा घेतला; पण तेथील 'स्वच्छता' लक्षात घेता पाच मिनिटांहून अधिक काळ तिथे घालवणं मला शक्यच नव्हतं.

मी परत आल्यावर वेंकटनं आता त्याच्या जपान दौऱ्याविषयी मला सांगण्यास सुरुवात केली. आता जपान देशाविषयीची सर्व माहिती ऐकण्याची मी मनाची तयारी केली – जपानमधील दरडोई उत्पन्न, तेथील लोक आणि वेंकट त्या प्रवासासाठी घरातून बाहेर पडल्याच्या क्षणापासून ते परत आल्याच्या क्षणापर्यंतचं प्रवासवर्णन. वेंकटचं तोंड चालूच होतं. "जपानी माणसं अत्यंत संवेदनशील असतात. त्यांच्या मनात काय आहे, हे ती मोकळेपणानं कधीच सांगत नाहीत. वरकरणी ती माणसं अत्यंत शांत, गंभीर वाटतात, पण खरं तसं नसतं. आतून मात्र ती तशी नसतात. कुणालाही कशालाही नाही म्हणणं, त्यांना फार जड जातं. त्यांच्या देशात नाही म्हणणं, हे असंस्कृतपणाचं लक्षण समजण्यात येतं."

अचानक मी त्याला म्हणाले, "अरे खरंच की! वेंकट, तुम्हाला ती चिकटगुंड्याची गोष्ट ठाऊक आहे का हो?"

मी काय बोलते आहे, ते वेंकटच्या लक्षात न आल्यामुळे तो क्षणभर विचारात पडला. मी लगेच म्हणाले, "जपानमध्ये एखाद्या घरी एखादा पाहुणा फार जास्त वेळ रेंगाळला आणि जर तो काही केल्या जातच नसला, तर त्या घरातील यजमान घरातून झाडू बाहेर आणून त्याच्यासमोर उलटा टेकवून ठेवतो. कधीकधी घरातल्या माणसांना कामाची घाई असते. त्यांना त्या पाहुण्यांचं आगतस्वागत करत बसायला वेळ नसतो; पण त्याला थेट कसं सांगणार? पण मग यजमानानं असा उलटा झाडू समोर ठेवला, की त्या पाहुण्याच्या ते लक्षात येतं आणि तो अदबीनं निघून जातो. अशा चिकटपणे दुसऱ्याकडे थांबणाऱ्या माणसाला तिकडे 'स्टिकी बॉटम' म्हणतात, म्हणजेच चिकटगुंडा!"

"अरे वा," वेंकट म्हणाला, "फारच छान कल्पना आहे हं. मी लताला सांगीन. कधीकधी काही माणसं आमच्या घरी बसायला म्हणून येतात आणि काही केल्या जाण्याचं नावच घेत नाहीत. मग ती असा उलटा झाडू ठेवत जाईल."

"पण वेंकट, आपल्या देशात कुणाला हे काही समजणारसुद्धा नाही, कारण आपल्यापैकी बऱ्याच लोकांच्या अंगी एवढी संवेदनशीलताच नाही."

"वेंकट, तुम्हीसुद्धा त्यातलेच एक आहात." असं मी केवळ मनातल्या मनात म्हणाले, पण ते मी त्याला उघडपणे कसं सांगणार? एवढ्यात माझं स्टेशन आलं. मला अतिशय आनंद झाला. मला असा प्रश्न पडला होता, 'हा वेंकट असा का बरं आहे? त्याला कसलीही जाणीव नाही. किती बोलतो हा! कदाचित त्याच्या अंगात प्रचंड उत्साह, ऊर्जा असेल, पण ती खर्च करण्यासाठी त्याला कोणताही छंद नाही, सामाजिक जबाबदारीची जाणीव नाही, आयुष्याला काही ध्येय नाही.... त्यामुळे असं, असेल का? की त्याच्या मनात कसली तरी सुप्त भीती, काळजी असेल? देव जाणे; पण तो सर्व वेळ नुसता बडबड करण्यातच त्याच्या अंगची सगळी ऊर्जा खर्च करत असतो.'

मी उतरण्याची तयारी सुरू केली. अचानक वेंकट भानावर येऊन म्हणाला, "अरे, माझ्या स्टॉपचं काय झालं? कुठे आहे तो?" मग त्याच्या लक्षात आलं. त्याचं स्टेशन केव्हाच येऊन गेलंसुद्धा होतं.

११

प्रश्न, प्रश्न, प्रश्न!

आमच्या फौंडेशनसाठी आम्ही ज्या फॅक्टरीमधून वह्या घेतो, ती बंगळुरूपासून जरा दूर असलेल्या एका खेड्यात आहे. दर वर्षी त्यांच्याकडून वह्या खरेदी करून आम्ही शाळेत शिकणाऱ्या गरीब गरजू मुलांना त्याचं वाटप करत असतो.

मी ही फॅक्टरी बघायला गेले, तेव्हा माझ्या असं लक्षात आलं, की ती अत्यंत गजबजलेल्या भागात आहे. तिथे एकूण दोनशे कामगार होते. ते शिफ्टनं काम करत असत. त्या सर्वांचीच परिस्थिती अत्यंत हलाखीची होती. दिवाळी अगदी तोंडावर आली होती, त्यामुळे त्या सर्व कामगार स्त्री-पुरुषांना फौंडेशनतर्फे दिवाळीची काहीतरी भेटवस्तू द्यावी, असं मी ठरवलं.

मी तिथल्या फॅक्टरी मॅनेजरला बोलावून त्याच्याकडे फॅक्टरीत काम करणाऱ्या सर्व कामगारांची यादी मागितली. मला त्या कामगारांची नावं नक्की कशासाठी हवी आहेत, या विचारानं तो चिंताग्रस्त झाला. तेव्हा फॅक्टरीमधील सर्व कामगारांना दिवाळीनिमित्त काहीतरी भेटवस्तू देण्याचा माझा विचार असल्याचं मी त्याला सांगितलं. मला वाटलं, ते ऐकून तो नक्कीच खूश होईल, पण तसं काही न होता तो क्षणभर गप्प राहीला. नंतर म्हणाला, "मी उद्या तुम्हाला काय ते सांगतो."

दुसऱ्या दिवशी तो मॅनेजर मला फोन करून म्हणाला, "मॅडम, तुम्ही त्यांना ज्या किमतीची भेटवस्तू देणार, तेवढी रक्कम मी त्यांच्या पगारातून कापून घ्यायची का?"

"हे बघा, या भेटवस्तूचा त्यांच्या पगाराशी काहीही संबंध नाही."

"पण मग तुम्हाला वह्यांच्या किमतीमध्ये काही कपात, काही कमिशन वगैरे हवं आहे का?"

"नाही, नाही. तसा विषय तरी मी काढला आहे का?"

"मग माझ्या कामगारांपैकी कुणी तुम्हाला असं करण्याविषयी सुचवलं का?"

"नाही हो, तुम्ही सोडून मी फॅक्टरीमधल्या कुणालाही आजवर भेटलेली नाही."

पण का कोण जाणे, मी कोणत्याही कारणाशिवायच त्याच्या फॅक्टरीतील कामगारांना दिवाळीची भेटवस्तू देणार आहे, हे त्याच्या गळी उतरत नव्हतं.

त्यानं आपल्या प्रश्नांची सरबत्ती सुरूच ठेवली. ''मग अशा भेटवस्तू तुम्ही दर वर्षी देणार आहात का? तसं जर असेल, तर पुढची सलग किती वर्षं तुम्ही भेटवस्तू देणार आहात, हे तुम्ही मला पत्राद्वारे लेखी कळवा.''

''हे बघा, मी काही दर वर्षी भेटवस्तू देणार नाही. मला या वर्षी द्याव्याशा वाटल्या, बस आणि त्या भेटवस्तू मी तुम्हाला देणार नसून, प्रत्यक्ष तुमच्या कामगारांच्या हातातच देणार आहे, तर तुम्ही त्यांच्या नावाची यादी देऊ शकाल का?''

''होऽमॅडम. पाठवून देतो,'' असं म्हणून त्यानं फोन खाली ठेवला.

दुसऱ्या दिवशी सकाळी त्या मॅनेजरचा फोन आला. ''मॅडम, आमच्या कामगारांना तुम्ही नक्की कोणती भेट देणार आहात?''

''माझ्या ओळखीचा एक चांगला विणकर आहे. त्याच्याकडून हातमागावर विणलेल्या चांगल्या साड्या घेऊन मी प्रत्येकाला देणार आहे. माझ्याकडे दुसरं काही घेऊन येण्याइतका वेळ नाहीये.''

''पण मग पुरुषांचं काय?''

''अहो, प्रत्येक पुरुषाच्या घरात एखादी तरी स्त्री असतेच ना. त्याची आई असेल, बायको असेल, बहीण असेल, नाहीतर मुलगी. त्यापैकी कुणालाही तो ती साडी देऊ शकेल. ती साडी खूप उत्कृष्ट दर्जाची असणार आहे.''

''मॅडम, पण तुम्ही तसं जर केलंत, तर पुरुष तुमच्यावर नक्की रागावतील. तुम्ही दिलेल्या साड्या स्त्रिया सणासुदीला नेसू शकतील; पण पुरुषांना स्वतःसाठी मात्र काहीच मिळणार नाही. त्यापेक्षा कामगारांपैकी जे पुरुष आहेत, त्यांच्यासाठी तुम्ही पँट आणि शर्टची कापडं द्यावीत, असं मी सुचवेन.''

मला त्याच्या या हस्तक्षेपाचा अगदी कंटाळा आला होता. म्हणून मी म्हणाले, ''ठीक आहे. मी त्यावर विचार करीन. आपण नंतर बोलू.''

दुसऱ्या दिवशी परत त्याचा फोन आला. ''मॅडम, आमच्या फॅक्टरीमधले काही कामगार खूप उंच आहेत. मग मी त्यांची वेगळी यादी करून पाठवू का, म्हणजे तुम्हाला त्यांच्यासाठी जास्त कापड आणता येईल.''

''हे पाहा, ही इतकी सगळी वेगवेगळी खरेदी मी नाही करू शकणार. माझ्यापाशी इतका वेळच नाहीये,'' मी वैतागून म्हणाले.

''बरं, पण मग त्या साड्या आणि ती कापडं कुठल्या रंगाची असतील?''

''एकाच किमतीच्या, पण वेगवेगळ्या रंगाच्या आम्ही आणू.'' मी म्हणाले.

''अहो, मॅडम, तुम्ही हे असं नाही करू शकत, कारण स्वतःला मिळालेला

रंग काही लोकांना आवडेल, तर काही लोकांना मुळीच आवडणार नाही. मग त्यांना वाईट वाटेल,'' तो म्हणाला.

''मग तसं असलं, तर मी सर्वांसाठी एकच रंग आणीन,'' मी म्हणाले.

''नाही मॅडम, हे असं तर तुम्ही मुळीच नका करू, नाहीतर त्यांना वाटेल, तुम्ही त्यांना गणवेश घेऊन दिला आहे.''

''पण मग तुम्ही नक्की काय सुचवत आहात?'' मी म्हणाले.

''तुम्ही त्यापेक्षा मला तुमचं बजेट सांगा. तुम्ही इतक्या लांबून बंगळुरूहून सगळं घेऊन येण्यापेक्षा आम्ही इथे गावातल्या गावातच खरेदी करतो. म्हणजे त्यांना जर रंग नाही पसंत पडला, तर ते बदलून आणू शकतील.''

मी क्षणभर विचार करून मग त्याला म्हणाले, ''नाही, असं आम्ही करू शकत नाही. आमच्या धोरणात ते बसत नाही.'' आता मला त्याचा खरोखर वीट आला होता.

तो म्हणाला, ''जशी तुमची मर्जी मॅडम. शेवटी तुम्ही देणगी देणाऱ्या आहात. घेणाऱ्याला काही आवडनिवड नसते. फक्त मला एकच प्रश्न विचारायचा आहे. शिलाईचे पैसे कोणी खर्च करायचे?''

''हे बघा, ते काही मी देणार नाही,'' मी स्पष्टच सांगितलं.

''पण मग ते मीसुद्धा देणार नाही,'' त्यानंही स्पष्टच सांगितलं.

मग तो अदबीनं पुढे म्हणाला, ''मी अजून काही वेगळं सुचवू का?''

''आता काय?'' मी म्हणाले.

''मी तुम्हाला आमच्या इथल्या पुरुषांची मापं पाठवली, तर तुम्ही त्यांच्यासाठी तयार शर्ट-पँट का नाही आणत?''

आता मात्र माझ्या सहनशक्तीचा अगदी अंत झाला होता. तरीही मी शांतपणे म्हणाले, ''ठीक आहे. त्यांची मापं पाठवून द्या.''

आमचं हे गेल्या काही दिवसांपासून रोज रोज फोनवर चाललेलं संभाषण माझ्या असिस्टंटच्या कानांवर पडत होतं. तो मला म्हणाला, ''मॅडम, तुम्ही त्याच्या बोलण्याकडे आणि त्याच्या त्या वाट्टेल त्या सूचनांकडे कशाला लक्ष देता? अहो, शेवटी आपण ही भेट देतोय ना?''

त्यावर मी त्याला म्हणाले, ''हे सगळं मी त्या मॅनेजरसाठी नाहीये करत. बरेच वेळा मिडल लेव्हल मॅनेजमेंटमधल्या लोकांची वृत्ती ही अशीच असते. त्यांना काही कधी भेटवस्तू वगैरे मिळत नाहीत, म्हणून ते असं वागतात; पण परिणाम काय होतो? गरीब लोकांचं मधल्यामध्ये नुकसान होतं. या भेटवस्तू म्हणजे आपल्या दृष्टीनं किरकोळ रक्कम आहे; पण त्यांना मिळालेली साडी त्यांच्या दृष्टीनं फार मौल्यवान असते. मला एक नक्की ठाऊक आहे, ते लोक आपल्याकडून मिळालेल्या

साड्या जपून ठेवतील आणि मंगलप्रसंगी स्त्रिया त्या नेसतील. याउलट मॅनेजर लोकांच्या बायका इतक्या महागड्या साड्या विकत घेतात आणि त्या तशाच कपाटाचं धन होऊन राहतात. नेसल्यासुद्धा जात नाहीत. फौंडेशनतर्फे आपण गोरगरिबांच्या, वंचितांच्या जीवनात आनंद निर्माण करण्यासाठी काम करतो ना!''

काही दिवसांनी साडीवाटप करण्याची वेळ आली. मी थेट विणकराकडून साड्या विकत घेतल्यानं त्यावरील छापील किमतीच्या एक तृतीयांश किमतीलाच त्या मला मिळाल्या. त्या दोनशे साड्या सुरेख वेष्टनात गुंडाळून घेऊन मी त्या घेऊन फॅक्टरीत गेले. तिथे स्त्री व पुरुष रांगेत उभे राहून भेटवस्तूची उत्सुकतेनं वाट बघत थांबले होते. मॅनेजर बाजूला उभा राहून पाहत होता. त्याच्या चेहऱ्यावर नाराजी स्पष्ट दिसत होती.

साड्यांचं वाटप करण्यापूर्वी मी सगळ्या कामगारांना उद्देशून छोटंसं भाषण केलं. मी त्यांना म्हणाले, ''मित्रहो, आज मी या भेटवस्तू तुम्हाला देत आहे, त्याचा आमच्या स्नेहाचं आणि प्रेमाचं प्रतीक म्हणून तुम्ही स्वीकार करा. दिवाळी हा आपला एक महत्त्वाचा सण आहे. आमच्याकडे जे काही थोडंसं देण्यासारखं आहे, ते देऊन तुमच्या व तुमच्या कुटुंबाच्या आनंदात सहभागी होण्याची आमची इच्छा आहे. असं म्हणतात, की आपल्याला जेव्हा कुणी काही वस्तू भेट म्हणून देतं, तेव्हा त्या वस्तूच्या किमतीचा आपण विचार करायचा नसतो, तर भेट देणाऱ्याची त्यामागची भावना आपण समजून घ्यायची असते. तीच जास्त महत्त्वाची असते, त्यामुळे तुम्हाला मिळालेल्या साडीचा रंग कोणता आहे, त्याची किंमत किती आहे याचा विचार तुम्ही करू नका. तुमच्यापैकी कुणाला जर ही भेटवस्तू आवडली नाही, तर ती तुम्ही मला परत करा. मी ती परत घेऊन जाईन.''

एवढं बोलून मी त्या साड्यांचं वाटप करण्यास सुरुवात केली. मी कुणासाठीही शर्ट-पँट वगैरे आणले नव्हते. सर्व स्त्री-पुरुषांनी त्या साड्या अत्यंत आनंदानं, हसतमुखानं घेतल्या. त्यातील काहींच्या डोळ्यांत तर पाणीसुद्धा आलं.

साड्यांचं वाटप करून झाल्यानंतर एक स्त्री व एक पुरुष माझ्याजवळ येऊन म्हणाले, ''सर्वांच्या वतीनं आम्हाला तुमचे आभार मानायचे आहेत. गेल्या वीस वर्षांच्या नोकरीत इतकी सुंदर भेट आम्हाला कधीच मिळाली नव्हती. आम्ही काही तुम्हाला भेटवस्तू देऊ शकत नाही; पण तुम्हाला दीर्घायुरारोग्य लाभो, अशी आम्ही प्रार्थना करतो. दीपावलीच्या शुभेच्छा!''

मी मागे वळून पाहिलं, तर परत घेऊन जाण्यासाठी एकही साडी शिल्लक उरली नव्हती.

१२

त्याग

मी कॉलेजात प्राध्यापक म्हणून काम करत असताना राजीव माझा विद्यार्थी होता. वर्गात त्या दिवशीचा विषय शिकवून संपला, की शेवटी मी विद्यार्थ्यांना आपल्या देशाच्या इतिहासातील एखादी कथा सांगत असे. काही विद्यार्थ्यांना त्या कथा आवडत, तर काहींना त्या आवडत नसत. राजीवला इतिहासात काडीचाही रस नव्हता. मग मी राजीवला एक दिवस म्हणाले, "इतिहासाबद्दल तुझी काय कल्पना आहे, तुमच्या पिढीचे इतिहासाविषयी काय विचार आहेत, ते मला सांग."

राजीव म्हणाला, "इतिहास हा एक मृत विषय आहे. त्यातून आपल्याला मृत व्यक्तींविषयी आणि भूतकाळातील घटनांविषयी माहिती मिळते. त्याचा आज आपल्याला काहीच उपयोग नसतो. माझ्या मते इतिहासाचा अभ्यास, म्हणजे वेळ व्यर्थ दवडण्यासारखं आहे."

मी म्हणाले, "राजीव, आपण जेव्हा परदेशी जातो, तेव्हा तिथल्या लोकांशी संवाद कसा साधतो? ते काय आणि कसं बोलतात, त्यांच्या बोलण्याचा मथितार्थ काय, हे आपल्याला कसं समजतं? आपल्याला नक्की काय म्हणायचं आहे, हे त्यांना कसं कळतं?"

"ओह, तुम्ही ज्या लोकांशी बोलत असाल, त्या लोकांविषयी तुम्हाला माहिती असली पाहिजे," राजीव म्हणाला.

"पण जर आपल्याला लोकांबद्दलची माहिती हवी असेल, तर आपल्याला त्यांच्या देशाचा पूर्वेतिहास जाणून घ्यावाच लागतो. ते मूळचे कुठले, कुठून आले, कुठे संक्रमित झाले, हे सगळं जाणून घ्यावं लागतं. इतिहास आपल्याला संस्कृतीविषयी सांगतो आणि माणसाच्या व्यक्तिमत्त्वाच्या जडणघडणीत या संस्कृतीचा फार मोठा वाटा असतो," मी म्हणाले.

"तुम्ही असं कशावरून म्हणता?" त्यानं विचारलं.

"मी जेव्हा दौऱ्यावर जाते, तेव्हा कधीतरी तू माझ्यासोबत ये. मी तुला एक

गोष्ट खात्रीनं सांगते. माझ्याबरोबर आल्यामुळे निदान एक गोष्ट तरी तुला नक्की पटेल, की माणसानं आपल्या मनाची कवाडं नेहमी खुली ठेवावी.''

त्यानंतर काही दिवसांतच माझा एका लहानशा खेडेगावात दौरा ठरला. हे खेडगाव एका शहराच्या जवळ होतं. माझा एक जुना विद्यार्थी प्रकाश एका सॉफ्टवेअर कंपनीत वरिष्ठ व्यवस्थापकीय अधिकारी होता. तो मूळचा त्या खेड्यातलाच होता. मी त्या शहराला भेट देणार असल्याचं जेव्हा प्रकाशला कळलं, तेव्हा तो मला फोन करून म्हणाला, ''मॅडम, तुम्ही शहरात मुक्काम करण्याऐवजी आमच्या खेड्यातल्या घरीच का नाही मुक्कामाला जात? आमचं तिथे घर आहे. माझे आई-वडील तिथे एकटेच असतात. तुम्ही गेलात, तर त्यांना फार आनंद होईल, शिवाय शहरापासून ते काही फार दूर नाही, फक्त तीस किलोमीटर आहे. शिवाय तुम्हाला इतिहासाची इतकी आवड आहे म्हटल्यावर ते तुम्हाला आजूबाजूचा परिसरसुद्धा दाखवतील.''

माझ्या मनात राजीवचा विचार आला. ''तुला या वेळी माझ्याबरोबर यायला आवडेल का?'' असं मी त्याला विचारलं. राजीव अगदी आनंदानं माझ्यासोबत आला.

मी शहरातलं काम संपवून प्रकाशचे आई-वडील राहत असलेल्या खेड्याकडे निघाले.

मी आणि राजीव तिकडे पोहोचलो, तोपर्यंत संध्याकाळ झाली होती, पण अजून म्हणावा तितका अंधार झाला नव्हता. प्रकाशचे वडील मदाप्पा आणि आई पार्वती माझी आणि राजीवची वाट बघत बसले होते. आम्ही पोहोचताच आमचं स्वागत करून ते म्हणाले, ''तुम्ही घरी आराम करा. आमच्या बाईनं तुमच्यासाठी खायला केलं आहे. न्हाणीघरात अंघोळीसाठी गरम पाणीसुद्धा काढून ठेवलंय. आम्ही तासाभरात परत येऊच.''

ते दोघंही चांगले नवे कपडे घालून तयार असल्याचं माझ्या लक्षात आलं. त्यांच्या हातात पूजेचं तबक होतं. त्यात नारळ, निरंजन, अक्षता, फुलं इत्यादी सामान होतं. ते कुठेतरी पूजेसाठी निघाले आहेत, हे माझ्या लक्षात आलं. पूजेसाठी म्हणजे नक्कीच देवळात जात असणार, असं वाटून मी म्हणाले, ''तुम्ही देवळातच निघाला आहात ना? थांबा ना. मी झटपट साडी बदलून तुमच्याबरोबर येते.''

त्यावर ते थोडे चाचरत म्हणाले, ''नाही, म्हणजे आम्ही जिथे जाणार आहोत, ते ठिकाण काही देऊळ वगैरे नाहीये; पण आमच्या दृष्टीनं ते एखाद्या मंदिराइतकंच पवित्र आहे. आमच्या घरातले सर्व जण नियमित तिकडे जात असतात. प्रकाशनं तुम्हाला त्याविषयी सांगितलं असेल ना?''

आता मात्र माझी उत्सुकता अनावर झाली. मी म्हणाले, ''तुम्ही मला एका

खास ठिकाणी घेऊन जाणार असल्याचं प्रकाशनं सांगितलं आहे; पण नक्की कुठे, ते नाही सांगितलं.''

मग ते मला आणि राजीवला त्यांच्यासोबत घेऊन जाण्यास तयार झाले. आम्ही दोघं लगेच कपडे बदलून तयार झालो.

ते प्रार्थनास्थळ गावाबाहेर होतं. आमच्यासभोवार सगळीकडे हिरवीगार शेतं होती. त्यातल्या एका शेतात आम्ही शिरलो. सगळीकडे भाताची पिकं डुलत होती; पण या शेतात मात्र फक्त भाज्याच लावलेल्या दिसत होत्या. शेतात एक मोठच्या मोठं कडुनिंबाचं झाड होतं. झाडाच्या छायेत एक भली मोठी उंच चौकोनी शिला जमिनीत पुरून ठेवली होती. आजूबाजूला सावलीत बरेच दगडी बाक होते. त्यावर लोक येऊन निवांत बसत होते.

पलीकडे कोपऱ्यात एक पाण्याचा नळ होता. मदाप्पा आणि पार्वतीनं तिथे जाऊन तोंड, हात, पाय स्वच्छ धुतले. उत्सुकता वाटून मी आणि राजीवनंही त्यांचं अनुकरण केलं. त्यानंतर एका तपेलीत पाणी घेऊन मदाप्पानं ती शिला स्वच्छ धुऊन काढली. पार्वतीनं जवळच बसून दिवा लावला. मी त्या शिलेच्या जवळ जाऊन तिचं बारकाईनं निरीक्षण करू लागले. ती शिला सुमारे साडेपाच फूट उंच होती आणि दोन फूट रुंद. त्याची वरची बाजू कमानीसारखी गोलाकार होती. त्या शिलेच्या पृष्ठभागाला सर्व बाजूंनी किनार होती. पृष्ठभागाचे एकाखाली एक असे पाच भाग पाडले होते आणि प्रत्येक भागात काही रेखाकृती कोरलेल्या होत्या.

सर्वांत वरच्या, म्हणजे पहिल्या भागात शिलालेख कोरलेला होता.

दुसऱ्या भागात, उजव्या बाजूच्या चित्रात एक माणूस हातात तलवार घेऊन घोड्यावर बसला होता, तर डाव्या बाजूला एक माणूस पायी चालत असून, त्याच्या हातात फक्त एक काठी होती. त्या माणसानं डोक्याला मुंडासं बांधलं होतं. त्याचे केस खांद्यावर रुळत होते. त्याच्या चेहऱ्यावर राग स्पष्ट दिसत होता. त्यानं कुणाला तरी मारण्यासाठी काठी उगारली होती. त्याच्या पाठीमागे एक गाय होती.

तिसऱ्या भागात पंख असलेल्या चार स्त्रिया एक पालखी वाहून नेत होत्या आणि त्या पालखीत एक माणूस बसलेला होता. त्यांच्यामागे आकाशात ढग दिसत होते. त्या स्त्रियांच्या चेहऱ्यावर स्मितहास्य होतं. प्रत्येक स्त्रीनं साडी नेसली असून, कमरपट्टासुद्धा घातला होता.

चौथ्या भागात एक माणूस एका राजसिंहासनावर बसला होता. त्याच्या दोन्ही बाजूंना दोन स्त्रिया चवऱ्या ढाळत उभ्या होत्या. त्या स्त्रियांच्या अंगात भरपूर दागदागिने होते. त्यांनी केसांचा मागे घट्ट अंबाडा बांधला होता. त्यांच्या अंगावरील आभूषणं अत्यंत बारकाईनं कोरण्यात आली होती.

पाचव्या आणि शेवटच्या भागात एक शिवलिंग कोरलेलं होतं. त्याच्या एका

बाजूला अर्धचंद्र, तर दुसऱ्या बाजूला सूर्य कोरलेला होता. समोरच्या बाजूला नंदी होता. नंदीच्या मागे हात जोडून एक भक्त बसला होता.

"हे सगळं काय आहे? तुम्ही इथे येऊन पूजा का करत आहात?" राजीव म्हणाला.

मदाप्पा त्यावर म्हणाला, "हा वीरगल्लू आहे. म्हणजे शौर्याची गाथा सांगणारी ही शिला आहे. गोपाल गोल्ला गुराखी आमचा पूर्वज होता. ही त्याचीच कहाणी येथे कोरलेली आहे. आमच्यासाठी ही एक मोलाची भेट आहे.

"मला काहीच कळलं नाही," राजीव म्हणाला.

पण मदाप्पानं आणखी काही न बोलता मनोभावे पूजा सुरू केली. पूजा झाल्यावर आम्ही सर्व जण सावलीत दगडी बाकांवर बसलो. मग मदाप्पानं ती कथा सांगण्यास सुरुवात केली.

गोपाल गोल्ला हा एक तरुण गुराखी होता. तो पंचविशीच्या घरातला होता. आपल्या आई-वडिलांचा एकुलता एक मुलगा होता. तो खूप लहान असतानाच त्याचे वडील वारले होते. गोपालचं नुकतंच लग्न झालं होतं. त्याची पत्नी गर्भवती होती. त्याच्याकडे दहा गाई होत्या. तो खूप सुखी होता. तो रोज जवळच्या टेकडीपाशी असलेल्या कुरणात त्यांना चरायला न्यायचा आणि तिथेच सावलीत आराम करायचा. एक दिवस तो आपल्या गाईंना चरायला सोडून झाडाखाली बासरी वाजवत बसला होता. इतक्यात घोड्यावरून एक सैनिक दौडत त्याच्याजवळ येऊन थांबला. गोपालच्या हातात एक रेशमी वस्त्रात गुंडाळलेला खलिता देऊन तो म्हणाला, "यात एक गुप्त संदेश आहे. शत्रू माझ्या मागावर आहे. तू जर नदीपलीकडे जाऊन आमच्या सेनेच्या सेनापतीच्या हातात हा खलिता दिलास, तर त्यामुळे आपल्या देशाचं रक्षण होईल. सेनापती नदीपलीकडे कडुनिंबाच्या झाडाखाली वाट बघत थांबला आहे. तू सैनिक नसल्यामुळे तू हा गुप्त संदेश घेऊन जात असशील, अशी शंका कुणालाही येणार नाही." इतकंच बोलून पाठ फिरवून तो सैनिक घोड्यावरून दूर निघून गेला. त्यानं एकदाही मागे वळून पाहिलं नाही.

आता काय करावं, हे गोपालला सुचेना. तो एक साधासुधा गुराखी होता. आपल्या देशाचा राज्यकारभार कसा चालतो, त्याचं रक्षण कसं करायचं, वगैरे काहीही त्याला माहीत नव्हतं; पण त्याला एक गोष्ट ठाऊक होती. कधीतरी अचानक त्याच्या गावावर शत्रू हल्ला करून गावकऱ्यांच्या गाई हिसकावून घेऊन जात. अशी घटना घडल्याचं समजताच ताबडतोब राजाचे सैनिक गावकऱ्यांच्या मदतीसाठी धावून येत आणि शत्रूशी दोन हात करत. बरेच वेळा त्यांना शत्रूला नामोहरम करण्यात यश येत असे.

सुरुवातीला गोपालच्या मनात त्या सैनिकाच्या बोलण्याकडे दुर्लक्ष करावं,

असा विचार आला. आपण काहीच न करता बसून राहावं, असं त्यानं ठरवलं. उगाच नसत्या लफड्यात अडकायची त्याची इच्छा नव्हती; पण मग त्याच्या मनात विचार आला, की जर आपण हा निरोप दिला नाही, तर शत्रूशी सरशी होईल. मग राजधानीत शत्रू घुसून संपूर्ण राज्याचा ताबा घेईल. तसं झालं, तर फारच कठीण परिस्थिती ओढवेल. शत्रू कदाचित आपल्या गावात शिरून सर्वांच्या गाई काढून घेईल आणि न जाणो, अख्खं गावही जाळायला कमी करणार नाही. मग गावासाठी, गावातल्या गाई-गुरांसाठी गरज पडेल ते काहीही करायचं, असा त्यानं निर्णय घेतला.

इतक्यात गोपालला मागून घोड्यांचा आवाज आला. त्यानं ताबडतोब हातातला रेशमी वस्त्रात गुंडाळलेला खलिता आपल्या शिदोरीत लपवून ठेवला. जरा वेळानं शत्रूचे काही सैनिक घोड्यावरून त्याच्यापाशी येऊन थांबले आणि म्हणाले, "काय रे? इथे कुणी सैनिक घोड्यावरून आला होता का?"

गोपाल म्हणाला, "सैनिक? इकडे? नाही बुवा. इथेतर माझ्या गाईंशिवाय दुसऱ्या कुणालाही मी पाहिलं नाही."

मग ते सैनिक तिथून निघून गेले. गोपल आपली शिदोरी हातात घट्ट पकडून नदीच्या दिशेनं पळत निघाला. त्यानं गाई कुरणात तशाच चरायला सोडल्या होत्या. त्याला आपल्या गाईंची मुळीच चिंता नव्हती. दिवस मावळला, की त्या आपल्या घरच्या वाटेला लागतील, याची त्याला खात्री होती. गोपालला खूप लांबचा पल्ला गाठायचा होता. वाट काट्याकुट्यांनी भरलेली होती. जाण्यासाठी नीट रस्तासुद्धा नव्हता. कुणीतरी आपला पाठलाग करत तर नसेल, अशी सतत त्याच्या मनात धास्ती होती.

बघता बघता तो नदीपाशी येऊन पोहोचला. आता मात्र आपल्याला पोहून पलीकडे जाण्यावाचून दुसरा काही पर्याय नाही, हे त्याला कळून चुकलं. तो नदीत उडी मारण्याच्या तयारीत असतानाच जवळच्या झुडपात लपून बसलेले शत्रूचे सैनिक त्याच्यापाशी आले आणि त्याला तलवारींनी आणि काठ्यांनी मारू लागले. पण गोपालकडेसुद्धा त्याची गुराख्याची काठी होती. त्यानं त्या सैनिकांचा जोरदार प्रतिकार केला; पण त्या प्रयत्नात तो गंभीर जखमी झाला. आपल्या जखमांची पर्वा न करता त्यानं नदीत उडी मारली. पोहत पोहत पैलतीराला पोहोचल्यावर तो कसातरी लंगडत खुरडत कडुनिंबाच्या झाडाकडे निघाला. तिथे सेनापती उभाच होता. गोपालनं त्याच्याजवळ जाऊन त्याच्या हातात तो संदेश असलेला खलिता दिला आणि तो तिथेच खाली कोसळला. क्षणार्धात त्यानं प्राण सोडले.

गोपालनं पोहोचवलेला संदेश अत्यंत महत्त्वाचा होता. युद्धामधील खूप महत्त्वाचा धोरणात्मक निर्णय त्यावर अवलंबून होता. अखेर गोपालच्या देशाच्या

राजाचा विजय झाला. एका सर्वसामान्य गुराख्यानं हे युद्ध जिंकण्यात किती महत्त्वाची भूमिका बजावली आहे, हे जेव्हा राजाच्या कानावर गेलं, तेव्हा त्यानं गोपाल हा हुतात्मा असल्याचं घोषित केलं.

त्यानंतर राजा स्वत: गोपालच्या घरी त्याच्या वृद्ध आईचं आणि तरुण पत्नीचं सांत्वन करण्यासाठी गेला. तो गोपालच्या पत्नीला म्हणाला, "तुम्ही जे काही गमावलं आहे, त्याची भरपाई तर कधीच करता येणार नाही. आपल्याला सुखासमाधानानं राहता यावं, यासाठी तुमच्या पतीनं प्राणांची आहुती दिली." गोपालनं ज्या ठिकाणी देह ठेवला त्या जमिनीचा तुकडा त्यानं तिला भेट म्हणून दिला.

एवढं बोलून मदाप्पा जरा वेळ गप्प बसला. मग पुढे म्हणाला, "त्या गोपालचे आम्ही वंशज आहोत. काही काळानंतर आम्ही त्या जमिनीची आपापसांत वाटणी करून घेतली. आमच्यातील काहींनी आपापल्या वाट्याला आलेल्या जमिनी विकून टाकल्या; पण हा विशिष्ट भाग आमच्या कुटुंबाकडे आला असून, मी मात्र तो कायम जतन करून ठेवणार आहे. वर्षातून एकदा गोपाल गोल्लाचं स्मरण करण्यासाठी येथे उत्सव साजरा केला जातो. त्यासाठी सगळेच्या सगळे वंशज जिथे कुठे असतील, तिथून इकडे येतात. मग आम्ही सगळे मिळून या शिलेची पूजा करतो; पण पार्वती आणि मी मात्र रोजच इथे येऊन त्या पुण्यात्म्यासाठी दिवा लावतो."

"काका, ही शिला इथे कशी आली? यावर कोरलेल्या या आकृतींचा अर्थ काय?" राजीव म्हणाला.

मदाप्पानं त्याला स्पष्ट करून सांगितलं, "या शिलेवर गोपालाची कहाणी आहे. पहिल्या भागात जो शिलालेख आहे, त्यात असं म्हटलं आहे, की गोपालच्या हौतात्म्याची राजाला कदर असून, त्याच्या स्वार्थत्यागाचं ऋण फेडण्यासाठी राजानं गोपालच्या वंशजांना ही जमीन भेट म्हणून दिली आहे. या संपूर्ण जमिनीची मालकी गोपालच्या कुटुंबीयांकडे कायम राहील."

"हा शिलालेख किती जुना आहे?"

"सुमारे सातशे वर्षं जुना आहे. दुसऱ्या भागात गोपाल त्या सैनिकांशी दोन हात करत असल्याचं दृश्य चितारण्यात आलं आहे. तिसऱ्या भागात असं दाखवलं आहे, की लढता लढता त्याचा मृत्यू झाला असून, मृत्यूनंतर पऱ्या त्याला स्वर्गात घेऊन जात आहेत. चौथ्या चित्रात असं दाखवलं आहे, की तेथे त्याला खूप मानसन्मानाची जागा मिळाली असून, तो खूप सुखात आहे. पाचव्या म्हणजे अखेरच्या भागात तो भगवान शंकराचा भक्त असल्याचं दाखवलं आहे. अर्धचंद्र आणि सूर्य यांच्या चित्रांवरून असं सूचित करण्यात आलं आहे, की जोवर आकाशात सूर्य आणि चंद्र असतील, तोपर्यंत ही कहाणी पृथ्वीवरील लोकांच्या मनात जिवंत

राहणार. ही शिला येथे त्या सेनापतीनं आणि त्याच्या सेनेनं उभारली आहे. गोपालचा त्याग सतत सर्वांच्या स्मरणात राहावा, यासाठी त्यांनी हे केलं आहे.''

''पण तुम्हाला ही कहाणी सांगितली कुणी?'' राजीव म्हणाला, ''या शिलेवर तर असं काहीच लिहिलेलं नाही.''

''आमच्या घराण्यात पिढ्यान्‌पिढ्या ही कथा चालत आलेली आहे. प्रकाशलासुद्धा ही कहाणी ठाऊक आहे. ती त्याच्या मुलांपर्यंत पोहोचवणं, हे त्याचं कर्तव्य आहे. जर आम्हाला आमच्या घराण्याचा हा इतिहास ठाऊक नसता, तर या जागेची किंमत आम्हाला कधी कळलीच नसती. मग आम्ही एखाद्या धंदा करण्यास योग्य मालमत्तेसारखा तिचा वापर केला असता.''

आता राजीवनं माझ्याकडे पाहत मान हलवली. त्याला त्याचं उत्तर मिळालं होतं, हे मला समजलं.

/

१३

मदत

ज्या खेड्यात मी लहानाची मोठी झाले, त्याच खेड्यात काही कामानिमित्त मी एकदा गेले होते. माझ्या ऑफिसकडून आज काही महत्त्वाची कागदपत्रं येणार होती. त्यांचीच मी वाट पाहत होते. गाव तसं लहानच होतं, त्यामुळे तिथे कुरियर सर्व्हिस नव्हती. ते कागद माझ्या ऑफिसनं मला रजिस्टर्ड पोस्टानं पाठवले होते. मी पोस्ट ऑफिसात गेले. ते एका छोट्याशा इमारतीत होतं. आत कर्मचारीपण तुरळकच होते. त्या इमारतीची अनेक दिवसांत डागडुजी झालेली दिसत नव्हती. भिंतींचा रंगही उडालेला होता. पंखे चालत नव्हते, कारण वीजच नव्हती. त्यामुळे पोस्ट ऑफिस धुळीनं भरलेलं होतं. आत प्रचंड उकाडा होता. पोस्ट ऑफिस खूप जुनं असावं. आत गिऱ्हाइकंही फारशी नव्हतीच. ई-मेल आणि इंटरनेटच्या वाढत्या वापरामुळे पोस्ट ऑफिसकडे लोक फिरकत नसावेत.

कागदपत्रं मिळण्याची वाट पाहत असताना मला त्या गावात घालवलेले बालपणीचे दिवस आठवले. गावच्या पोस्टमनला गावात खूप मान होता. सर्व जण त्याचा आदर करत. त्याच्यावर सर्वांचं प्रेम होतं. बाहेरच्या जगाशी तो आम्हा सर्वांचा एकमेव दुवा होता. तो आमच्यासाठी पत्रं, शुभेच्छापत्रं, पार्सल्स, मनी ऑर्डर्स असं बरंच काही घेऊन यायचा. अख्ख्या गावाच्या पत्रांचं वाटप तो एकटाच करायचा. सर्वांत शेवटी तो आमच्या घरी यायचा. आम्हाला आलेली पत्रं देऊन तो नंतर जेवायलाही थांबायचा. जेवता जेवता तो आम्हाला अनेक गमतीदार गोष्टी सांगायचा, अख्ख्या गावाच्या बातम्या द्यायचा, आमचं चालतं-बोलतं बातमीपत्र होता तो. आम्ही त्याच्या वाटेकडे डोळे लावून बसत असू. तो आम्हाला आर्थिक गुंतवणुकीच्या बाबतीत सल्लासुद्धा द्यायचा. आम्हाला सरकारी रोख्यांमध्ये पैसे गुंतवायला सांगायचा, पोस्टात बचत खातं उघडायला सांगायचा. आजकाल तर मी पोस्टात जातसुद्धा नाही. कधी कधी वाटतं, 'आपण जेव्हा लहान होतो, तेव्हा ई-मेलशिवाय आपलं कसं काय चालायचं?'

अचानक पोस्ट मास्तरांच्या आवाजानं मी भानावर आले. ते म्हणत होते,

"तुमची कागदपत्रं यायला अजून अवकाश आहे. तुम्ही आत्ता घरी गेलात तरी चालेल. मी दुपारी नाही तर संध्याकाळी माझ्या पोस्टमनच्या हाती कागद तुमच्या घरी पाठवतो."

मी त्यांचे आभार मानून घरी आले.

दुपारचं जेवण झालं, तेवढ्यात एक पोस्टमन आणि त्याच्याबरोबर एक तरुण मुलगा, असे घरी आले. तो मुलगा उंच आणि देखणा होता; अबोल होता; पण त्याचे डोळे चमकदार होते. तो बुद्धिमान दिसत होता. मी त्यांना बसायला सांगितलं. "जेवता का?" असंही विचारलं; पण त्यांनी नम्रपणे नकार दिला.

पोस्टमन म्हणाला, "मॅडम, आमचं जेवण झालं आहे. हे तुमचे कागद. इथे जरा सही करता का? पण..."

मी त्यानं सांगितलेल्या ठिकाणी सही करता करताच त्याला विचारलं, "काय झालं?"

त्यावर तो म्हणाला, "हा माझा मुलगा, सतीश. हा खूप हुशार आहे, बरं का? आत्ताच बारावी झाली. त्याला खूप छान गुण मिळाले आहेत. त्याला 'बिट्स पिलानी' नावाच्या एका फार चांगल्या कॉलेजात प्रवेश मिळाला आहे." इतकंच बोलून तो थांबला. मी त्या मुलाकडे पाहिलं.

आमचं संभाषण ऐकून तो जरा अस्वस्थ झाल्यासारखा वाटला! त्याचे वडील पुढे म्हणाले, "मॅडम, पिलानीला पाठवून शिक्षण करण्याचा हा सगळा खर्च माझ्या ऐपतीबाहेरचा आहे. मी स्वत: कर्नाटकाबाहेरही कधी गेलो नाही. अगदी खरं सांगायचं, तर मी धारवाड जिल्ह्याबाहेरही कधी पडलो नाही. हा माझा एकुलता एक मुलगा आहे. त्यानं खूप शिक्षण घ्यावं, अशी माझी इच्छा आहे. तुम्ही याच गावच्या आहात आणि तुम्ही बाहेरचं जग पाहिलंय. माझ्या मुलाला जर पिलानीला जाऊन शिक्षण घ्यायचं असेल, तर त्या बाबतीत तुम्ही माझी काही मदत करू शकाल का? माझ्या पगारात मला त्याला इथल्या गावातल्या कॉलेजात पाठवायला जमेल; पण सतीशला तिकडे जाऊनच शिक्षण घ्यायचंय."

मी फौंडेशनची विश्वस्त म्हणून काम करत असल्यामुळे त्याची परिस्थिती माझ्या ताबडतोब लक्षात आली. आमच्याकडे अशी अनेक मुलं येतात. ती अत्यंत बुद्धिमान असतात; पण अतिशय गरीब वर्गातली असतात. बरेचदा अशा मुलांना आम्ही काही प्रमाणात मदत करतो; पण कधी कधी तर काही मुलांची परिस्थिती फारच गरिबीची असली, तर आम्ही त्यांच्या शिक्षणाचा सगळ्याच्या सगळा खर्च उचलतो. याही वेळी आम्ही तसंच केलं.

बंगळुरूसारख्या मोठ्या शहरात अर्थार्जनाच्या कितीतरी संधी उपलब्ध असतात; पण या लहानशा गावात तो पोस्टमन स्वत:च्या तुटपुंज्या पगारात चरितार्थ चालवत

असणार. मला तो मुलगा आवडला. मी त्याच्याकडे त्याची गुणपत्रिका आणि प्रवेश मिळाल्याची कागदपत्रं बघायला मागितली. तो पूर्ण तयारीनिशी मला भेटायला आला होता. त्यानं ते कागद लगेच माझ्या हातात ठेवले.

त्याची ती सगळी कागदपत्रं पाहता पाहता माझ्या लक्षात आलं. त्याचं आडनाव वेगळंच होतं. त्याबद्दल मी त्याला विचारताच तो म्हणाला,'' माझ्या गावचं नाव हेच मी मुद्दाम माझं आडनाव म्हणून लावतो.''

मी सतीशला म्हणाले, ''ठीक आहे. आवश्यक ती माहिती आणि कागदपत्रं तर आता माझ्याकडे आहेतच. मी पहिल्या वर्षाची कॉलेजची फी ताबडतोब भरेन. त्यानंतर मात्र दर वर्षी तुला तुझी गुणपत्रिका आमच्याकडे पाठवावी लागेल. तू जर दर वर्षी गुणवत्ता यादीत आलास, तर तुझं शिक्षण पूर्ण होईपर्यंत आम्ही तुझ्या शिक्षणाचा खर्च करू.''

सतीश आणि त्याचे वडील हसतमुखानं बाहेर पडले. त्यानंतर दर वर्षी नेमानं सतीशची गुणपत्रिका आमच्याकडे यायची. आम्ही त्याला पैसे पाठवून द्यायचो. चार वर्षांनंतर गुणपत्रिका आली नाही, तेव्हा त्याचं शिक्षण संपलं असावं, असं माझ्या लक्षात आलं.

या गोष्टीला बरीच वर्षं लोटली. मी सतीशला पूर्णपणे विसरूनही गेले. कारण इन्फोसिस फौंडेशनतर्फे दर वर्षी अशा हजारो विद्यार्थ्यांना मदत करण्यात येते. आम्ही ज्या विद्यार्थ्यांना मदत केली असेल, त्यांच्या नावांची नोंद ठेवतो. त्यांना जी काही मदत केली असेल, त्याचाही तपशील ठेवतो; पण शिक्षण पूर्ण झाल्यावर त्या विद्यार्थ्यांचं पुढे काय झालं, ते कोणत्या गावी गेले, इत्यादी माहिती आम्हाला नसते. विद्यार्थीसुद्धा आम्हाला ते कळवत नाहीत.

माझी एक मैत्रीण आहे, विनीता. ती मूळची महाराष्ट्रातली आहे, पण बंगळुरूमध्ये राहते. तिची मुलगी एका चांगल्या कंपनीत सॉफ्टवेअर इंजिनियर होती. कोणत्याही आई-वडिलांप्रमाणेच विनीता व तिचा पतीसुद्धा आपल्या मुलीसाठी योग्य स्थळाच्या शोधात होते. काही वधू-वर सूचक इंटरनेट साईटवर त्यांनी तिचं नावही नोंदवलं होतं, शिवाय माझ्या पाहण्यात एखादा चांगला मुलगा आला, तर मी त्याचं नाव तिला सुचवावं, असं तिनं मला सांगूनच ठेवलं होतं.

एक दिवस मी त्यांच्या घराजवळच्या भागात काही कामासाठी गेले होते. तिला फोन वगैरे न करताच, तिच्याकडे डोकवायचं मी ठरवलं. ती रविवार दुपारची ४ वाजताची वेळ होती. तेव्हा ते लोक नक्की घरी सापडणार, असा माझा कयास होता; पण मी त्यांच्या घरात पाऊल टाकलं आणि माझ्या लक्षात आलं, की त्यांच्या घरी पाहुणे आलेले होते. विनीताची मुलगी छान तयार होऊन एका तरुणाशी बोलत बसली होती. मुलाचे आई-वडील सोफ्यावर बसले होते. विनीताच्या मुलीला

बघायला लोक आले असल्याचं मला लगेचच कळलं.

मी विनीताला म्हणाले, "अगं सॉरी, मी आधी कळवून यायला हवं होतं; पण मी परत कधीतरी येईन."

विनीतानं मात्र मला जाऊ दिलं नाही. ती म्हणाली, "असू दे गं. तू तर घरच्यासारखीच आहेस. ये ना, इथे बस सगळ्यांबरोबर." मग मी आत जाऊन पाहुण्यांबरोबर बसले.

मी मुलाच्या आई-वडिलांकडे पाहिलं. दोघंही लठ्ठ होते. सगळा सोफा त्या दोघांनीच व्यापला होता. वडिलांच्या अंगात भारी सफारी सूट होता, हातात जाडजूड अंगठी आणि गळ्यातही जाडजूड सोन्याची साखळी होती. आईच्या अंगावरही महागडी कांजीवरम साडी होती, शिवाय अंगावर कमीत कमी पाव किलो सोन्याचे दागिने होते. तिनं कपाळावर ठसठशीत कुंकू लावलं होतं आणि केसांत गजरे माळले होते. तिनं भांगात सोन्याच्या मण्यांची बिंदीसुद्धा घातली होती, शिवाय कानांत हिऱ्याचं लोंबतं कानातलं घातलं होतं. ते तिच्या वयाला मुळीच शोभून दिसत नव्हतं. लग्नाचा मुलगा उंचापुरा आणि दिसायला देखणा होता. खरंतर भर उन्हाळा असूनही त्यानं अंगात अद्ययावत धर्तीचा उंची सूट घातला होता. त्याच्या मनगटात सोन्याचं कडं आणि बोटात सोन्याची अंगठी होती. मी जिथे बसले होते तिथून बाहेर रस्त्यावर थांबलेली त्यांची आलिशान कारही दिसत होती. ते लोक अत्यंत श्रीमंत होते, हे माझ्या लक्षात आलं.

तो मुलगा आणि त्याच्या आई -वडिलांच्या मानानं विनीताच्या मुलीनं फारच साधे कपडे घातले होते.

विनीतानं माझी त्यांच्याशी ओळख करून दिली. "ही सुधा, माझी कॉलेजमधली मैत्रीण आहे." मी त्यांना नमस्कार केला, पण ते तिघंही अस्वस्थ झाल्याचं माझ्या लक्षात आलं. विनीता माझ्याबद्दल आणखी काही सांगणार, इतक्यात मला महत्त्वाचा फोन आल्यामुळे मी बाहेर अंगणात गेले. तो फोन बराच वेळ चालला होता.

फोन संपवून मी घरात परत आले. तोपर्यंत विनीताकडचे ते पाहुणे जायला निघाले होते. त्या मुलाचा चेहरा विवर्ण झाल्यासारखा मला भासला. मी म्हणाले "ऑल द बेस्ट." ते सर्व जण घाईनं निघून गेले.

विनीता आणि तिची मुलगी, दोघीही खूप खूश होत्या. विनीता म्हणाली, " हे लोक फार चांगले आहेत. मोठ्या खानदानी घराण्यातले आहेत. हा मुलगा एका मोठ्या कंपनीत खूप मोठ्या पदावर आहे. जयनगरमध्ये त्याचा फ्लॅट आहे. त्याला एकच बहीण आहे. ती सॉफ्टवेअर इंजिनिअर आहे. तिचं लग्न झालेलं असून, ती अमेरिकेत असते. हा मुलगा आणि त्याचे आई-वडील गेल्या आठवड्यात आले होते. त्यांना माझी मुलगी आवडली. त्या मुलाची तिला अजून एकदा भेटायची इच्छा

होती. म्हणून ते आज परत आले होते. सगळं काही व्यवस्थित झालं, तर कदाचित पुढच्याच आठवड्यात साखरपुडा ठरेल. त्यानंतर मुलगा एका प्रोजेक्टसाठी अमेरिकेला जाणार आहे. तो परत आला, की मग लग्न त्यांना साखरपुडा आणि लग्न खूप थाटामाटात करायचंय. आम्हालाही काहीच अडचण नाहीये त्यात.''

इतक्यात विनीताचा नवरा तिथे आला आणि म्हणाला, ''हे बघ, त्यांचा आधी होकार तर येऊ दे. तोपर्यंत ही साखरपुडा आणि लग्नाची चर्चा कशाला करायची? जर त्यांचा होकार आलाच, तर पुढच्या आठवड्यातल्या गुरुवारचा दिवस चांगला आहे.''

ते तिघंही खूप आनंदात होते. हे स्थळ तिघांनाही पसंत होतं.

मी म्हणाले, ''सॉरी हं, मला तो फोन आल्यानं अर्ध्यातच उठून जावं लागलं. मला जरा त्या मुलाविषयी आणि त्याच्या कुटुंबाविषयी सांगा ना.''

विनीता म्हणाली, ''इंटरनेवरच्या एका लग्नाच्या साइट वरून आमचा त्यांच्याशी परिचय झाला. त्या मुलाचं नाव सतीश आहे. त्याचं शिक्षण अमेरिकेत झालं आहे. त्यानंतर त्यानं काही वर्षं तिथे नोकरीही केली आणि आता तो भारतात परत आला आहे. गेली पाच वर्षं त्याचे आई-वडील बंगळुरूमध्ये राहत आहेत. आम्ही त्यांच्या पार्श्वभूमीविषयी आणि मुलाच्या शिक्षणाविषयी थोडीफार माहिती काढली. सगळं ठीक वाटतंय. त्यानं आधी बिट्स पिलानीमधून इंजिनिअरिंग केलं. तो इतका हुशार आहे, की इंन्स्टिट्युटकडून त्याला स्कॉलरशिप मिळाली होती.''

बिट्स पिलानीचं नाव ऐकून माझ्या डोक्यात काहीतरी चमकलं. फौंडेशननं आजवर ज्या मुलांच्या शिक्षणासाठी मदत केली, त्यातला 'बिट्स पिलानी'ला गेलेला सतीश हा एकमेव विद्यार्थी होता. आम्ही ज्या विद्यार्थ्यांना मदत करतो, त्यातले बरेचसे कर्नाटकमधले असून, ते स्थानिक कॉलेजात जातात.

मी विनीताला म्हणाले, ''त्याचं आडनाव काय?''

विनीतानं त्याचं आडनाव सांगताच माझ्या स्मृतीत काहीतरी चाळवलं; पण मला इतक्यातच तिला काही सांगायचं नव्हतं. त्याआधी फौंडेशनकडे असलेल्या नोंदी पाहून खातरजमा करायचं मी ठरवलं, मी तिला म्हणाले, ''तो बिट्स पिलानीमधून शिक्षण संपवून कधी बाहेर पडला?''

विनीतानं मला ते सांगितलं. ती म्हणाली, ''तो आता तीस वर्षांचा आहे. तो बावीस वर्षांचा असतानाच त्याला पदवी मिळाली. तुला कसा वाटला मुलगा?''

मी म्हणाले, ''मी तसं कसं सांगणार? एकदाच तर पाहिलं त्याला, तेही ओझरतं; पण चांगला वाटतोय.''

विनीता म्हणाली, ''तू साखरपुड्याला नक्की यायचंस हं.''

''हो, येईन ना. तारीख ठरली, की लगेच कळव,'' असं म्हणून मी तिथून निघाले.

दुसऱ्या दिवशी ऑफिसात गेल्यावर मी लगेच आमची रेकॉर्ड्स् तपासून पाहिली. तो सतीश हाच होता. त्यानं इतकी प्रगती केलेली पाहून मला आनंद झाला. त्याच्या आई-वडिलांनी इतके दागदागिने, उंची कपडे घालण्यामागचं कारण आता मला कळलं. ते खूप गरीब परिस्थितीतून वर आले होते आणि नुकतेच श्रीमंत झाले होते, त्यामुळेच त्या श्रीमंतीचं त्यांना इतकं प्रदर्शन करावंसं वाटत असणार. आजवर ज्या गोष्टी परवडत नव्हत्या, त्या त्यांनी आता हौसेनं विकत घेऊन घातल्या असणार.

मग लगेच फोन उचलला. ते लोक माझ्या परिचयाचे आहेत आणि मुलगा खरंच खूप चांगला आहे, असं विनीताला सांगणारच होते मी; पण इतक्यात मनात एक विचार चमकून गेला आणि मी थांबले. मी मनात म्हणाले, पण मग त्यांनी मला कसं नाही ओळखलं? का मुद्दामच ओळख दाखवली नाही? आमच्या फौंडेशनची कुणाकडूनही कसल्याही परतफेडीची अपेक्षाच नसते; पण निदान सौजन्यानं वागायला काय हरकत आहे?

मग मी घडल्या गोष्टीवर बराच विचार केल्यावर माझ्या डोक्यात प्रकाश पडला. काय घडलं असावं, याचा मला अंदाज आला. सतीशनं आणि त्याच्या कुटुंबीयांनी त्यांच्या पूर्वीच्या पार्श्वभूमीबद्दल विनीताला खरी माहिती दिलेली नसणार. मुलाचे वडील एकेकाळी पोस्टमनचं काम करत होते, ही गोष्ट बहुतेक त्यांनी लपवून ठेवली असावी. आपलं घराणं पहिल्यापासून सधन आहे, असाच त्यांनी विनीता व तिच्या घरच्यांचा समज करून दिला असेल. मी आता खरी परिस्थिती विनीताच्या कानावर घालावी की नाही, असा प्रश्न मला पडला. काय करावं, कळेना. खरं तर गरीब असणं हा काही कुणाचा दोष नाही आणि एखाद्याला आपली पूर्वीची गरीब परिस्थिती नसेल उघड करायची, तर तो ज्याच्या त्याच्या तत्त्वांचा प्रश्न आहे. मला त्याबद्दल काय बरोबर आणि काय चूक, अशी शहानिशा करून काय करायचंय? त्यामुळे मी तिला काहीच सांगितलं नाही.

अगदी थोड्याच दिवसांत विनीताचा फोन आला. तिचा आवाज खूप दुःखी वाटत होता. ती म्हणाली, "अगं, साखरपुडा वगैरे काही होणार नाहीये. त्या मुलाला आमच्या मुलीशी लग्न नाही करायचं."

"का? काय झालं? मी विचारलं

"तेच तर कळत नाहीये. गेल्या रविवारी आमच्या घरी पुन्हा भेटायला येईपर्यंत ते लोक इतक्या उत्साहात होते. आता अचानक त्यांचं मन कशामुळे बदललं, तेच कळत नाहीये."

मी त्यावर फार काही बोलले नाही. विनीताला खरी परिस्थिती सांगण्याआधी मला स्वतःलाच खात्री पटवून घ्यावीशी वाटत होती. मी तिला म्हणाले,"मुलाचे वडील काय करतात? त्यांची इतर पार्श्वभूमी कशी आहे?"

त्यावर ती म्हणाली, "त्याचे वडील जमीनदार आहेत. उत्तर कर्नाटकमधील एका गावात त्यांचा खूप मोठा जमीनजुमला आहे. ते पिढीजात श्रीमंत आहेत. खरंच, सुधा, तूपण त्याच भागातली आहेस ना? मग तू काही ऐकलं आहेस का त्यांच्याबद्दल?"

मी म्हणाले, "होय, विनीता. मी या लोकांना ओळखते; पण माझी शंभर टक्के खात्री पटल्याशिवाय मी तुला काही सांगणार नव्हते. त्या मुलाचे, म्हणजे सतीशचे वडील आमच्या गावात पोस्टमन होते. तो मुलगा खरोखरच अत्यंत बुद्धिमान आहे. आम्ही फौंडेशनतर्फे त्याच्या शिक्षणासाठी आर्थिक मदत केली, हे जरी खरं असलं, तरी त्यानं जे काही यश मिळवलं आहे, ते पूर्णपणे स्वत:च्या कर्तबगारीवर. त्यांना वाटलं असेल, की मी त्यांना ओळखेन आणि मग तुम्हाला सगळं खरंखरं सांगेन. म्हणूनच त्यांनी साखरपुडा करायला नकार दिला. मला तरी एकूण हे असंच झालं असेल, असं वाटतं."

बोलणं झाल्यावर मी फोन ठेवून विचारात बुडून गेले. आर्थिकदृष्ट्या दुर्बल असल्यामुळे सतीशला जी शैक्षणिक मदत मिळाली होती, त्यामुळे त्याची आणि त्याच्या कुटुंबाची मान शरमेनं खाली गेली असेल, याची मला कल्पनाच नव्हती. त्यामुळेच त्यानं मला ओळख दाखवली नाही. आयुष्यात पहिल्यांदाच एका गोष्टीची मला जाणीव झाली. जर एखाद्या व्यक्तीला योग्य वेळेस मदत मिळण्याचं खरं मोल कधी कळूच शकलं नाही, तर त्या मदतीचं ओझं आयुष्यभर त्याच्या मनावर राहतं.

/

१४

भुताबरोबर वाटणी

सुमारे दोन दशकांपूर्वी मी एका कॉलेजात शिकवत असे. संस्थेचा पसारा खूप मोठा होता. अर्ध्या भागात आमचं कॉलेज होतं, तर उरलेल्या भागात एका शाळेचा प्राथमिक विभाग चालवण्यात येई. आमच्या कॉलेजच्या प्राइझ कमिटीची मी चेअरमन होते. एका दानशूर व्यक्तीनं आमच्या कॉलेजला काही रक्कम देणगी म्हणून दिली होती. त्या देणगीतून दर वर्षी कॉलेज डेच्या दिवशी कन्नड भाषेत सर्वाधिक गुण प्राप्त करणाऱ्या विद्यार्थ्याला अथवा विद्यार्थिनीला एक हजार रुपयांचं बक्षीस देण्यात येई.

कॉलेजच्या शेवटच्या वर्षात शिकत असणाऱ्या सर्व विद्यार्थ्यांच्या गुणपत्रिका बारकाईनं तपासून त्यातून पुरस्कारार्थींची यादी बनवून ती प्राइझ कमिटीकडे सोपवण्याचं काम कॉलेजच्या ऑफिसातील क्लार्कचं होतं. त्या काळी कॉम्प्युटर स्कॅनिंग, ऑटोमॅटिक सॉर्टिंग, ई-मेल अशा गोष्टी उपलब्ध नव्हत्या, त्यामुळे त्या क्लार्कला ती यादी हातानंच बनवावी लागे.

त्या वर्षी रोहिणी नावाची मुलगी कन्नड विषयात पंचाऐंशी गुण मिळवून आमच्या कॉलेजात पहिली आली होती. ती गोष्ट आम्ही आमच्या कॉलेजच्या सूचना फलकावर सूचना लावून जाहीर केली. दुसऱ्या दिवशी रोहिणी माझ्या ऑफिसात आली. ती म्हणाली, "मॅडम, काहीतरी चूक झाली आहे. 'डी' डिव्हिजनमधल्या सुनितालापण माझ्याइतकेच म्हणजे पंचाऐंशी मार्क्स आहेत."

"हे तुला कसं कळलं?" मी म्हणाले.

ती म्हणाली, "सुनिता आली नव्हती, म्हणून निकालाच्या दिवशी तिनं मला तिची मार्कलिस्ट घ्यायला सांगितली. तिला आणि मला सारखेच मार्क्स आहेत, हे मी तेव्हा पाहिलं; पण नोटीस बोर्डवर फक्त माझंच नाव जाहीर झालंय. काहीतरी चूक झालेली दिसतेय, म्हणून मी लगेच तुम्हाला सांगायला आले."

रोहिणीचा तो प्रामाणिकपणा पाहून मला मनापासून आनंद झाला. मी लगेच ऑफिसातून त्या क्लार्कला बोलावून त्याविषयी चौकशी केली. तो मान खाली

घालून म्हणाला, ''सॉरी मॅडम, मी चुकून पंचाऐंशीऐवजी पस्तीस वाचलं, म्हणून असा गोंधळ झाला.''

मी त्याला डोळे तपासून चष्म्याचा नंबर काढून येण्याची सूचना केली. ''पुन्हा अशी चूक होता कामा नये,'' असंही बजावलं. रोहिणीनं जर ही चूक माझ्या लक्षात आणून दिली नसती, तर एका पात्र विद्यार्थिनीवर कॉलेजकडून अन्याय झाला असता.

कॉलेज डेच्या दिवशी ते बक्षीस सुनिता आणि रोहिणी या दोघींना विभागून देण्यात आलं. रोहिणीनं ते आनंदानं स्वीकारलं.

हा एकमेकांमध्ये वाटणी करण्याचा मुद्दा आहे, त्यावरून मला कितीतरी धक्कादायक गोष्टींची आठवण होते.

एकदा आम्ही उमेदवारांचे इंटरव्ह्यू घेत होतो. त्या वेळी माझ्याबरोबर इंटरव्ह्यू बोर्डवर असलेले एक सहकारी म्हणाले, ''जर दोन उमेदवारांची गुणवत्ता एकसारखी असेल, तर दोघांपैकी जो टेनिस ऐवजी क्रिकेट खेळणं पसंत करत असेल, अशा उमेदवाराची आपण निवड केली पाहिजे.'' त्याचं ते बोलणं ऐकून मला धक्का बसला. माझ्या मते क्रिकेट काय किंवा टेनिस काय, दोन्हीही क्रीडा प्रकारच होते. मी त्यांच्याकडे प्रश्नार्थक नजरेनं पाहताच त्यांनी स्पष्ट करून सांगितलं. ''क्रिकेटमुळे यश हे सामूहिक असतं, हे आपल्या मनावर बिंबवलं जातं, तर टेनिसमधलं यश वैयक्तिक स्वरूपाचं असतं, त्यामुळे तसेच संस्कार मनावर होतात.''

पावसाळ्यात एक दिवस मी माझ्या ऑफिसातून बाहेर बघत होते. खिडकीतून प्राथमिक विभागातील दृश्य दिसत होतं. पावसाची भुरभुर चालू होती. एक तरुण आई हातात मोठी छत्री घेऊन उभी होती. ती शाळेतून आपल्या मुलीला घरी घेऊन जायला आली होती. इतक्यात तिची मुलगी पळत तिथे आली. तिच्यासोबत तिची मैत्रीण होती. मैत्रिणीकडे छत्री नव्हती, म्हणून तिनं आपल्या छत्रीत यावं, असा त्या मुलीचा हट्ट चालला होता. त्यावर ती आई म्हणाली, ''माझ्याकडे एकच छत्री आहे, बेटा. तिला छत्री आणू दे. तुम्ही दोघी कशा एका छत्रीत मावणार?'' मला ते खटकलं. खरं तर त्या आईनं त्या मुलीला तिच्या मैत्रिणीला स्वतःच्या छत्रीत घेण्याविषयी प्रोत्साहन द्यायला हवं होतं. पुढील आयुष्याच्या दृष्टीनं ती एक फार चांगली शिकवण ठरली असती.

असाच आणखी एक प्रसंग मला आठवतो. १४ नोव्हेंबर, बालदिनाचा दिवस होता. एका शिक्षकांनी मला प्राथमिक शाळेत लहान मुलांचे खेळ घ्यायला बोलावलं होतं. आम्ही मुलांचे तीन गट केले प्रत्येक गटात दहा मुलं होती. प्रत्येक गटाला आम्ही पाच-पाच केळी दिली आणि ती आपापसांत वाटायला सांगितली. त्या मुलांनी ज्या पद्धतीनं वाटणी केली, ते पाहून आम्हाला धक्का बसला. पहिल्या

गटात पाच मुलं धटिंगण होती. त्यांच्यातील प्रत्येकानं एक एक केळं हिसकावून घेतलं आणि राहिलेल्या पाच मुलांना काहीच मिळालं नाही. दुसऱ्या गटातील तीन मुलांनी स्वत:कडे दोन केळी घेतली आणि राहिलेल्या सात मुलांनी तीन केळी घेतली. तिसऱ्या गटातील प्रत्येक मुलानं अर्धं अर्धं केळं घेतलं. त्यांनी समसमान वाटणी केली. तिथे त्या मुलांच्या आयासुद्धा उपस्थित होत्या; पण वाईट गोष्ट अशी, की पहिल्या गटातील ज्या पाच मुलांनी एक एक केळं पटकावलं होतं, त्यांच्या आया त्याबद्दल अत्यंत खूश होत्या. त्यांनी एकमेकींचं अभिनंदनसुद्धा केलं. ''माझा मुलगा फार हुशार आहे आणि प्रचंड कॉंपिटिटिव्ह आहे. या आजच्या काळात नाहीतरी असंच असायला हवं,'' असं कुणीतरी म्हणाल्याचं ऐकून मी निराश झाले. खरं तर मुलं लहान असल्यापासूनच 'स्वत:च्या वाटचं काढून दुसऱ्याला द्यावं' ही शिकवण आईनंच त्याला द्यायची असते; पण इथे या आयांनी तर आपल्या मुलांना कोणतेच नीतिमत्तेचे धडे दिलेले दिसत नव्हते.

या अशा पार्श्वभूमीवर रोहिणीनं जेव्हा आपण होऊन विभागून बक्षीस घेतलं, तेव्हा मला फार बरं वाटलं.

मी कॉलेजात शिकवत असताना एक दिवस विद्यार्थ्यांना घरी करायला काम दिलं होतं. त्यासाठी एक दिवसाची मुदतही दिली होती. जो विद्यार्थी ती प्रश्नपत्रिका सर्वांत आधी आणि बिनचूक सोडवून आणेल, त्याला सर्वाधिक गुण मिळणार, असं मी जाहीर केलं होतं. माझ्या वर्गातली एक मुलगी प्रिया फार बुद्धिमान होती. मला वाटलं, सर्वांत आधी ती उत्तर घेऊन येईल; पण तसं झालं नाही. तिनंपण सर्वांबरोबरच आपल्या उत्तराचा कागद माझ्याकडे दिला. मी तिला त्या दिवशी वर्ग सुटल्यावर थांबवून घेऊन विचारलं, ''प्रिया तू इतका वेळ कसा गं घेतलास? तुझ्यासारख्या मुलीला इतकं कठीण होतं का ते काम?'' त्यावर उदास आवाजात ती म्हणाली, ''मॅडम, मी तर तुम्ही दिलेलं काम काल रात्रीच पूर्ण केलं होतं; पण आज सकाळी लवकर मी इथे कॉम्प्युटर लॅबमध्ये आले, तर कुणीतरी प्रिंटरची कनेक्शन केबलच काढून नेली होती, त्यामुळे मला केलेल्या कामाचा प्रिंट आऊट काढताच आला नाही. आपल्या कॉलेजात सगळ्या विद्यार्थ्यांमध्ये मिळून एकच प्रिंटर आहे, कारण प्रिंटर महाग असतो ना? मग एका बॅचची सगळी मुलं तो एकच प्रिंटर शेअर करून वापरतात, त्यामुळे कॉलेजचे पैसे वाचतात. शिवाय 'शेअरिंग' करण्याचं आम्हाला शिक्षण मिळतं. मग मी परत जाऊन कॉलेजच्या वेळी इथे आले, तर केबल जोडलेली होती. सगळेच प्रिंट आऊट्स काढत होते. त्याच वेळी मीही काढला.'' तेव्हा माझ्या एक गोष्ट लक्षात आली, वर्गातल्याच कुणीतरी असूये पोटी ती प्रिंटरची केबल गुपचूप काढून ठेवली होती. त्या व्यक्तीनं आळशीपणा करून दिलेलं काम वेळेत संपवलेलं नसणार आणि मग इतर कुणी प्रिंटर आपल्या

आधी वापरू नये, म्हणून केबल काढून नेली असणार.

'शेअरिंग' हा माणसाचा खूप महत्त्वाचा गुण आहे. आपण जेव्हा आपल्याकडचं दुसऱ्याला देतो, तेव्हा दोन मनं जोडली जातात. सगळा समाज या देवाणघेवाणीवरच चालतो. मी 'मॅनेजमेंट डिसिजन मेकिंग' हा विषय शिकवण्यापूर्वी ही एक जुनी लोककथा माझ्या विद्यार्थ्यांना अगदी न चुकता सांगते.

खूप खूप वर्षांपूर्वी एका खेडेगावातील अत्यंत विद्वान माणसांच्या घरात एक सामान्य माणूस जन्माला आला. तो कोणत्याही प्रकारचं यश आयुष्यात संपादन करू न शकल्यामुळे सगळेच त्याचा खूप उपहास करत. पूर्ण कुटुंबामध्ये तो एकटाच असा ढ गोळा होता. अखेर आपल्या वाट्याला येणारी सततची उपेक्षा, निंदानालस्ती सहन न होऊन तो एक दिवस घर सोडून निघाला. कुठेतरी जाऊन जीव द्यायचा, असं त्यानं ठरवलं. चालता चालता तो शेजारच्या खेड्यात पोहोचला. तिथे एक भलं मोठं ओसाड घर लागलं. ते गावाबाहेर होतं. आपल्या आयुष्याची अखेरची रात्र त्याच घरात काढायची, असा त्यानं निर्णय घेतला.

तो त्या घराच्या बगीच्याचं प्रवेशद्वार उघडून आत प्रवेश करणार, इतक्यात एका पांथस्थानं त्याला हटकलं. तो म्हणाला, "ए पोरा, खूप रात्र झाली आहे. तू काय रात्रीचा या घरात राहणार आहेस की काय? तुला वेड तर नाही ना लागलं? या घराच्या आत एक भूत राहतं. म्हणून तर या ठिकाणी कुणी वस्तीला थांबत नाही. माझा सल्ला ऐक आणि इथून निघून जा."

त्या तरुण मुलाच्या मनात आलं, 'हे तर फारच चांगलं झालं. आपल्याला जर भुतानं खाऊन टाकलं, तर किती बरं होईल. उगाच आत्महत्या कशी करायची, याचा नीट विचार करून बेत आखण्याची गरजच नाही पडणार.'

रात्र झाली तसा गडद अंधार दाटून आला. तो तरुण मुलगा भुताची वाट बघत बसून राहिला. अचानक त्याच्या कानात कुणीतरी कुजबुजलं, "तरुण माणसा, तू इथे का आलास? तुला माझी भीती नाही का वाटत?"

जराही विचालित न होता तो तरुण उद्गारला, "तुम्ही इथे आहात, याची मला कल्पना आहे." पुन्हा एकदा अजिबात अस्वस्थ न होता तरुण म्हणाला, "तुम्ही इथे आहात हे मला माहीत आहे!"

परत आवाज आला, "पण तरुण पोरा, तू मला घाबरत नाहीस का?"

त्यावर तो मुलगा ठामपणे म्हणाला, "तुम्ही इथे का आला आहात, हे मला चांगलं माहीत आहे; पण तरीही मला इथे राहायचंय."

त्याच्या तोंडचे शब्द ऐकून त्या भुताला आश्चर्य वाटलं. खरं तर नेहमी लोक त्याला घाबरून दूर पळून जायचे; पण हा माणूस मात्र त्याला घाबरला नव्हता. मग त्या भुतानं त्याला विचारलं, "तू इकडे का बरं आला आहेस?"

त्या तरुण माणसानं आपली परिस्थिती त्याला समजावून सांगितली.

त्याचं बोलणं ऐकून घेतल्यावर भूत त्याला म्हणालं, "हे पाहा, तुझी शिकण्याची त्यासाठी कठोर परिश्रम करायची आणि दिलेला अभ्यास इमाने इतबारे करण्याची तयारी आहे का? जे शिकशील, त्याचा नियमित सराव करशील का? तसं असेल, तर मी तुला संस्कृत भाषा, तिचं व्याकरण आणि त्यात उपलब्ध असलेलं महान साहित्य, हे सगळं शिकवीन."

तो तरुण त्या गोष्टीला राजी झाला. मग ते भूत आणि तो तरुण या गुरूशिष्यांची शिकवणी सुरू झाली.

दिवसांमागून दिवस जात होते. तो तरुण मुलगा शिकत होता. दिवसांचे महिने आणि महिन्यांची वर्षं झाली. त्या तरुण मुलानं त्या भुताला कधीच पाहिलं नव्हतं. त्याला फक्त त्याचा आवाज ऐकू येई. एक दिवस अचानक ते भूत त्याच्यासमोर प्रकट होऊन म्हणालं, "हे तरुणा, तू आता संस्कृत भाषेवर चांगलंच प्रभुत्त्व मिळवलं आहेस. आता तू मला स्वर्गात जाऊ देशील ना?"

तो तरुण चांगलाच गोंधळात पडला. तो म्हणाला, "पण तुम्हाला स्वर्गात जाण्यापासून मी कधी थांबवलंय? तुम्ही नक्की कोण आहात? तुम्ही हे सगळं मला का शिकवलंत?"

त्यावर एक सुस्कारा सोडून भुतानं स्वतःची कहाणी त्याला सांगितली. "मी या गावातील एक अत्यंत विद्वान आणि सधन गृहस्थ होतो. हा माझाच प्रासाद आहे; परंतु मी माझं धन आणि माझी विद्या कधीच कुणाला दिली नाही. मला नेहमी अशी भीती वाटायची, की माझ्याकडून ज्ञान मिळवून कुणीतरी हुशार माणूस माझ्या वरचढ होऊन बसेल. मी माझी संपत्ती इतरांना दिली, तर ती संपून मी निर्धन होईन. मला कायम विद्वान व श्रीमंत राहायचं होतं, त्यामुळे मी आयुष्यभर कुणालाही काहीही दिलं नाही. तसाच माझा मृत्यू झाला. मी मृत्यूनंतर स्वर्गात गेल्यावर तिथे मला प्रवेश नाकारण्यात आला आणि एक भूत बनून माझ्याच घरात राहण्याची मला शिक्षा मिळाली. मी जर कुणाला शिकवून ज्ञानसंपन्न केलं, माझी विद्या आणि धन कुणालातरी दिलं, तरच मला स्वर्गप्राप्त होईल, अन्यथा मी भूत म्हणूनच राहीन, असंही मला सांगण्यात आलं. माझा पैसा मी सहजच वाटू शकलो, पण माझ्याकडून ज्ञान संपादन करण्यास कुणीच तयार होईना. लोक मला इतके घाबरू लागले, की ते इथे आले, तरी फार काळ टिकत नसत. थोड्याच वेळात घाबरून पळून जात. कित्येक वर्षं मी असा एका एकनिष्ठ, प्रामाणिक विद्यार्थ्याची वाट पाहत होतो. मग तू आलास. माझ्यापाशी जी काही विद्या होती, ती सगळी मी तुला शिकवली, तुझ्यामुळे मला मुक्ती मिळाली. त्याबद्दल मला तुझे आभार मानायचे आहेत.

मला आता जायचं आहे; पण एक गुरू म्हणून मी जाण्यापूर्वी तुला जो उपदेश करत आहे, तो नीट ध्यानात ठेव :

'आयुष्यात देण्याला खूप महत्त्व आहे.'

कित्येक वर्षांनंतर हा तरुण फार मोठा समीक्षक बनला. त्यानं महाकवी कालिदासाच्या काव्यावर भाष्य केलं. त्याच्याचमुळे कालिदासासारखा महान कवी आपल्याला समजू शकला. त्या तरुणाचं नाव होतं 'भारवी.'

१५

हसं

मी जेव्हा कॉलेजात प्राध्यापिका होते, तेव्हा सावित्रीसुद्धा तेथे शिकवत असे. ती खूप बुद्धिमान होती आणि घरचीसुद्धा श्रीमंत होती; पण फावल्या वेळात एखादा छंद जोपासण्याऐवजी लोकांच्या पाठीमागे त्यांच्याविषयी बोलावं, गावगप्पा यांकडेच तिचा कल होता. इतरांच्या भानगडींची चविष्ट चर्चा करण्याची तिला खोड होती. तिचा हा स्वभाव मला आणि कॉलेजात काम करणाऱ्या इतर सहकाऱ्यांना चांगलाच ठाऊक होता. सगळ्यांनी गमतीनं तिचं नाव 'सावित्री'जी असं ठेवलं होतं. जी फॉर गॉसिप!

ज्या लोकांचा तिच्याशी फारसा परिचय नव्हता, त्यांनाही तिच्या सहवासात आल्यावर अगदी थोड्याच दिवसांत राईचा पर्वत बनवण्याची तिची हातोटी लक्षात यायची. कशात काही नसतानासुद्धा त्यातून ती काहीतरी सनसनाटी बातमी तयार करून सर्वत्र पसरवायची. एकदा ते लक्षात आलं, की ते तिला टाळू लागत, त्यामुळे सावित्री एकाकी असायची. त्यामुळे आपल्यासोबत 'गप्पागोष्टी' करायला कोण तयार होतं, याच्या शोधात ती नेहमी असायची.

एक दिवस अचानक कॉलेजच्या कँटीनमध्ये माझी आणि सावित्रीची अगदी समोरासमोर गाठ पडली. मी तिला टाळून दुसऱ्या बाजूनं जाणार, इतक्यात तिनं मला गाठलं. तिनं माझा हात इतका घट्ट पकडून ठेवला, की अगदी सुपरमॅन आला असता, तरी त्यालासुद्धा ती पकड सोडवता आली नसती. आजूबाजूला माझे विद्यार्थीही बसले होते. ते शिक्षकांकडे आदरभावानं बघतात, तेव्हा त्यांच्यासमोर मी तिला काहीच उलटसुलट बोलूही शकत नव्हते, त्यामुळे अखेर आम्ही दोघी एका टेबलापाशी कॉफी प्यायला बसलो.

काही क्षणातच पुढचा तास सुरू होण्याची सूचना घंटा वाजली. मला सावित्रीच्या कचाट्यातून स्वत:ची सुटका करून घ्यायची असल्यामुळे मी संधीचा फायदा घेत थाप मारली, ''सावित्री, अगं मला आत्ता तास आहे. मला जायला हवं.''

मी उठून उभी राहताच ती म्हणाली," आत्ता कुठल्या वर्गावर तास आहे तुझा? कुठल्या रूममध्ये?"

मला काही पटकन खोटं बोलता येत नाही. आपण जेव्हा खोटं बोलतो, तेव्हा खूप विचार करून ते बोलावं लागतं. शिवाय काय बोललो, ते नंतर लक्षातही ठेवावं लागतं. थोडक्यात काय, तर खोटं बोलणं हे खूप कठीण काम असतं. त्यामुळे मी एकदम जे काही तोंडाला आलं, ते तिला सांगून मोकळी झाले. "रूम नंबर २०७."

"कोणता वर्ग?" ती म्हणाली.

मी सांगितलं, "फर्स्ट ईयर एम.सी.ए.चे विद्यार्थी."

ती विजयी मुद्रेनं हसत म्हणाली," जरा नीट खोटं बोलायला शीक. आज फर्स्ट ईयर एम्. सी.ए ची मुलं गणेश सरांबरोबर सहलीला गेली आहेत."

मी तिच्या तावडीतून सुटण्याची केविलवाणी धडपड करत म्हणाले, "सॉरी, अगं मला म्हणायचं होतं, सेकडं ईयर एम.सी.ए.चे विद्यार्थी."

"मग तर आता गप्पच बस," सावित्री म्हणाली, "कारण रूम नंबर २०१ ते २१० यांना कालपासून व्हाइटवॉश द्यायचं काम काढलंय."

मी थाप मारली, ही खरं तर माझीच चूक झाली होती. मग मी मुकाट्यानं तिच्या समोर बसले. माझ्याकडे दुसरा काही पर्याय नव्हता.

सावित्रीनं लगेच बोलायला सुरुवात केली. बहुधा बऱ्याच दिवसांत तिच्या गावगप्पा ऐकून घेणारं कुणी तिला मिळालं नसावं.

"मग काही ताजी बातमी?" ती म्हणाली.

"वेल, पशुखाद्य घोटाळ्याचं प्रकरण चालूच आहे, शिवाय बंगळुरूमध्ये ट्रॅफिक फार वाढला आहे."

सावित्री उपहासानं म्हणाली, "वर्तमानपत्रं मीही वाचते आणि टी.व्ही. मीसुद्धा बघते. मी काही तसल्या बातम्यांबद्दल बोलत नव्हते." मग ती क्षणभर थांबून पुढे म्हणाली, "अगं, तू त्या अनुसूयाबद्दल ऐकलंस का? मी जेव्हा ऐकलं, तेव्हा माझा तर माझ्या कानांवर विश्वासच बसेना."

अनुसूया ही आमची दोघींचीही मैत्रीण होती. आम्ही तिला अन्सी म्हणायचो. ती फार सरळ स्वभावाची, भारदस्त होती, शिवाय कुणाच्याही अध्यातमध्यात नसायची. सावित्रीनं इकडेतिकडे पाहून सावधपणे कुजबुजत्या स्वरात बोलायला सुरुवात केल्यावर मी जरा काळजीत पडून तिला म्हणाले, "का गं? अन्सीला काय झालं?"

"अगं, तिच्या घरी काहीतरी झालंय. गिरीश आणि अन्सी एकमेकांपासून विभक्त झाले आहेत."

"पण ते तुला कसं काय कळलं?"

"अगं, हे बघ, मी अन्सीला कधीही फोन केला ना, की आपला नवरा परदेशी गेलाय किंवा दौऱ्यावर गेलाय, असंच ती सांगते. हे जरा विचित्रच नाही का?"

"नाही. विचित्र काय त्यात?" मी म्हणाले,

"गिरीश खूप मोठ्या अधिकाराच्या जागेवर आहे. त्याला खूप फिरती असते. त्यात काय गं झालं? आणि नेमका जेव्हा जेव्हा तू तिला फोन केलास, त्याच वेळी गेला असेल तो दौऱ्यावर. मला तर गिरीश कालच भेटला होता."

"हो का? खरं की काय? पण मग मला हे सांग, त्याच्याबरोबर कोण होतं?" एखाद्या डिटेक्टिव्हच्या थाटात तिनं मला प्रश्न केला.

" तो त्याच्या ऑफिसात काम करणाऱ्या एका बाईबरोबर ताज वेस्ट एंडमध्ये होता," माझ्या तोंडातून हे शब्द बाहेर पडायचाच अवकाश, सावित्रीच्या उत्साहाला नुसतं उधाण आलं. मला मात्र कुठून आपण ते या सावित्रीला सांगितलं, असं झालं. तिला उगीच काही खाद्य पुरवण्याची माझी इच्छा नव्हती.

"वेल, मग पुढे सांग ना. थांबू नको. ती बाई साधारण काय वयाची होती?"

"हे बघ, मी काही तिचा जन्मदाखला पाहिला नाही," मी जरा तुटकपणे म्हणाले. मला सावित्री इतकाच माझा स्वत:चासुद्धा राग आला होता.

"शांत हो. मला फक्त इतकंच सांग, की ती पंचविशीची होती की पस्तीशीची?"

"मला ते काही माहिती नाही. गिरीश तिथे बिझिनेस मीटिंगसाठी आला होता. त्याच्यासोबत इतरही बरेच लोक होते. मला त्यात काहीच गैर वाटलं नाही. आपण आपल्या पुरुष सहकाऱ्यांसोबत सेमिनारला नाही का जात? आणि उद्या जर तुझ्याविषयी कुणी हे असलं काही बोललं, तर तुला कसं वाटेल? सावित्री, खरं सांगू? हे असं आपण कुणाच्या पाठीमागे बोलणं बरं नाही."

पण सावित्रीचं माझ्या बोलण्याकडे मुळीच लक्ष नव्हतं. जणू काही माझं बोलणं न ऐकल्यासारखं तिचं आपलं चालूच होतं. "हे बघ, आज काल काय मेकअप करून एखादी पंचेचाळीशीची बाईसुद्धा पंचविशीची दिसू शकते. कदाचित त्यामुळेच तुला तिच्या वयाचा नीटसा अंदाज आला नसेल. मी जर तुझ्याजागी असते, तर मला ती बाई काय वयाची आहे, हे नक्की कळलं असतं. मी तर अन्सीला सावधसुद्धा केलं असतं, "बाई गं, तुझ्या नवऱ्याला संभाळ." असं मी तिला सांगितलं असतं. लोकांना असं सावध करणं, हेसुद्धा एकप्रकारे समाजकार्यच आहे म्हटलं; पण जाऊ दे, तुला नाही ते कळणार."

मग विषय बदलून ती म्हणाली, "तू अलीकडे रोमाला पाहिलंस का?"

रोमासुद्धा आमची दोघींची मैत्रीण होती. ती फॅशनेबल होती आणि आधुनिक विचारसरणीची होती. रोमा अत्यंत चांगली होती. मी तिला चांगली ओळखत होते.

सावित्रीची बडबड सुरूच होती. ''पैसा रोमाच्या डोक्यात शिरलाय; पण काय गं, इतक्या थोड्या दिवसांत तिच्या नवऱ्यानं इतका जास्त पैसा कसा काय कमावला असेल? नक्कीच काहीतरी बेकायदेशीर कारभार, नाहीतर काळे धंदे असणार त्याचे. फारसे काही कष्ट न करताच त्यानं केवढा पैसा जमवलाय बघ आणि त्या रोमाचं तरी काय? केवढ्या फॅशन्स करते. तुला माहिती आहे का? ती फक्त डिझायनर साड्याच वापरते आणि ब्युटी पार्लरमध्ये जाऊन महागडी फेशियल्स करत असते. तिला म्हणे व्यायामासाठी पर्सनल ट्रेनरसुद्धा आहे, शिवाय तिच्या गरीब नातेवाइकांना ती काहीही मदत करत नाही, पण स्वत:वर भरमसाट पैसा खर्च करायची तयारी असते तिची.''

''पण हे सगळं तुला कसं काय ठाऊक?' मी विचारलं.

त्यावर ती हसून म्हणाली, ''हे बघ, मी पुरावा असल्याशिवाय कधी बोलत नाही. गोविंदानं माझ्या ड्रायव्हरला सांगितलं.''

''आता हा गोविंदा कोण?'' मी म्हणाले.

''गोविंदा माझ्या ड्रायव्हरचा मित्र आहे, आणि तो रोमाच्या ड्रायव्हरचा चुलत भाऊ आहे.''

या गोविंदानं सावित्रीच्या ड्रायव्हरला नक्की काय सांगितलं होतं आणि त्याच्या सांगण्याचा या सावित्रीनं नेमका काय अर्थ लावला होता, त्याची मला काहीच कल्पना नव्हती; पण मी रोमाला नीट ओळखत होते. रोमा फॅशनेबल होती आणि प्रचंड श्रीमंत होती, हे तर खरंच होतं; पण त्याचा अर्थ ती इतरांना अजिबात मदत करत नव्हती, असा मुळीच नाही. रोमा आजवर आमच्या फौंडेशनच्या ऑफिसात मोठ्या रकमेचा मदतीचा चेक देण्यासाठी कितीतरी वेळा आली होती. आपल्या या मदतीचा गाजावाजा करण्याची तिची मुळीच इच्छा नसायची. उलट मी कुणाला त्याबद्दल सांगू नये, असंच तिचं म्हणणं असायचं. मला आणखी एक गोष्ट माहीत होती. आपल्या नातेवाइकांना घरं घेण्यासाठी, गाड्या घेण्यासाठी रोमानं अगदी सढळ हातानं वेळोवेळी मदत केलेली होती; पण दिलेल्या मदतीचा उल्लेख केलेला तिला आवडत नाही, याची सर्वांनाच कल्पना असल्या कारणानं ते कधी याबद्दल चारचौघांत बोलून दाखवत नसत. कसलाही गाजावाजा न करता दानधर्म करावा, असं तिचं म्हणणं असे. खरं तर कोणत्याही माणसाच्या बाह्यरूपावरून आपण त्या माणसाबद्दल अंदाज बांधायला जाऊ नये; पण सावित्रीशी बोलण्यात काही अर्थ नव्हता. तिला केवळ लोकांच्या पाठीमागे त्यांना नावं ठेवणं, काहीतरी खुसपट काढणं एवढ्यातच रस असे.

मला आता मनातून सावित्रीचा खूप राग आला होता. मी जायला उठले. इतक्यात सावित्रीनं मला जबरदस्तीनं खाली बसवून विषय बदलला. ''सुमती खूप

चांगली आहे. बिचारी खूप भोळी, खूप सरळ आहे गं. खरं तर इतकं भोळं असणं म्हणजे अडाणीपणाच नाही का गं? तुला काय वाटतं?''

सुमती चांगलीच आतल्या गाठीची आणि धूर्त होती, शिवाय बेभरवशाचीसुद्धा होती. सुमतीच्या सख्ख्या बहिणींनीच मला तिचे अनेक किस्से सांगितले होते. त्यांच्या मते ती मुद्दामच आपण अत्यंत सरळ, साध्या, तत्त्वनिष्ठ असल्याचा आव आणायची. ती एका सरकारी ऑफिसात नोकरीला असताना काहीतरी गैरव्यवहारात अडकली होती, म्हणून तिला पूर्वी एकदा काही काळासाठी बडतर्फसुद्धा करण्यात आलं होतं.

देवाच्या दयेनं तेवढ्यातच घंटा झाली. तास संपल्यामुळे मला मनातून आनंद झाला.

मी उठून उभी राहत जरा कडक स्वरात म्हणाले, ''हे बघ सावित्री, कोणत्याही व्यक्तीच्या बाह्यरूपावरून किंवा त्या व्यक्तीविषयी इतरांकडून ऐकलेल्या अफवांवरून त्या व्यक्तीविषयी मत बनवत जाऊ नकोस. माणसाचं बाह्य रूप फसवं असू शकतं. सर्व श्रीमंत लोक नेहमी वाईट असतात, असं नाही आणि वरकरणी अगदी भोळी भाबडी दिसणारी माणसं सज्जन, निष्पाप असतातच, असंही नाही. अडाणी, अज्ञानी असणं आणि निष्पाप असणं, यासुद्धा पुन्हा दोन वेगवेगळ्या गोष्टी आहेत. अज्ञान म्हणजे ज्ञानाचा अभाव; पण निष्कपट निष्पाप असण्याचा संबंध तुमच्या विश्वासार्हतेशी आहे. तुमच्यावर कुणी किती विश्वास ठेवावा आणि तुम्ही कुणावर किती विश्वास ठेवावा, याच्याशी आहे. लहान मुलं ही निष्पाप, निष्कपट असतात; पण आपण मोठी माणसं अडाणी असतो. आपण निष्पाप वगैरे मुळीच नसतो. सावित्री, कुणाबद्दलही अफवा पसवरणं, हे वाईटच. त्यामुळे लोकांचे संसार उदध्वस्त होऊ शकतात. आपण जेव्हा दुसऱ्याबद्दल बोलतो, तेव्हा दुसरा कुणीतरी आपल्याबद्दल बोलतो. लोकांना कधीतरी वेळ घालवण्यापुरत्या या गावगप्पा ऐकायला आवडतात; पण खरं सांगू, दुसऱ्याच्या पाठीमागे त्याच्याविषयी अफवा पसरवणारी, इतरांना नावं ठेवणारी व्यक्ती कोणालाही आवडत नाही, त्यामुळे हळूहळू लोक त्या व्यक्तीला टाळू लागतात.''

मी हे सगळं भाषण केलं खरं, पण त्यातला एक शब्दही सावित्रीच्या डोक्यात शिरलेला नव्हता, हे त्याच क्षणी मला कळलं. जवळच्या टेबलावर आमची आणखी एक सहकारी मैत्रीण कमला हातात कॉफीचा कप घेऊन बसतच होती. सावित्रीनं उठून लगेच आपला मोहरा तिकडे वळवला. आता सावित्रीच्या इथून पुढच्या गप्पांचा विषय मी असणार, हे मलाही ठाऊक होतं. मी स्वत:चंच हसं करून घेतलं होतं.

/

१६

दुःखी यश

विष्णू हा एक बुद्धिमान आणि महत्त्वाकांक्षी मुलगा होता. आमच्या कॉलेजच्या पहिल्याच बॅचचा तो विद्यार्थी, त्यामुळे अर्थातच इतर कोणत्याही बॅचपेक्षा या बॅचमधल्या विद्यार्थी-विद्यार्थिनींशी आमचे खूप जवळिकीचे संबंध होते. विष्णू तरतरीत, हसरा होता. तो खूप बोलका होता आणि त्याची विचार करण्याची पद्धतही अगदी सुस्पष्ट होती.

कॉलेजमध्ये वेगवेगळ्या मुद्यांवरून आमची अनेकदा चर्चा आणि वादविवाद होत असत. कधी एखाद्या मुद्यावर आमचं एकमत होई, तर दुसऱ्या कुठल्यातरी मुद्यावरून आमचं दुमत होई. मी विष्णूला नेहमी सांगत असे, " हे बघ विष्णू, मी तुझ्यापेक्षा कितीतरी पावसाळे जास्त पाहिले आहेत. आयुष्याचा मी जो काही अनुभव घेतला आहे, त्यावरून मी तुला एकच सांगते, की यश, पुरस्कार, पदव्या आणि पैसा यांपेक्षा उत्तम नातेसंबंध प्रस्थापित करणं, सहानुभूती, सहवेदना आणि मन:शांती या गोष्टी आयुष्यात कितीतरी जास्त महत्त्वाच्या आहेत."

त्यावर विष्णू वाद घालत म्हणायचा, "मॅडम, कसं आहे, तुमचं पोट भरलेलं आहे. आयुष्यात जे काही मिळवायचं असतं, ते सगळं मिळवून झालंय तुमचं, त्यामुळे तुम्ही आरामशीर आयुष्य जगत आहात आणि हे सगळं सांगत आहात. तुम्हाला आत्तापर्यंत अनेक पुरस्कार मिळाले असल्यामुळे तुम्हाला पुरस्कारांचं आता काहीच वाटत नाही, शिवाय तुम्ही फारशा महत्त्वाकांक्षीही नाही आहात. माझ्यासारख्यांना तुम्ही कधी समजूच शकणार नाही." तो असं म्हणाला, की मी त्याच्याकडे पाहून नुसतं हलकेच हसायची. त्याचं ते थेट, मनमोकळं बोलणं मला आवडायचं.

विष्णूला शिकवण्याची कलासुद्धा अवगत होती. पदवी संपादन केल्यानंतर त्याला अमेरिकेत सियाटल येथे मायक्रोसॉफ्टमध्ये खूप चांगली नोकरी मिळाली. परदेशी जाण्यासाठी तो व्हिसाच्या प्रतीक्षेत होता. तोपर्यंत काही काळ त्यानं आमच्या कॉलेजात शिकवावं, अशी मी त्याला विनंती केली. कधी मला माझ्या लॅबोरेटरी सेशनला उपस्थित राहणं जमलं नाही, की मी त्याला ज्युनिअर लॅबकडे

लक्ष द्यायला, माझं काम सांभाळायला सांगत असे. लवकरच तो विद्यार्थ्यांमध्ये लोकप्रिय झाला.

मी एक दिवस विष्णूला विचारलं, "तू इतकं चांगलं शिकवतोस. खरं तर तू एक उत्तम प्राध्यापक होऊ शकशील. तू याविषयी जरा गंभीरपणे विचार का नाही करत?"

त्यावर तो म्हणाला, "अमेरिकेत मला महिन्याला मिळणारा पगार इथल्या प्राध्यापकांना वर्षाला मिळणाऱ्या पगारापेक्षा जास्त असेल. मी कशाला होऊ प्राध्यापक?"

"विष्णू, असं उर्मटपणे बोलू नकोस. शिक्षकांना लोक मान देतात ते त्यांच्या ज्ञानामुळे. पगारामुळे नाही. तुला शिक्षकी पेशाबद्दल आदर नसेल, तर ठीक आहे; पण अशी तुलना नको करूस."

काही दिवसांतच विष्णू परदेशी जाऊन आपल्या नव्या नोकरीत रुजू झाला.

अनेक वर्षं लोटली. जवळपास एक दशकाचा कालावधी लोटला. पूर्वी जे माझे विद्यार्थी तरुण होते, ते आता मध्यमवयीन झाले. मीसुद्धा मध्यमवय पार करून म्हातारपणाकडे झुकले.

एक दिवस विष्णूनामक व्यक्तीनं फोन करून भेटण्यासाठी वेळ मागितल्याचं मला माझ्या सेक्रेटरीनं सांगितलं; पण नुसत्या विष्णू या नावावरून माझ्या काहीच लक्षात येईना. मग तो माझ्या पहिल्या बॅचचा विद्यार्थी असल्याचं तिनंच मला सांगितल्यावर माझ्या डोक्यात ताबडतोब प्रकाश पडला. मी त्याला भेटायला वेळ देण्याची तिला सूचना दिली. शेवटी जुनी वाइन, जुन्या आठवणी आणि जुने विद्यार्थी यांचं आयुष्यातलं स्थान अत्यंत मोलाचं असतं.

ठरलेल्या दिवशी विष्णू मला भेटायला अगदी वेळेत हजर झाला. त्याचे केस पूर्वीपेक्षा विरळ झाले होते. काही ठिकाणी रुपेरी कडापण चमकत होत्या. त्याचं वजन चांगलंच वाढलं होतं. त्यांच्या अंगात उंची शर्ट आणि हातात प्लॅटिनमची हिरेजडीत अंगठी होती; पण बिचाऱ्याचा चेहरा मात्र एखाद्या सुकलेल्या सुरकुत्या पडलेल्या टोमॅटोसारखा दिसत होता. कुठेही उत्साहाची छटासुद्धा नव्हती. त्याउलट त्याच्या चेहऱ्यावर चिंतेचं सावट पडल्यासारखं मला भासलं.

तो माझ्या समोर येऊन बसला. मी त्याच्यासाठी चहा मागवला. विष्णू माझ्याकडे निरखून पाहत म्हणाला, "मॅडम, तुम्ही आता म्हाताऱ्या दिसू लागलात."

मी हसून म्हणाले, "काळ आणि समुद्राच्या लाटा कुणासाठी थांबतात का?"

पण त्याच्या चेहऱ्यावर मात्र हसू उमटलं नाही.

"विष्णू तू कसा आहेस?" मी म्हणाले, "मी तुला गेल्या पंधरा वर्षांत पाहिलं नाही; पण या आपल्या म्हाताऱ्या टीचरची तुला बरी आठवण झाली. आज

भेटायला आलास, म्हणून खूप बरं वाटलं. कुठे असतोस सध्या? काय चाललंय तुझं? अजूनही तू मायक्रोसॉफ्टमध्येच आहेस का?''

''नाही, मॅडम. मी तीन वर्षांपूर्वी मायक्रोसॉफ्ट सोडली,'' विष्णू म्हणाला.

''म्हणतात ना, एखाद्या सॉफ्टवेअर कंपनीत जर एखादा माणूस तीन वर्षांहून जास्त टिकला, तर तो त्या कंपनीचा फारच इमानदार कामगार म्हटला पाहिजे.''

पण माझ्या या विनोदाच्या प्रयत्नाला त्यानं काही हसून दाद दिली नाही. ''मग आता कुठे असतोस तू?'' मी परत एकदा विचारलं.

''सिंगापूरमध्ये माझ्या मालकीची एक कंपनी आहे. तिथे दोनशे लोक कामाला आहेत. आम्हाला खूप चांगला नफा होतो.'' विष्णूच्या आवाजात आता अभिमान दाटून आला होता आणि ते स्वभाविकच होतं.

''मग? तू सिंगापूरला स्थायिक झाला आहेस का?''

''नाही, नाही. स्थायिक नाही. मी कामानिमित्त अनेकदा भारतात येत असतो. दिल्लीला वसंत विहारमध्ये माझं घर आहे, मुंबईत वरळीला एक फ्लॅट आहे आणि बंगळुरूमध्ये राज महाल विलास एक्सटेन्शनमध्ये एक बंगला आहे. शिवाय बंगळुरूमध्येच बाणेरघाटा रोडवर शेतसुद्धा आहे.''

मी त्याचं बोलणं मध्येच तोडत म्हणाले, ''विष्णू, अरे तुझ्या संपत्तीचा तपशील नव्हते मी विचारत. मी काही इन्कमटॅक्सवाली नाही. तुझं नेहमी वास्तव्य कुठे असतं, हे फक्त विचारत होते मी.'' मी त्याची अशी मस्करी करूनही हसू फुटलं नाही.

''विष्णू, तुझ्या सांपत्तिक स्थितीबद्दल तू मला बरंच काही सांगितलंस. आता तुझ्या संसाराबद्दल सांग पाहू. तुझं लग्न झालंय ना? तुला किती मुलं आहेत? काय करतात ती?'' आई आणि शिक्षक या दोघांनाही अनुक्रमे आपल्या मुलांना आणि विद्यार्थ्यांना हे अशा प्रकारचे प्रश्न विचारण्याचा निसर्गदत्त अधिकार असतो. मीही त्याला काही अपवाद नाही. काही लोकांना ते रुचत नाही. त्यांना स्वत:च्या खासगी आयुष्याविषयी कुणी प्रश्न विचारलेलं आवडत नाही. तसं काही जर माझ्या लक्षात आलं, तर मी लगेच माझे प्रश्न थांबवते; पण सर्वसाधारणपणे लोक मला आनंदानं त्यांच्या आयुष्याबद्दल मनमोकळेपणानं सांगतात.

''हो. माझं लग्न झालंय. मला आठ वर्षांची मुलगीसुद्धा आहे.''

मग विष्णूनं खिशातून पैशाचं पाकीट काढून त्यातला फोटो बाहेर काढला. पूर्वी कॉलेजात असताना विष्णूची एका मुलीशी खास मैत्री होती. दोघं सतत बरोबर असत. तिचं नाव भाग्या. ती त्याच्यापेक्षा लहान होती, कनिष्ठ वर्गात शिकायची; पण ही फोटोतली स्त्री ती नव्हती. कुणीतरी वेगळीच होती. ती फार सुंदर होती. एखाद्या अत्याधुनिक फॅशन मॉडेलसारखी दिसत होती ती. त्यांची मुलगीपण फारच गोड होती.

ते पाहून मला वाटलं, या विष्णूचं आयुष्य एखाद्या पिक्चर पोस्ट कार्डाप्रमाणे अगदी 'परफेक्ट' होतं. तो यशस्वी होता, श्रीमंत होता, नक्षत्रासारखी सुंदर पत्नी आणि मुलगी होती. माणसाला याहून अधिक काय हवं असतं आयुष्यात? हे एवढं मोठं यश संपादन केल्यानंतर खरं तर तो आनंदानं उल्हासानं भरभरून तृप्त असायला हवा होता; पण तो तसा नव्हता. त्यामागे नक्की काय कारण होतं, ते मला माहीत नव्हतं; पण जरा वेळात तो ते आपण होऊन सांगेल, याची मला खात्री होती, त्यामुळे मी बोलायची थांबले आणि विष्णूला बोलू दिलं.

हळूहळू विष्णूनं मन मोकळं करायला सुरुवात केली "मॅडम माझा एक प्रॉब्लेम आहे. तो मी तुमच्याकडे घेऊन आलो आहे."

"कुठला प्रॉब्लेम? आणि माझ्याकडे त्यांच उत्तर असेल, असं तुला कसं काय वाटलं? खरं तर तुझ्यासारख्या यशस्वी माणसानं माझ्यासारख्या गरीब शिक्षकाला मदतच केली पाहिजे," मी मुद्दामच वातावरणातला ताण हलका करण्यासाठी खेळीमेळीच्या स्वरात म्हणाले.

"त्याचा यशाशी काहीच संबंध नाही, मॅडम," तो म्हणाला, "गेल्या काही वर्षांपासून मला अत्यंत उदास वाटतं. जणू काही माझ्या आयुष्यात कसली तरी कमतरता आहे, असं मला सतत वाटतं आणि ते नक्की काय आहे, हे मला नाही सांगता येणार; पण मला कोणत्याच गोष्टीनं भरभरून आनंद होत नाही. कोणत्याही गोष्टीनं माझं मन हेलावून जात नाही. कोणतीच गोष्ट माझ्या हृदयाला स्पर्शून जात नाही. अगदी हृदयाला पीळ पाडणारी घटना माझ्या डाळ्यांसमोर घडली, तरीही मला त्याचं काहीच वाटत नाही. मला आजकाल असं वाटतं, जणू काही मी एखाद्या वाळवंटातून प्रवास करतो आहे, माझ्यापाशी पाणी नाहीये आणि समोरचे रस्ते सोन्या-चांदीनं मढवलेले आहेत."

मी ताबडतोब त्याला विचारलं, "तू एखाद्या डॉक्टरला किंवा मानसोपचारतज्ज्ञाला भेटलास का?"

"हो, हो. अर्थातच भेटलो; पण त्यांचं म्हणणं असं पडलं, की आयुष्यात माणसानं सहृदय असणं, त्याला इतरांविषयी अनुकंपा, सहवेदना वाटणं फारच महत्त्वाचं आहे. तरच आपल्याला आयुष्याचा आनंद लुटता येतो. त्यांनी मला पुस्तकं वाचण्याचा सल्ला दिला. शिवाय ज्या गोष्टी करून मनाला आनंद होईल, अशा गोष्टी करण्याचा सल्ला दिला. उदाहरणार्थ सूर्योदयाकडे पाहणं, पक्ष्यांची किलबिल ऐकणं, लांबवर चालायला जाणं, नियमितपणे व्यायाम करणं."

"वेल, मग काय झालं?" मी म्हणाले.

"हे सगळं करून माझं वजन तेवढं कमी झालं; पण बाकी काहीही फरक

पडला नाही. मी आणखी एका वेगळ्या कौन्सेलरकडे गेलो. त्यानं मला सोमालियाच्या दौऱ्यावर जाण्याचा सल्ला दिला.''

"काय? सोमालिया?'' मी म्हणाले. मला खरं तर ते ऐकून आश्चर्याचा धक्काच बसला होता. लोक सहलीला युरोपला जातात, हाँगकाँग, बँकॉकला जातात, हे मी ऐकलं होतं; पण सोमालियाला जाण्याविषयी मी कधीच काही ऐकलं नव्हतं. मी म्हणाले, ''बरं, मग पुढे काय झालं? गेलास का तू सोमालियाला?'' माझी उत्सुकता आता अनावर झाली होती.

''हो. त्यांनी आम्हाला तिथल्या अनाथाश्रमांच्या भेटीसाठी नेलं. एच्.आय.व्ही. च्या शिबिरांना आणि कुपोषित बालकांच्या शिबिरांमध्येही नेलं; पण त्यांचा काहीच परिणाम झाला नाही. मला ते पाहून काहीच वाटलं नाही. उलट माझ्या मनात काहीतरी वेगळेच विचार सुरू झाले. सोमालिया अमेरिकेला आणि युरोपला कोणती कोणती उत्पादनं निर्यात करू शकेल, असाच विचार माझ्या डोक्यात आला. मॅडम, माझ्या जागी जर तुम्ही असता, तर तुम्ही काय केलं असतं?'' तो म्हणाला.

मी त्यावर म्हणाले, ''हे पाहा, तुझ्या जागी मी मला कल्पू शकत नाही. मी अशा परिस्थितीत काय केलं असतं, हा मुळी प्रश्नच अलाहिदा आहे आणि मी जे काही केलं असतं, तेच तू करायला हवंस, असंही अजिबात नाही. त्यापेक्षा तू तुझ्याजवळच्या एखाद्या व्यक्तीशी का नाही बोलत? एखादा मित्र किंवा तुझी पत्नी किंवा इतर कुणी समवयस्क व्यक्ती? ते तुला चांगलं सोल्यूशन देऊ शकतील कदाचित,'' मी म्हणाले.

त्यावर तो जरा वेळ गप्प बसला, नंतर म्हणाला, ''मॅडम, मी आयुष्यभर सर्व काही हिशेब करूनच केलं. अगदी मैत्रीसुद्धा. ज्या माणसांचा मला कोणत्याच प्रकारे उपयोग होणार नाही, अशा माणसांबरोबर मी कधीही थोडासुद्धा वेळ घालवलेला नाही. अखेर जीवनाला कधी दयामाया नसते, इथे जीवघेणी स्पर्धा असते. माणसाच्या प्रत्येक कृतीमुळे त्याला यशाच्या शिखराकडे किमान एक पायरी वर चढून जाता येईल, अशी ती कृती हवी.''

त्याचे ते शब्द ऐकून माझ्या मनात विचार आला, 'भाग्याशी लग्न करण्याऐवजी त्या फॅशन मॉडेलसारख्या दिसणाऱ्या स्त्रीशी यानं का विवाह केला असावा, ते आता लक्षात येतंय.'

मी त्याला म्हणाले, ''तू तुझ्या घरच्यांबरोबर किती वेळ घालवतोस?''

''माझी मुलगी तशी मनमोकळी आहे; पण तिला जेव्हा माझ्याकडून काही हवं असतं, तेव्हाच ती माझ्याशी चांगलं वागते. कधीकधी मला ते खूप विचित्र वाटतं. खरं तर एखादं लहान मूल जेव्हा निष्पाप, निरागस असतं, तेव्हाच ते गोड, सुंदर दिसतं; पण माझी मुलगी वयाच्या मानानं खूप व्यवहारी आहे. माझ्या पत्नीच्या

वडिलांचा कार्पेट्सचा बिझिनेस होता. तो त्यांच्यानंतर आता माझी पत्नीच सांभाळते. ती बरेच वेळा घरूनच काम करते, पण तरीही ती कामात इतकी व्यग्र असते, की तिला माझ्याकडे किंवा आमच्या मुलीकडे लक्ष द्यायला वेळच नसतो,'' असं बोलून तो क्षणभर थांबून विचार करून पुढे म्हणाला, ''किंवा कदाचित तसं मलाच वाटत असेल. माझ्या ज्या काही ओळखी आहेत, कॉन्टॅक्ट्स आहेत. त्यांचा माझ्या पत्नीला तिच्या स्वत:च्या व्यवसायासाठी उपयोग करून घ्यायचा आहे. माझ्याकडे ती एक जीवनसाथी म्हणून बघत नाही, तर तिच्या लेखी, मी फक्त डेटाबेस आहे. माहितीचा आणि कॉन्टॅक्ट्सचा संग्रह!''

विष्णूची समस्या आता माझ्या नीट लक्षात आली. कधी कधी आपण स्वत:चं मन स्वत:च्या घरच्यांसमोर उघडं करू शकत नाही. तसं करणं जड जातं. त्याला मन मोकळं करण्यासाठी माझ्याकडे यावंसं वाटलं, यानं मला बरं वाटलं; पण मी यावर काहीतरी झटपट तोडगा काढू शकेन आणि मग सगळं कसं सुरळीत होईल, अशी जी त्याची अपेक्षा होती, तसं मात्र मी करू शकत नव्हते. मी एखादा प्रश्न नीट ऐकून घेतला, तरी त्यावर माझ्याकडे उपाय असेलच असं नाही.

विष्णू पुढे म्हणाला, ''मॅडम, मला एक सांगा. मी सहृदय, कनवाळू कसं बनू? भक्कम परिवार कसा उभारू? मला सूर्योदयाचा आणि चांदण्याचा आनंद लुटणं कधी जमेल? या सगळ्या गुणांना स्वत:च्या अंगी बाणवायचं जर मी ठरवलं, तर त्यासाठी किती वेळ लागेल? त्यासाठी जो काही खर्च येईल, तो करायला मी तयार आहे; पण फार जास्त महिन्यांचा काळ मात्र लागता कामा नये.''

त्याचा तो दृष्टिकोन ऐकून मला धक्का बसला. ''विष्णू, अरे सहानुभूती, सहवेदना या गोष्टी काही शिकवून येतात का? त्या खरेदीही करता येत नाहीत आणि विकताही येत नाहीत, शिवाय त्याला काही अशी कालमर्यादा वगैरे नसते. या काही गुणांची जोपासना माणसाला आयुष्याच्या सुरुवातीपासूनच करावी लागते. एक लक्षात घे, आयुष्य हा एक प्रवास आहे. या छोट्याशा प्रवासात जर तुला इतरांना सहानुभूती दाखवायचीच असेल, तर ती आता, या क्षणीच दाखव. आपले पूर्वज आपल्याला नेहमी मध्यममार्ग अंगिकारण्याचा सल्ला देत, त्यामागेही एक कारण होतं. कारण हा मार्गच माणसाला स्थिर, आनंदी आणि तृप्त बनवतो. विष्णू तुझ्या मुलीच्या डोळ्यांसमोर तुझाच आदर्श आहे. मुलं डोळ्यांनी जे बघतात, तशीच ती बनतात. तू जे काही वागत आलास, त्याचंच अनुकरण तुझी मुलगी करते आहे.''

त्यावर एक मोठा सुस्कारा टाकून विष्णू म्हणाला, ''होय, मॅडम, तुम्ही काय म्हणताय, ते कळतंय मला. मी आता माझ्या मुलीला घेऊन नियमितपणे गोरगरिबांच्या

कल्याणासाठी काम करीत जाईन, त्यामुळे एक माणूस म्हणून माझ्यात सुधारणा होईल, अशी मी आशा करतो. त्यामुळे मला आत्ता जे निरुपयोगी असल्यासारखं वाटतंय, ती भावना माझ्या मनातून जाईल. आता मला कळतंय, मी तुम्हाला भेटायला का आलो, ते. खरंच, तुमचे आभार कसे मानावे, तेच मला कळत नाहीये.''

विष्णू माझ्या ऑफिसातून बाहेर पडला, तो हृदयात आशा आणि चेहऱ्यावर हसू घेऊनच.

१७

श्राद्ध

माझे वडील, म्हणजे डॉ. आर. एच. कुलकर्णी यांचं बारा वर्षांपूर्वी निधन झालं. ते डॉक्टर होते आणि एका वैद्यकीय महाविद्यालयात स्त्रीरोग व प्रसूतिशास्त्र या विषयाचे प्राध्यापक होते. स्त्रियांनी शिक्षण घेणं अत्यंत महत्त्वाचं आहे, असं त्यांचं ठाम मत होतं, त्यामुळे १९६८ मध्ये त्यांनी मला इंजिनिअरिंग कॉलेजला पाठवलं. त्या काळात सामाजिक दडपणामुळे अनेक मुलींच्या वडिलांनी या गोष्टीची स्वप्नातसुद्धा कल्पना केली नसती; परंतु माझ्या वडिलांचं त्यांच्या मुलींवर आणि मुलावर सारखंच प्रेम होतं आणि आपल्या सर्व अपत्यांसाठी त्यांचे सारखे नियम होते. त्यांनी आपल्या मालमत्तेचीसुद्धा आम्हा भावंडांमध्ये समसमान वाटणी केली.

माझ्या वडिलांचं श्राद्ध आम्ही दर वर्षी करतो. सुरेश हा माझ्या वडिलांचा आवडता पुतण्या असून, दर वर्षी तोच त्यांचं श्राद्ध करत असे. ज्या मंदिरात तो ते श्राद्ध करायचा, त्या मंदिरात मी काही रक्कम ठेव म्हणून ठेवली होती. त्यावरील व्याजामधून त्या श्राद्धाचा खर्च निघत असे. दर वर्षी आम्ही कुटुंबातील सर्व जण त्या श्राद्धासाठी मंदिरात जायचो, सुरेश श्राद्धकर्म करत असताना तिथे बसायचो आणि नंतर प्रसादाचं भोजन एकत्र मिळून करायचो. त्यानंतर संध्याकाळी मी एका अनाथाश्रमात जाऊन फळवाटप करत असे. गेली अकरा वर्षं दर वर्षी न चुकता हे घडत आलं होतं.

या वर्षी श्राद्धाच्या दिवशी तीस ऑक्टोबरला सुरेश कामानिमित्त पॅरिसला गेला होता, त्यामुळे तो श्राद्धकर्म करण्यासाठी उपस्थित राहू शकत नव्हता; पण मी आणि माझे कुटुंबीय मात्र नेहमीसारखे मंदिरात गेलो. मी मंदिराचे व्यवस्थापक येण्याची वाट बघत बाकावर बसून होते.

इतक्यात मला दुरून माझी मैत्रीण मीरा मंदिराच्या दिशेनं येताना दिसली. तिच्या चेहऱ्यावर चिंता स्पष्ट दिसत होती. मी तिला हाक मारून जवळ बोलावून विचारलं, "काय झालं गं?"

ती म्हणाली, "माझा भाऊ मुरली अजून आला नाही. आज माझ्या आईचं श्राद्ध

आहे. मी मुद्दाम या मंदिरात श्राद्ध करायचं ठरवलं, कारण मुरलीच्या नवीन घराच्या हे जवळ आहे, असं तो म्हणाला.''

मी मीराच्या घरच्यांना चांगली ओळखत होते, त्यामुळे तिचं उत्तर ऐकून मला धक्काच बसला. ''पण मुरली दुसरीकडे का राहायला गेला? ''मी विचारलं, ''तुमच्या जुन्या घराचं काय झालं?''

मीराची आई शाळेत शिक्षिका होती. तिनं खूप काटकसर करून, पगारातील पैसे काळजीपूर्वक शिल्लक टाकून आणि निवृत्त झाल्यावर मिळालेले पेन्शनचे पैसे वापरून एक सुंदर घर बांधलं होतं. तिला तिच्या घराविषयी अत्यंत प्रेम होतं. तिनं मुद्दाम घराचं नाव 'सार्थक' असं ठेवलं होतं. काही वर्षांपूर्वी तिचं निधन झालं. मीरा अगदी लहान असतानाच तिचे वडील वारले होते. मीराला आणि तिच्या भावाला तिच्या आईनं एकटीच्या, हिमतीवर लहानाचं मोठं केलं होतं.

खूप उदासवाण्या स्वरात मीरा म्हणाली, ''अगं, माझा भाऊ मुरली कसा होता तुला ठाऊक आहे ना? त्याला वाईट संगत लागली. तो कर्जबाजारी झाला. मग ते कर्ज फेडण्यासाठी त्याला घर विकावं लागलं. आता तो या मंदिराच्या जवळच भाड्याच्या जागेत राहत आहे. मी काल त्याच्या घरी जाऊन त्याच्या अक्षरश: हातापाया पडून आमच्या आईच्या श्राद्धासाठी वेळेत येण्यास सांगून आले आहे. या श्राद्धासाठी येणारा सगळा खर्चसुद्धा मीच करणार आहे.''

मी गप्प बसून इकडेतिकडे पाहू लागले. एक वयस्क स्त्री आमच्या जवळ बसून होती. तीसुद्धा काळजीत पडल्यासारखी दिसत होती. ती सारखी आळीपाळीनं घड्याळ्यांकडे आणि दाराकडे नजर टाकत होती. मी सहजच तिला विचारलं,

''तुम्ही कुणाची वाट पाहाताय का?''

ती म्हणाली, ''हो. मी माझ्या मुलाची वाट पाहतेय. तो एका सॉफ्टवेअर कंपनीत सीनियर मॅनेजर आहे. आज त्याच्या प्रॉजेक्टची रिलीज डेट आहे; पण इथे वेळेत येण्याचं त्यानं कबूल केलं होतं. त्याचा सेल फोन बंद लागतोय. काय झालंय, काही कळत नाहीये. तो जर वेळेत पोहोचला नाही, तर आम्ही माझ्या यजमानांचं श्राद्ध कसं काय करणार? मला फार काळजी लागून राहिली आहे.''

आता माझ्या एक गोष्ट लक्षात आली. त्या बाकावर बसलेल्या आम्ही तिघी जणी आपापल्या प्रिय व्यक्तींचं श्राद्ध करण्यासाठीच तिथे आलो होतो. इतक्यात मंदिराचे व्यवस्थापक तिथे येऊन म्हणाले, ''ज्या व्यक्तींचं श्राद्ध करायचं आहे, त्या व्यक्तीचं नाव सांगा.'' मग आम्ही तिघींनी लगेच नावं सांगितली. त्यानंतर ते अभिमानानं म्हणाले, ''श्राद्ध हा एक अत्यंत पवित्र, महत्त्वपूर्ण धार्मिक संस्कार आहे. तो कुटुंबासाठी अत्यंत महत्त्वाचा असतो. या दिवशी मृतात्मा आणि त्यांचे मृत पूर्वज अशा तीन पिढ्या गोमाता, परमेश्वर आणि सूर्य या स्वरूपात पृथ्वीवर

येतात. आपण तिलांजली देऊन त्यांचं स्मरण करतो. श्राद्ध याचा अर्थ श्रद्धेनं, भक्तीनं केलेली कृती.''

त्यानंतर आमच्याकडे पाहून ते म्हणाले, ''तुमच्या कुटुंबातील पुरुष कुठे आहेत? त्यांना लगेच बोलावून घ्या. त्यांना तयार व्हायला सांगा. मी तिघांसाठी तीन गुरुजींची व्यवस्था करतो.''

त्यानंतर ते जवळच्या टेबलापाशी खुर्चीत बसून पावत्यांचा हिशेब मांडू लागले.

मी म्हणाले, ''सर, आत्ता आमच्या तिघींच्याही घरचं कुणीही पुरुष माणूस इथे उपस्थित नाहीये.''

त्यावर ते म्हणाले, ''ठीक आहे, मग मी मंदिराच्या मुदपाकखान्यातून आमच्या आचाऱ्याच्या मदतनिसाला बोलावून घेतो. तो करेल तुमच्या कुटुंबाच्या वतीनं श्राद्ध.''

मी क्षणभर तिथे स्तब्ध उभी राहिले. त्यानंतर म्हणाले, ''नको, सर. माझ्या वडिलांचं श्राद्ध मी करू शकेन. माझ्या वडिलांना ओळखतसुद्धा नसलेल्या कुण्या परक्या पुरुषानं त्यांचं श्राद्ध करण्याची काहीच गरज नाही.''

व्यवस्थापक हातातलं काम तसंच करत राहिले. माझ्या बोलण्यावर उत्तर देताना माझ्याकडे बघण्याचे कष्टही त्यांनी घेतले नाहीत. ते म्हणाले, ''सॉरी, मॅडम. कोणत्याही स्त्रीला श्राद्ध करण्याचा अधिकार नाही. हा नियम आहे. तुम्हाला ते जर मान्य नसेल, तर इथे नुसतं भोजन करा, प्रार्थना करा आणि घरी जा.''

पण त्याचं ते उत्तर मला पटलं नाही. मी म्हणाले, ''सर, तुमचा हा निर्णय मला मान्य नाही. काहीही झालं, तरी माझ्या वडिलांचं श्राद्ध आहे. एक मुलगी म्हणून आज त्यांच्या स्मरणार्थ ते करण्याचा माझा हक्क आहे. इतकंच नव्हे, तर ते माझं कर्तव्यसुद्धा आहे. स्त्रियांना श्राद्ध करण्याचा अधिकार नसून, ते केवळ पुरुषांनाच करता येतं, असं कोणत्या ग्रंथात लिहिलं आहे?''

आता त्या व्यवस्थापकांनी हातातलं काम थांबवून माझ्याकडे रोखून पाहिलं. त्यांना माझं बोलणं ऐकून चांगलाच धक्का बसला होता. त्यांचा स्वत:च्या कानांवर विश्वास बसत नव्हता. ते म्हणाले, ''तशी परंपरा आहे.''

''सॉरी सर,'' मी म्हणाले, ''परंपरा आणि रूढी किंवा रिवाज या दोन वेगळ्या गोष्टी आहेत. परंपरेनं मूल्यतत्त्वं, आदर्श हे एका पिढीकडून दुसऱ्या पिढीकडे पोहोचवले जातात; परंतु विधी हे आपण सरावानं सवयीनं करत असतो. उदाहरणार्थ श्राद्ध करणं, ही आपली परंपरा आहे; परंतु श्राद्धविधी सर्वसाधारणपणे पुरुषांनी करायचा, ही प्रथा किंवा तसा रिवाज आहे. आपण परंपरा कधी मोडत नाही; परंतु रूढी, रिवाज, रीत या गोष्टी परिस्थितीनुसार, काळानुरूप बदलू शकतात. रूढी या नेहमीच भौगोलिक, आर्थिक आणि सामाजिक परिस्थितीशी निगडित असतात.''

मी असा वाद घालायला सुरुवात केली, ही गोष्ट त्या व्यवस्थापकांना विशेष रुचली नसावी. ते म्हणाले, ''हे पाहा, मॅडम, आम्ही आजवर इथे कोणत्याही स्त्रीला श्राद्ध करण्याचा अधिकार दिलेला नाही आणि आजपर्यंत कोणत्याही स्त्रीनं आमच्या विधींना कधीच हरकत घेतलेली नाही.''

मी म्हणाले, ''आजवर कधी ते जरी घडलेलं नसलं, तरी ते तुम्ही आज सुरू करू शकता. प्रत्येक प्रवासाची सुरुवात करण्यासाठी पहिलं पाऊल उचलावंच लागतं. मला वाटतं कोणत्याही धार्मिक विधीच्या मागचा कार्यकारणभाव समजून घेण्याशिवाय ते विधी करण्यात काहीच अर्थ नाही. माझे वडील मला एक कथा सांगत. एक माणूस रोज पूजेला बसला, की एक मांजर तिथे येऊन त्याला त्रास देई. मग त्यानं आपल्या मुलाला सांगितलं, ''मी पूजेला बसायच्या वेळी त्या मांजराला बांधून ठेवून त्याला दूध देत जा.'' काही वर्षांनी तो माणूसही मरण पावला आणि ते मांजरही. त्यानंतर त्या मुलावर जेव्हा पूजा करायची वेळ आली, तेव्हा त्यानं शेजाऱ्यांचं मांजर आणून त्याला बांधून ठेवलं आणि त्याला दूध देऊन मगच तो पूजेला बसला. असं तो रोजच करी. आपल्या वडिलांनी आपल्याला असं का करायला सांगितलं होतं, हे त्याला कधीच कळलं नाही. आज तुम्हीपण तेच करताय.''

एव्हाना आमच्याभोवती घोळका जमा झाला होता. आमचा वाद लोक लक्षपूर्वक ऐकत होते. व्यवस्थापक म्हणाले, ''पण मॅडम, एखादी स्त्री श्राद्ध कशी काय करू शकणार?''

''का नाही करू शकणार?'' मी म्हणाले, ''मी तुमच्या मंदिराच्या नावे चेक लिहिला, तो तुम्ही घेतलात. तो चेक पुरुषानं लिहिला आहे की स्त्रीनं, हे तुम्ही पाहिलंसुद्धा नाहीत. पूर्वीच्या काळी एकत्र कुटुंब पद्धती होती. अनेक माणसं एका छत्राखाली राहायची. श्रमविभागणी असे. त्यामुळेच पुरुष बाहेरची कामं करत आणि स्त्रिया घरातली; पण आज स्त्रिया बाहेरच्या जगात सर्व क्षेत्रांमध्ये तेवढ्याच उत्कृष्ट दर्जाचं काम करत आहेत. स्त्री-पुरुषांमध्ये आता काहीही फरक उरलेला नाही; पण आज जर तुम्ही इथे मला श्राद्ध करू दिलं नाहीत, तर तुम्हीच असं सिद्ध करत आहात, की कोणतीही मुलगी आपल्या वडिलांचं श्राद्ध करू शकत नाही. कोणतीही स्त्री आपल्या पतीचं श्राद्ध करू शकत नाही. हा अन्याय आहे. आज काहीही झालं तरी मी स्वतः इथे श्राद्ध करणारच आहे.''

माझा तो हट्टीपणा पाहून त्या व्यवस्थापकांना गंमत वाटली. ते म्हणाले, ''ठीक आहे. मग तसं असेल, तर आमच्या इथले एकही गुरुजी या कामात तुमची मदत करणार नाहीत.''

त्याचं हे बोलणं ऐकून आमच्या भोवती जमा झालेल्या लोकांमध्ये शांतता

पसरली. कुणीच कुणाची बाजू घेईना. त्या जमलेल्या लोकांमध्ये पौरोहित्य करणारे काही तरुणसुद्धा होते. त्यांच्याकडे बघत मी म्हणाले, ''तुमच्या पैकी कुणी मला मदत करेल का?''

त्यांच्यापैकी काही तरुण नुसते हसले, पण आपण होऊन पुढे कुणी आलं नाही. इतक्यात एक म्हातारे गुरुजी पुढे होऊन म्हणाले, ''मी तुमच्या वडिलांचं श्राद्ध करायला तुम्हाला मदत करीन.''

हे गुरुजी त्या मंदिरातले सर्वांत ज्येष्ठ पुरोहित होते, याची मला कल्पना होती. ते हलकेच पुढे म्हणाले, ''आपल्या वडिलांचं श्राद्ध करत असताना एकीकडे मोबाइल वर बोलणारे मुलगे मी पाहिले आहेत. त्यांचं लक्ष त्या विधीकडे कधीच नसतं. मी तर श्राद्ध चालू असताना मध्येच उठून बाहेर जाऊन सिगरेट ओढून येणारी माणसंसुद्धा पाहिली आहेत. 'आम्ही भरपूर दक्षिणा देऊ, पण झटपट पाच मिनिटांत श्राद्ध उरका,' असं सांगणारी माणसंसुद्धा भेटतात. अतिशय प्रेमानं आणि श्रद्धेनं गेलेल्या माणसाचं स्मरण करून श्राद्ध करणारेही भेटतात; पण कधीकधी ज्या पुरुषांना श्राद्ध करण्यात रस नसतो, त्यांच्यापेक्षा ज्या स्त्रिया मनापासून तळमळीनं विनंती करत आहेत. त्यांनाच श्राद्ध करू द्यायला हवं, असं मला वाटतं. आपल्या परंपरेनुसार आपण असं मानतो, की आपले मृत पूर्वज पृथ्वीवर येतात. मग त्यांना आपण रिक्त हस्ते परत पाठवणं बरोबर नाही.''

त्यांचं बोलणं ऐकून मी सुटकेच निःश्वास टाकून मागे वळले. मीरा आणि त्या दुसऱ्या वयस्कर बाईंनाही काहीतरी सांगायचं आहे, हे माझ्या लक्षात आलं. मीरा म्हणाली, ''मला सुद्धा माझ्या आईचं श्राद्ध करायचं आहे.''

त्या वयस्कर बाई म्हणाल्या,'' मला आत्ताच माझ्या मुलाचा फोन आला होता. तो ट्रॅफिक जॅममध्ये अडकला आहे; पण असू दे. माझ्या यजमानांचं श्राद्ध आता मीच करीन.''

मग त्या गुरुजींनी आम्हा तिघींच्या हातात दर्भ, तीळ आणि पाणी दिलं आणि म्हणाले, ''चला, आपण सुरू करू या.''

माझ्या वडिलांना ते श्राद्ध खूप आवडलं असणार, अशी मला खात्री आहे. माझे वडील, आजोबा आणि पणजोबा माझ्याकडे पाहून अभिमानानं हसत आहेत, असं मला हृदयामध्ये जाणवलं.

श्राद्धकर्म संपल्यावर मी स्वतःशी म्हणाले, ''आता आपलंही वय वाढत चाललं आहे, तेव्हा आपण आजकाल पुरुषांचं वर्चस्व सहजपणे मान्य करू लागलो आहोत की काय, असं आपल्याला मधूनच वाटू लागलं आहे; पण ते काही खरं नाही. १९७४ मध्ये जे. आर. डी. टाटांना पत्र लिहिलं होतं, ते काही उगीच नाही!''

/

१८

आळशी पोर्टाडो

पोर्टाडो हा तरुण, हुशार, देखणा आणि मोठा गोड मुलगा होता. तो गोव्याचा होता. आम्ही हुबळीच्या बी.व्ही.व्ही कॉलेज ऑफ इंजिनिअरिंगमध्ये एकाच वर्गात होतो. आमच्या संपूर्ण कोर्समध्ये प्रत्येक वर्षी तो माझ्याच वर्गात होता आणि माझा लॅब पार्टनरसुद्धा होता, त्यामुळे माझ्या तो अगदी चांगल्या ओळखीचा होता.

पोर्टाडोच्या सवयी फार विचित्र होत्या. तो बुद्धिमान असला, तरीही अत्यंत आळशी होता. रोज सकाळी आठला आमचे थियरीचे तास सुरू व्हायचे ते दुपारी बारापर्यंत असत. त्यांनतर दोन ते पाच लॅब असायची; पण पोर्टाडो आठ वाजता पहिल्या तासाला कधीच हजर राहिला नाही. कधीतरी क्वचित तो दुसऱ्या नाहीतर तिसऱ्या तासाला उगवायचा. बरेच वेळा तो एकदम शेवटच्या तासालाच यायचा; परंतु लॅबला मात्र तो नु चुकता हजर असे.

त्या काळी कॉलेजमध्ये प्रत्येक तासाला सगळ्यांनी हजर राहिलंच पाहिजे, अशी काही सक्ती नसायची. आमचे शिक्षकही अत्यंत कनवाळू होते. पोर्टाडोनं सर्व तासांना वेळेत हजर राहावं, असं ते त्याला अनेकदा सुचवत; पण तो ते मनावर घेत नसे. शिवाय त्या काळी इंटर्नल ॲसेसमेंट हा प्रकार नसल्यानं शिक्षक त्याला कोणत्याही प्रकारचा धाकसुद्धा लावू शकत नसत.

एक दिवस मी पोर्टाडोला म्हणाले, ‘‘तू नेहमी उशिरा कसा काय येतोस? तू घरी काय करत असतोस?’’

त्यावर तो मोठ्यांदा हसून म्हणाला, ‘‘मला तर करायला खूप गोष्टी असतात. मी संध्याकाळी इतका बिझी असतो, की सकाळी, नऊच्या आत मी कधीच उठत नाही.’’

‘‘एवढ्या कसल्या कामात बिझी असतोस तू?’’ मी निरागसपणे त्याला विचारलं.

‘‘रात्री मी माझ्या मित्रांना भेटतो. आम्ही खूप उशिरापर्यंत गप्पागोष्टी करतो. त्यानंतर जेवतो, एक सांगू का? मैत्री दृढ करायची असेल, तर त्यासाठी वेळ द्यावा

लागतो; पण तुम्हाला कुणाला नाही ते कळणार. तुम्ही सगळे नुसते घासू आहेत. तुम्ही कॉलेजमध्ये नुसता अभ्यास करण्यासाठी येता.''

''पोर्टाडो, तू एक विद्यार्थीच आहेस ना. मग तूसुद्धा अभ्यास करायला पाहिजेस. ज्ञान संपादन करावं, वेगवेगळी कौशल्यं आत्मसात करावी, भरपूर मेहनत करावी. या सर्व गोष्टी तुला महत्त्वाच्या नाही का वाटत?'' मी म्हणाले.

''ओ, प्लीज. तुझं बोलणं ऐकून मला माझ्या आईचीच आठवण येऊ लागली. मला प्रवचन देऊ नकोस हं. आयुष्य केवढं मोठं आहे. भरपूर वेळ आहे आपल्यापाशी. कोणतीही गोष्ट कधी घाईगडबडीनं शिकू नये आणि वेळाच्या बाबतीतही इतका कंजूषपणा करू नये.''

नंतर माझ्या लक्षात आलं. त्याच्याकडे घड्याळच नव्हतं. कारण उघड होतं. त्याला घड्याळाची कधी गरजच पडली नव्हती.

पोर्टाडो पुढे म्हणाला, ''आयुष्यात आपल्याला सर्वांत जास्त गरज असते, ती कनेक्शन्सची आणि नेटवर्किंगची. त्यासाठीच ओळखी वाढवणं, विविध लोकांशी संबंध प्रस्थापित करणं गरजेचं असतं, त्यामुळे आयुष्यात तुम्हाला यश मिळू शकतं; पण अशा ओळखी काही एका दिवसात होत नाहीत. त्यासाठी वेळ द्यावा लागतो. पैसा खर्च करावा लागतो. कुणी सांगावं? कदाचित आज ज्या लोकांशी माझे खूप जवळचे संबंध आहेत, अशातलंच कुणीतरी पुढे खूप मोठं होईल, मग त्या ओळखीचा मला फायदा होईल.''

त्या वेळी मी एक तरुण मुलगी होते. मध्यमवर्गीय घरातून आलेली. त्यात आमच्या घरात शिक्षणाचं वातावरण. माझा मेहनत करण्यावर विश्वास होता. या नेटवर्किंग, प्रकरणाची कशी काय मदत होऊ शकते, ते काही मला कळलं नाही.

आम्ही कॉलेजात असताना हा पोर्टाडो त्याच्या लहानपणच्या अनेक गोष्टी खूप अभिमानानं आम्हाला सांगायचा. ''मी जेव्हा लहान होतो ना, तेव्हा बराच काळ मी मुंबई, दिल्ली, कलकत्ता अशा मोठ्या शहरांत घालवला आहे. कलकत्त्यामध्ये इतके क्लब्ज आहेत. एखाद्या क्लबचा मेंबर असणं, हे फार मानाचं असतं. मी जेव्हा नोकरीला लागेन, तेव्हा शहरातल्या उत्तमोत्तम क्लब्जचा मेंबर होणार आहे.'' पोर्टाडोला अनेकदा असं वाटायचं, की हुबळी फारच लहान आणि कंटाळवाणं गाव आहे. त्यामुळे तो नियमितपणे बेळगावला त्याच्या दोस्तांना भेटायला आणि 'नेटवर्किंग' करायला जायचा.

परीक्षेच्या काळात पोर्टाडो अक्षरश: ढोरमेहनत करायचा. अनेकदा मी परिश्रमपूर्वक काढलेली ड्रॉइंग्ज तो घेऊन जायचा आणि ती ट्रेस करून स्वत:ची ड्रॉइंग्ज बनवायचा. इंजिनिअरिंगमधल्या प्रश्नांची उत्तरं त्यानं स्वत:ची स्वत: कधीच शोधून काढण्याचे कष्ट घेतले नाहीत; पण त्यानं ट्रेस करून काढलेली ड्रॉइंग्ज

इतरांपेक्षा कितीतरी सुबक, नीटनेटकी असत. कागदावर सुरकुत्या नसत, की खाडाखोड नसे. पेन्सिलीच्या खुणा नसत. त्याला त्या ड्रॉइंग्जमध्ये माझ्यापेक्षा नेहमी जास्त गुण मिळत. तो जुन्या प्रश्नपत्रिका जमा करून त्यातून आधी येऊन गेलेले प्रश्न बाजूला करून अनुमान धक्क्यानं स्वत:ची प्रश्नपत्रिका बनवायचा आणि तेवढ्याच प्रश्नांची तयारी करून परीक्षेला बसायचा. तो अभ्यासासाठी पाठ्यपुस्तकांऐवजी गाईड्सचा वापर करायचा, इतकं सगळं करून तो नेहमी सेकंड क्लास मिळवायचा.

एकदा मात्र एका परीक्षकांनी त्याला परीक्षेत पकडलं होतं. ते ड्रॉइंग एका रस्त्याचं होतं. धारवाड नजीकच्या एका रस्त्याचा सर्व्हे होता. ड्रॉइंगवर एका जागी बोट ठेवून जेव्हा परीक्षकांनी त्याला विचारलं, "हे काय आहे?" तेव्हा त्यानं छातीठोकपणे ते एक झाड असल्याचं त्यांना सांगितलं. दुर्दैवानं ते परीक्षक नेमके त्याच भागातले होते. त्यांनी परत एकदा पोर्टाडोला तोच प्रश्न विचारल्यावर तो गंभीर चेहऱ्यानं म्हणाला, "सर, हा सर्व्हे मी स्वत: केलेला आहे. मी त्या झाडाखाली बसून डबादेखील खाल्ला आणि मगच पुढचं काम केलं."

त्यावर परीक्षक शांतपणे म्हणाले, "तुझ्या वर्गातील इतर कुणाच्याच ड्रॉइंगमध्ये मला ते झाड दिसत नाहीये, कारण ती त्यांनी स्वत: काढलेली आहेत; पण तू ड्रॉइंग ग्लास ट्रेस करत असताना एक डास त्याखाली चिरडला आहे आणि तू आता खुशाल थापा मारतो आहेस."

त्यामुळे त्या वर्षी पोर्टाडो परीक्षेत कसाबसा पास झाला; पण त्यामुळे त्याला काहीही फरक पडला नाही. तो म्हणायचा, "मला परीक्षेची किंवा मार्कांची काहीही भीती वाटत नाही. आज जे घासून घासून परीक्षेला जातात, ते सगळे उद्या मिडल लेव्हल मॅनेजमेंटमध्ये जाऊन बसणार आहेत आणि उत्तम नेटवर्किंग करणारा माणूस त्यांचा बॉस होणार आहे."

त्याची ही वागण्याची पद्धत आणि त्याच्या बेशिस्त सवयींचा परिणाम म्हणून त्याची कॉलेजच्या हॉस्टेलमधून हकालपट्टी झाली. मग कॉलेजच्या जवळच एक घर भाड्यानं घेऊन त्यात तो एखाद्या राजासारखा राहू लागला.

एकदा आमच्या वर्गाची बेळगावला सहल ठरली. पोर्टाडोला बेळगावची चांगली माहिती असल्यामुळे सहलीचा बेत पक्का करण्याआधी आम्ही त्याचा सल्ला घेण्याचं ठरवलं. आम्ही सगळे पिकनिक कमिटीचे मेंबर्स एका रविवारी सकाळी अकराच्या सुमाराला त्याच्या घरी गेलो. निदान आता तरी पोर्टाडो नक्की उठलेला असेल, अशी आमची समजूत होती; पण तो अजूनसुद्धा अंथरुणातच होता. त्यानं दार उघडलं. आम्हाला दारात उभं असलेलं पाहून तो झोपाळलेल्या आवाजात म्हणाला, "तुम्ही सगळे इतक्या लवकर का आला आहात? आज

रविवार आहे ना?'' त्याच्या चेहऱ्यावर वैताग स्पष्ट दिसत होता. मग तोच पुढे म्हणाला, ''ठीक आहे. मी उठलोय आता. या आत.''

आम्ही आत शिरलो, पण बसायला कुठे जागाच नव्हती. खोलीत सर्वत्र त्याचे कपडे विखुरलेले होते. जमिनीवर वर्तमानपत्रं पडली होती. स्वयंपाकघरातील सिंकमध्ये खरकट्या भांड्यांचा ढीग साचला होता. त्याचा शिळकट वास सर्वत्र पसरला होता. माशांचे काटे सगळीकडे पडले होते. घरात एक मांजर व एक कुत्रा होता. पोर्टाडोकडचं शिळं खाऊन, ती दोघंही चांगली गुबगुबीत झालेली होती. खिडक्या अजूनही बंदच होत्या आणि पलंगावरची चादर तर बहुधा वर्षभरात बदललेली नसावी, इतकी ओखट दिसत होती. त्या वातावरणावरून त्या घरातली बाथरूम कशी असेल, याचा अंदाज न केलेलाच बरा; पण त्या परिस्थितीत पोर्टाडो मात्र शांतचित्तानं बसला होता. त्याला जरासुद्धा खंत वाटलेली दिसली नाही. तो म्हणाला, ''जागा करून घ्या आणि बसा.'' त्यावर काही लोकांनी खुर्च्यांवर पडलेली पोर्टाडोची अंतर्वस्त्रं उचलून बाजूला टाकली आणि स्वत: ला बसण्यापुरती जागा करून घेतली; पण मी एक मुलगी. मी तर काही तसं करू शकत नव्हते. मग मी आपली उभीच राहिले. त्यावर पोर्टाडोनं आत जाऊन माझ्यासाठी एक स्टूल आणलं. ते इतकं चिकट होतं, की त्यावर बसायला माझं मन धजेना. मी म्हणाले, ''असू दे. मी उभीच राहते.'' पोर्टाडोनं आम्हाला 'चहा घेणार का?, असंही विचारलं; पण आमच्यापैकी कुणाचीच त्याच्याकडे चहा घेण्याची हिंमत नव्हती.

मग मी त्याला सहलीची आखणी करण्याबद्दल विचारताच तो म्हणाला, ''आपण दुपारी बाराच्या सुमारास निघू. माझ्या मित्राचंच लॉज आहे. तिथे मी तुम्हाला घेऊन जाईन. दुसऱ्या दिवशी आपण अंबोलीचा धबधबा बघायला जाऊ. त्यानंतर आपण गोव्यालासुद्धा जाऊ.'' अशा तऱ्हेनं पोर्टाडोनं दहा दिवसांचा बेत आखला; पण आमच्यातील बहुतांशी लोकांना दहा दिवसांच्या सहलीचा, हॉटेलात उरण्याचा खर्च परवडतच नव्हता, शिवाय इतके दिवस कॉलेज तरी कसं काय बुडवणार? मग सगळा बेतच रद्द झाला. आम्ही पोर्टाडोचे आभार मानून परत आलो. मी मागे वळून खिडकीतून पाहिलं, तर दार बंद करून तो परत गाढ झोपी गेला होता.

काही दिवसांत कॉलेजचं शेवटचं वर्ष उजाडलं. आम्ही सर्व जण उत्तम रीतीनं फायनल परीक्षेत पास होऊन आपापल्या मार्गाला लागलो. आमच्यातल्या काही लोकांना निरोप घेताना खूप वाईट वाटत होतं. इतक्या दिवसांचा सहवास. आमचं एक मोठं कुटुंबच बनलं होतं. अखेर चार वर्षं आम्ही एकत्र काढली होती. आम्ही आता इथून पुढे नक्की कुठे जाऊ, काय करू, हे काहीच निश्चित नव्हतं; पण कदाचित पुढील आयुष्यात आपली यापैकी काहींशी भेटही होणार नाही, ही जाणीव

प्रत्येकाच्याच मनात होती. पोर्टाडोनं आमचा सर्वांचा निरोप घेतला. तो म्हणाला,

"कधी गोव्याला आलात, तर माझ्या घरी नक्की या." त्यानंतर अनेक वर्षं पोर्टाडोशी भेट झालीच नाही.

कित्येक वर्षं काय, काही दशकं लोटली मी एकदा व्याख्यानासाठी दुबईला गेले होते. व्याख्यान संपल्यावर अनेक माणसं मला भेटायला आली; पण एक माणूस मात्र ताटकळत जरा लांब उभा होता. सर्व जण निघून जाईपर्यंत तो एकटा थांबला होता.

मग मीच म्हणाले, "सर, तुम्ही मला भेटायला थांबला आहात का? माझ्याकडे काही काम आहे का?"

तो चिरकलेल्या आवाजात म्हणाला, "हो, मी बराच वेळ वाट बघत थांबलोय."

"अरे? सॉरी हं. तुम्ही ताटकळत थांबला आहात, हे लक्षातच नाही आलं माझ्या. तुमचं काही काम आहे का माझ्याकडे?" मी म्हणाले.

"हो. मला एवढंच सांगायचं होतं, की त्या वेळी तुम्ही जे काही म्हणालात, तेच बरोबर होतं. मी जे म्हणायचो, ते चुकीचं होतं." तो म्हणाला.

मी चांगलीच बुचकळ्यात पडले. 'त्याच्या म्हणण्याचा काय अर्थ असेल? मी तर त्याला याआधी कधीच भेटले नव्हते. मी दुबईला फारशी कधीच येत नसे. आमचं इथे ऑफिसही नव्हतं.' माझ्या मनात आलं.

"सर, तुमचं नाव काय म्हणालात? मला नीट कळलं नाही," मी म्हणाले.

त्यावर तो हसला, पण त्याचा चेहरा खिन्न दिसत होता. तो म्हणाला, "मी पोर्टाडो. तुमचा क्लासमेट."

ते ऐकून मला खूप आनंद झाला. मी त्याचा हात हातात घेऊन म्हणाले," अरे पोर्टाडो! आज पस्तीस वर्षांनंतर भेटतोय आपण. किती वर्षं झाली ना? म्हणूनच मी ओळखलं नाही तुला. आपण दोघंही किती बदललोय; पण तुला भेटून खूप छान वाटलं. तू इथेच आहेस ना? मग रात्री आपण जेवायला जाऊ कुठेतरी. जुन्या कितीतरी गप्पा साचल्या आहेत. आठवणींना उजाळा द्यायचाय."

त्यावर पोर्टाडो उदासपणे म्हणाला, "सॉरी, पण मला वेळ नाहीये. माझी रात्रपाळी असते; पण आपण कुठेतरी बसून आत्ता चहा घेऊ यात."

मग आम्ही त्याच हॉटेलच्या रेस्टॉरंटमध्ये गेलो. मी त्याच्यासाठी चहा आणि माझ्यासाठी ज्यूस मागवला. मला खूप काही बोलायचं होतं. मी खूप उत्साहानं बोलायला सुरुवात केली. मी त्याच्यावर प्रश्नांचा भडिमारच सुरू केला. "पोर्टाडो, तू आता कुठे काम करतोस? आणि दुबईत किती दिवसांपासून आहेस? तुझं लग्न झालंय की नाही? आणि मुलंबाळं? आणि हो, तुझं नेटवर्किंग काय म्हणतंय? त्या वेळचे ते तुझे सगळे मित्र? तू कधी भारतात येतोस की नाही?"

पोर्टाडोनं मला थांबवलं. तो म्हणाला, ''तू कॉम्प्युटरर्सच्या संदर्भातलंच काम करतेस, हे मला ठाऊक आहे; पण मी मात्र आता त्या क्षेत्रात नाहीये. तू इतकी झपाट्यानं पुढे निघाली आहेस, कॉम्प्युटरसारखी; पण मी आता बांधकामाच्या क्षेत्रात आहे, त्यामुळे मी जरा हळूहळू तुझ्या प्रश्नांना उत्तरं देतो, तेव्हा जरा धीरानं घे. मी गेली पाच वर्षं दुबईत आहे. त्याआधी मी भारतात होतो. खूप छोट्या छोट्या गावी नोकरीच्या निमित्तानं फिरलो. वेगवेगळ्या कंपन्यांमधून नोकऱ्या केल्या. माझं लग्न झालंय. मला दोन मुली आहेत.''

मी त्याला मध्येच थांबवून म्हणाले, ''मग आज त्यांना इथे का नाही घेऊन आलास? मला आवडलं असतं त्यांना भेटायला.''

त्यावर तो विषादानं म्हणाला, ''त्यांना नाही आणू शकलो, कारण त्याच्यातलं कुणीच इथे नाही. मी लोअर लेव्हल मॅनेजमेंटमध्ये आहे, त्यामुळे मला माझ्या घरच्यांना इकडे आणता येत नाही. माझ्या दोघी मुली भारतात शिकत आहेत. त्या इंजिनिअरिंगला आहेत. त्यांना इकडे शिकायला घेऊन येणं मला परवडण्यासारखं नाही.''

त्यावर काय बोलावं, ते मला सुचेना. पोर्टाडोची ही अशी अवस्था होईल, याची मी कधी कल्पनाही केली नव्हती.

आता बोलण्याची वेळ त्याची होती. तो म्हणाला, ''तुला आठवतं? आपण जेव्हा कॉलेजात होतो, तेव्हा मी तुमची सगळ्यांची चेष्टा करायचो. मी तेव्हा सगळा वेळ नेटवर्किंगमध्ये घालवला. इंजिनिअर झाल्यावर मला चांगली नोकरी नाही मिळाली. त्याचं कारण उघडच होतं. माझ्याजवळ पुरेसं ज्ञानही नव्हतं, आणि मला कष्टाची सवयसुद्धा नव्हती. यश मिळवण्यासाठी जे दोन गुण अत्यावश्यक असतात, त्याच या दोन्ही गुणांकडे मी त्या काळी तुच्छतेनं बघायचो. मला एखाद्या बड्या कंपनीत एकदम वरच्या पदाला पोहोचायचं होतं; पण असं कुणी एकदम उडून वरच्या पदाला जाऊन पोहोचू शकतं का? आपल्याला कंपनीत कुठलं पद पाहिजे, हे जरी मला अगदी निश्चित माहीत असलं, तरी त्या पदाला जाऊन कसं पोहोचायचं, ते कुठे माहीत होतं? मला वाटायचं, आपण ही नोकरी सोडून दुसरी धरू. त्यानं काहीतरी मदत होईल; पण तसं काहीच झालं नाही. उलट तशी धरसोड केल्यानं जॉब मार्केटमध्ये माझी पत घसरली. माझ्या नेटवर्कमधल्या कुठल्याच मित्रांनी त्या वेळी मला मदत केली नाही. उलट त्यांनी मला दूर लोटलं. मी त्यांना एखाद्या बांडगुळाप्रमाणे चिकटायला जातो की काय, अशी त्यांना मनातून भीती वाटली असेल. त्यांच्यातले काही तर माझ्याप्रमाणेच नोकरीच्या शोधात होते. मला नेहमी वाटायचं, कुणीतरी मला मदतीला पुढे येईल आणि माझं भलं होईल. आपण स्वत:च स्वत:ची मदत करावी, असं कधी माझ्या मनातच नाही आलं. आता माझं

वय झालंय. मी नव्या गोष्टी शिकून घेण्याचा प्रयत्न करतोय. जो वेळ फुकट गेला, तो आत्ता भरून काढायची धडपड करतोय, पण ते काही इतकं सोपं नाहीये. आजकालच्या कॉलेजमधल्या तरुण मुलांना केवढं ज्ञान असतं, शिवाय ती चपळसुद्धा असतात, शिवाय काळ त्यांच्या बाजूनं असतो, मी माझ्या मुलींना सांगून ठेवलंय. ''तुम्ही अभ्यास करा, नवनवीन कौशल्यं आत्मसात करा, ज्ञान संपादन करा आणि भरपूर परिश्रम करा.''

पोर्टाडो क्षणभर थांबून पुढे म्हणाला, 'हे मला कुणी सांगितलं होतं, आठवतंय का तुला? ती तूच होतीस.'

मग तो स्वत:च्या घड्याळात बघत म्हणाला, ''माझी जायची वेळ झाली. मला निघालं पाहिजे.'' मग मी त्याला शुभेच्छा दिल्या.

तो मोठमोठ्या ढांगा टाकत लांब गेला. मग परत येऊन म्हणाला, ''त्या दिवशी मी तुला आणि तुम्हा सर्वांना घासू म्हणालो; पण आज मी म्हणेन, खरे स्मार्ट तर तुम्हीच आहात.'' मग तो निघून गेला.

/

१९

अंकल सॅम

आमचं गाव मुख्य शहरापासून तीस किलोमीटर लांब होतं, त्यामुळे केशवसारखे अनेक लोक रोज नोकरीसाठी शहरात जात आणि रात्री मुक्कामाला परत घरी येत. ते स्वस्त पडायचं. केशव हा आमचा शेजारी. तो शहरात एका खासगी कंपनीत नोकरी करायचा.

केशवला दोन मुलगे होते. त्यातल्या एकानं न्यूयॉर्कला जाऊन नोकरी धरली. दुसरा इथेच शहरात कॉलेजात लेक्चरर झाला. आपल्या अमेरिकेतील मुलाचं केशवला भारी कौतुक होतं. साठ आणि सत्तरच्या दशकांत अमेरिकेला जाणं, म्हणजे लोकांना काहीतरी मोठाच पराक्रम गाजवल्यासारखं वाटे. भारतात राहून लोकांना फार मोठं नेत्रदीपक यश संपादन करण्याची संधी मिळणं दुरापास्त होतं. ज्या काही नोकऱ्या उपलब्ध असायच्या, त्या सरकारी नाही, तर मग प्रायव्हेट सेक्टरमधल्या कंपन्यांमध्ये. आपल्या देशात स्वत:चा व्यवसाय करण्यास उत्सुक असलेल्या उद्योजकांना सरकारकडून फारसं प्रोत्साहन मिळत नसे. डिव्हिडंडवर अठ्ठ्याण्णव टक्के टॅक्स आकारला जायचा. 'इंपोर्टेड' गोष्टी प्रमाणाबाहेर महाग असत. अजूनसुद्धा मला स्पष्ट आठवतं, माझ्या वडिलांनी जेव्हा फियाट कार बुक केली– त्या काळी कार मिळण्यासाठी लोकांना बुक केल्यानंतर सतरा वर्षं प्रतीक्षा करावी लागत असे. घरी टेलिफोन असणं, हे श्रीमंतीचं लक्षण होतं. सरकारी नियम इतके कडक होते, की श्रीमंतांनादेखील परदेश प्रवास करणं जवळजवळ अशक्यच होतं. मग जनसामान्यांची तर बातच सोडा. त्या काळी कुणी परदेश प्रवासाला निघालं, मग ते अगदी बँकॉक, थायलंड, सिंगापूर अशा जवळच्या ठिकाणी जरी असलं, तरीसुद्धा वृत्तपत्रात एका खास विभागात त्या व्यक्तीला निरोप देण्यासाठी खास बातमी छापण्यात येत आहे. त्यामुळे त्या व्यक्तीच्या नातेवाइकांना आणि स्नेहीमंडळींना ते कळायचं. ती व्यक्ती परत झाल्यावर यशस्वी परदेश दौरा करून आल्याबद्दल त्या व्यक्तीचा फोटो वृत्तपत्रात छापून यायचा.

देशातील आर्थिक परिस्थिती ही अशी असताना केशवचा मुलगा शिष्यवृत्ती

मिळवून अमेरिकेला शिकायला गेला व नंतर तिथेच स्थायिक झाला. स्टुडंट व्हिसा घेऊन जे लोक परदेशी शिकण्यासाठी जात, ते नंतर तिथेच नोकरी शोधून स्थायिक होत. अगदी एखादा टक्काच विद्यार्थी भारतात परत येत. महेशही याला अपवाद नव्हता. बहुधा तो आमच्या खेड्यातून परदेशी जाणारा पहिलाच मुलगा होता. केशव अत्यंत अभिमानानं त्याच्याविषयी नेहमी बोलायचा. तो त्याचा उल्लेख 'महेश' असा न करता 'माझा न्यूयॉर्कमधला मुलगा' असंच करायचा. कधीही कुणी त्यांच्या घरी गेलं, की त्यांना त्या घरी सर्वत्र अमेरिकेतले रंगीत फोटो दिसायचे. त्या काळी 'कलर फोटो' म्हणजे नवलविशेष वाटायचं. त्या फोटोंमध्ये महेश आणि त्याची पत्नी त्यांच्या कारसमोर उभे आहेत किंवा नायगारा धबधब्याजवळ उभे आहेत, न्यूयॉर्कच्या स्वातंत्र्य देवतेच्या पुतळ्यापाशी गेले आहेत, त्यांच्या अंगात भले मोठे गरम कोट आहेत, सभोवताली बर्फ पडलेलं आहे, अशी दृश्यं दिसायची.

महेश जेव्हा भारतात यायचा, तेव्हा तो बरोबर दोन भल्या मोठ्या सूटकेसेस घेऊन यायचा. त्यात इथल्या नातेवाइकांसाठी नानाविध प्रकारच्या भेटवस्तू असायच्या. परफ्यूम्स, सिगारेट लायटर्स, नायलॉनच्या साड्या, सूटचं कापड, प्लॅस्टिकच्या लंच बॉक्स आणि अशा बऱ्याच गोष्टी. मग त्या सर्व गोष्टींचं प्रदर्शन त्याच्या वडिलांच्या घरच्या पुढच्या खोलीत मांडण्यात यायचं. गावातील लोकांची त्याला भेटायला रीघ लागायची. अमेरिकेतील जीवनाबद्दल ते त्याला असंख्य प्रश्न विचारायचे. तो तिथल्या जीवनाचं असं काही रसभरीत वर्णन करायचा, की जणू काही ते परिकथेतलंच जीवन असावं. ''मी न्यूयॉर्कजवळच्या एका लहानशा गावात राहतो. तिकडचे रस्ते इतके स्वच्छ आणि सुंदर असतात, धुळीचा कणही तिथे सापडणार नाही. आम्ही आमच्या घराला कुलूपच नाही घालत, कारण घरी येऊन कुणीही कुणाचंही सामान चोरत नाही. तिथे जर डिपार्टमेंटल स्टोअरमध्ये गेलं, तर संत्री, मोसंबी, द्राक्षं अशा सगळ्या फळांचे रस मिळतात. ते मोठाल्या काचेच्या बरण्यांमधून घरी घेऊन यायचे आणि त्या बरण्या आम्हाला परतसुद्धा करायला लागत नाहीत. आपण बिल द्यायला काउंटरपाशी गेलो, की विकत घेतलेल्या सगळ्या गोष्टी आपल्याला प्लॅस्टिकच्या पिशवीतून देण्यात येतात आणि त्या पिशवीला पैसेसुद्धा पडत नाहीत. एका छपराखाली आपल्याला जे काही पाहिजे असेल, ते मिळतं. भारतातल्यासारखं नाही आणि बरं का! तिकडच्या ग्रोसरी स्टोअरमध्ये इतके विविध प्रकारचे खाद्यपदार्थ मिळतात, की त्याची आपल्याला कल्पनासुद्धा करता येणार नाही.'' त्यांनतर महेश तिकडच्या ग्रोसरी स्टोअरचे फोटो दाखवायचा.

महेशच्या भावाची पत्नी रमा आल्या-गेलेल्यांना चहा, कॉफी घेऊन यायची; पण महेशची पत्नी मालती मात्र आपल्या पतीच्या शेजारी बाहेरच्या खोलीत ठाण मांडून बसलेली असायची आणि आपल्या पतीची री ओढायची.

ती मोठ्या अभिमानानं सांगायची, "मी जर कधी साडी नेसून बाहेर गेले ना, तर लोक कौतुकानं माझ्याकडे बघतात आणि 'तुम्ही खूप सुंदर दिसता.' असं मला सांगतात. मी जर गर्भरेशमी साडी नेसली असेल, तर ते साडीला हात लावून बघतात आणि ती 'मी कशी नेसली आहे' तेपण त्यांना जाणून घ्यायचं असतं. ते माझ्या कपाळावरच्या कुंकवाकडे पाहूनसुद्धा अनेक प्रश्न विचारतात. तिकडे स्वयंपाक करायला इतकं छान वाटतं. कापलेल्या फ्रोजन भाज्या मिळतात, शिवाय तिकडच्या इंडियन स्टोअरमध्ये गेलं, तर वेगवेगळ्या प्रकारचे तयार मसाले मिळतात. इतक्या उत्तम क्वालिटीच्या गोष्टी आपल्याला इथे भारतातसुद्धा मिळत नाहीत, कारण बेस्ट क्वालिटी तर सगळी इथून तिकडेच एक्सपोर्ट होते. आता त्या दिवशी रमाच्या किचनमध्ये मी वेलदोडे पाहिले. किती लहान होते आणि हे मी आणलेले वेलदोडे पाहा. ते दहापट मोठे आहेत."

महेशच्या भोवती गोळा होऊन जे कुणी त्याच्या या गप्पा ऐकत, त्यांच्यापैकी प्रत्येकाला काहीतरी छोटी भेटवस्तू मिळत असे. परफ्यूम, सिगरेटचं पाकिट, स्पॅनिश केशर किंवा दालचिनी. आमच्या गावात अशी प्रथा होती, की आपल्याला कुणी जर काही भेटवस्तू दिली, तर आपणही त्या व्यक्तीसाठी, काहीतरी करायचं. मग त्यानुसार त्यातले काही लोक महेशला आणि त्याच्या कुटुंबीयाना आपल्या घरी चहाला नाही तर जेवायला येण्याचं निमंत्रण देत. त्यावर महेश आपल्या पत्नीकडे वळून म्हणायचा, "डिअर, आपण आज फ्री आहोत का गं?" त्यांचं इन्व्हिटेशन आपण ॲक्सेप्ट करायचं का?" मालती लगेच आपली अपॉइंटमेंट डायरी पर्समधून काढून खूप भाव खात म्हणायची, "सॉरी, त्या दिवशी आपण फ्री नाही आहोत." आम्ही आमच्या गावात कधी कुणी कुणाला 'डिअर' वगैरे म्हटल्याचं ऐकलंच नव्हतं, शिवाय चारचौघांत असं कुणी आपल्या बायकोला 'डिअर' म्हणून हाक मारतं का? किती संकोच व्हायचा नुसता ऐकूनसुद्धा. मग महेशच स्पष्ट करून सांगायचा, "अहो, तिकडे अमेरिकेत नवरा-बायको एकमेकांना अशीच हाक मारतात!"

महेश आणि मालती यांना दोन मुलं होती. एक मुलगा आणि एक मुलगी. त्याच्या अंगात नेहमी खूप सुंदर कपडे असायचे आणि पायांत 'इंपोर्टेट' शूज घालून दोघं मुलं गावभर फिरायची. मालती आपल्या मुलांना नेहमी बजावून सांगायची.

"उगीच कुणाच्याही घरचं पाणी पिऊ नका हं आणि तिथे कच्चं काही खाऊ नका. डास चावणार नाहीत, याची काळजी घ्या आणि बाहेर फिरताना न विसरता हॅट घाला, म्हणजे 'सनबर्न' होणार नाही."

मालती राहायला आली, की रमाचा नुसता पिट्ट्या पडायचा. ती कंटाळून जायची. केशव आणि त्याची पत्नी आपल्या न्यूयॉर्कच्या मुलाच्या आणि सुनेच्या सहवासाचा आनंद लुटायचे. रमाला मात्र सगळं काम पडायचं. मालती काहीच मदत

करायची नाही. तिला सर्वत्र खूप घाण दिसायची. मग ती नाक मुरडायची. रमाला त्या सर्वांसाठी पिण्याचं पाणी उकळावं लागायचं. रोज नवनवीन खाद्यपदार्थ बनवावे लागायचे. महेश आणि त्यांच्या कुटुंबीयांच्या सगळ्या इच्छा पुरवाव्या लागायच्या.

अनेक वर्षं लोटली. भारतात एकत्र कुटुंबं फारशी उरली नाहीत. वाडवडिलांचं ऐसपैस घरही राहिलं नाही. आम्ही अजूनही मामा, मावश्या, आत्या, काका अशा सर्वांना आमचे नातेवाईक म्हणायचो; पण खरं तर ते आता नुसते परिचित लोक बनले होते. आमच्या कुटुंबातील विविध माणसं देशविदेशांत स्थलांतरित झाली होती. आमच्यात आता कित्येक मैलांचं अंतर पडलं होतं आणि हळूहळू तेच अंतर मनांमध्येही शिरलं होतं. त्याहूनही वाईट गोष्ट, म्हणजे आमची हृदयंसुद्धा आता एकमेकांपासून दुरावली होती.

एक दिवस अचानक महेश मला शहरात भेटला. त्याला पाहून मला आश्चर्य वाटलं. तसा तो प्रकृतीनं एकदम तंदुरुस्त दिसत होता; पण त्याच्या चेहऱ्यावर मला खिन्नता जाणवली. इतक्या वर्षांनंतर त्याला भेटून मला खूप आनंद झाला. मी त्याला विचारलं, ''तुला माझ्याबरोबर एक कपभर चहा घ्यायला वेळ आहे का?''

त्यावर आपली अपॉइंटमेंट डायरी वगैरे न काढता, तो लगेच कबूल झाला. आम्ही जवळच्या एका कॅफेमध्ये जाऊन गप्पा मारू लागलो. ''तू कसा काय इकडे आलास? आणि मालती अक्का कशी आहे? तुमची मुलं काय म्हणतात? त्यांचं अभ्यासात खूप चांगलं चालल्याचं ऐकलंय मी,'' मी म्हणाले.

''मी काही दिवसांपूर्वी आलो. मालती माऊंटअबूला गेली आहे. मुलं काय.... नेहमीसारखीच खूप बिझी आहेत.''

''मालती अक्का तुझ्याशिवाय एकटी सहलीला गेली आहे?'' मी नवलानं विचारलं. मला लहानपणी त्या दोघांच्या तोंडून ऐकलेला तो 'डिअर' शब्द आठवला. मी त्या वेळी पंधरा सोळा वर्षांची असेन.

''नाही, ती ब्रह्माकुमारीच्या शिबिराला गेली आहे. त्यांची अमेरिकेत ब्रँच आहे. मालती त्यातलं एक सेंटर चालवते. इकडे इंडियात केवढा बदल झालाय आता!'' तो म्हणाला.

''हो ना. गेल्या वीस वर्षांत इकडे खूपच बदल झालाय,'' मी म्हणाले, ''बरं, तुझी मुलं काय म्हणतायत?''

''माझ्या मुलीनं हार्वर्डमधून एम.बी.ए केलं. ती वेस्ट कोस्टला असते. तिनं एका चायनीज माणसाशी लग्न केलंय. ती मजेत सेटल झाली आहे. माझा मुलगा पी.एच.डी. करतोय. तो आफ्रिकन आदिवासी जमातींवर संशोधन करतोय. आता तो झिंबाब्वेला गेलाय.''

''आणि तुझा भाऊ रमेश कसा आहे? त्याच्या घरचे सगळे कसे आहेत?

आजकाल माझं गावाकडे जाणंच होत नाही, त्यामुळे तिथल्या लोकांची काहीच बातमी कळत नाही. तुझे वडील वारल्यानंतर आता तुमच्या कुटुंबाबद्दल मला काहीच बातमी कळलेली नाही.'' मी म्हणाले.

त्यावर तो म्हणाला, ''रमेशचं फारच चांगलं चाललंय. त्यानं गावाबाहेर एक जमिनीचा पट्टा विकत घेतला होता. त्या वेळी आम्हाला त्याची ती गुंतवणूक अगदीच चुकीची वाटत होती. त्याऐवजी त्यानं हाय वे जवळची जागा घेतली असती, तर बरं झालं असतं, असं आम्हाला वाटलं; पण आता रस्ता रुंदीच्या प्रकरणात सरकारनं मोठाले ब्रिजेस आणि बायपास बांधण्यासाठी हाय वेच्या जवळपासची सगळी जमीन घेतली आहे. आता काही आपलं गाव हे खेडेगाव राहिलेलं नाही, ते या शहराचं उपनगर झालंय. रमेशनं त्याच्या त्या जमिनीच्या तुकड्यावर झकास रिसॉर्ट बांधलंय. त्याला भरपूर उत्पन्न होतं. त्याचा मुलगा तो बिझिनेस बघतो. शिवाय त्याचा एक पेट्रोल पंपसुद्धा आहे. आमचं वडिलोपार्जित घर होतं, त्या जागी आता भला मोठा शॉपिंग मॉल उभा राहिलाय. कित्येक वर्षांपूर्वी मी माझ्या वाटणीचा हिस्सा रमेशला अक्षरशः कवडीमोलानं विकला. खरं तर किती तरी गोष्टी अशा आहेत, की ज्या मी त्या वेळी करायला नको होत्या.''

मला त्याच्या चेहऱ्यावर विषाद स्पष्ट दिसत होता. माझी उत्सुकता शिगेला पोहोचली; पण मी त्याला काही विचारलं मात्र नाही. 'त्याला आपणहून जर काही सांगावसं वाटलं, तर तो सांगेलच,' असा मी मनाशी विचार केला.

महेश पुढे म्हणाला, ''त्यात लपवून ठेवण्यासारखं काहीच नाहीये. भारत सरकारच्या १९९१ सालच्या खुल्या आर्थिक धोरणामुळे देशात आता कितीतरी नव्या संधी खुल्या झाल्या आहेत. इथे नोकरीच्या भरपूर संधी उपलब्ध आहेत. भारतात आलं, की आर्थिक सुधारणांचं वारं वाहत असलेलं जाणवतं. वातावरणात नवा जोश जाणवतो. गावागावांमधून घरटी किमान एक माणूस तरी परदेशी गेलेला असतोच. अमेरिकेला जाणं, हे काही आता नवलविशेष उरलेलं नाही. तिकडे आम्हाला जे काही मिळतं, ते सगळंच आता भारतातही मिळतं. तेही जास्त स्वस्त. इथल्या जमिनीच्या किमती आता अक्षरशः आकाशाला जाऊन भिडल्या आहेत. इथे जमीन घेण्यापेक्षा अमेरिकेत जमीन खरेदी करणं स्वस्त पडतं. रमेश हे त्याचं चालतं बोलतं उदाहरण आहे. मी फार मोठी चूक केली.''

''तुला नक्की काय म्हणायचंय, महेश?'' मी म्हणाले.

''मी अंकल सॅमच्या भूमीवर जाऊन सेटल व्हायला नको होतं.''

२०

आयुष्याचे धडे

ते १९९६ साल होतं. त्या वेळी भारतात पंचवीस राज्यं, सात केंद्रशासित प्रदेश होते. इथे किमान तीस भाषा बोलल्या जात. प्रत्येक राज्याची स्वत:ची संस्कृती होती, परंपरा होती, वेशभूषा आणि लोककलासुद्धा होती. या भूमीमध्ये होऊन गेलेले थोर ऋषी-मुनी, साहित्यिक यांच्याविषयी मला ऐकून माहिती होतं. इथल्या पर्वतरांगांची आणि महत्त्वाच्या नद्यांची नावंही मला ठाऊक होती.

तो माझा भारत देश होता आणि माझ्या देशाबद्दल मला माहिती होती.

त्याच वर्षी मी इन्फोसिस फौंडेशनचं काम करू लागले आणि मग माझ्या एक गोष्ट लक्षात आली. माझी स्वत:ची भारताबद्दलची प्रतिमा आणि प्रत्यक्षातील भारत हे वेगवेगळे होते. माझ्या कल्पनेतील भारत म्हणजे भारताची संख्याशास्त्रीय दृष्टिकोनातून जमा करण्यात आलेली माहिती होती; पण इथे इतकं दारिद्र्य आहे, इथली जनता इतकी अगतिक, असहाय आहे, हे मला त्यानंतर उमजलं. दारिद्र्य म्हणजे केवळ पैशांचा अभाव नव्हे, तर आत्मविश्वासाचा अभाव. आयुष्यात पैसा मिळवता येतो; पण गेलेला आत्मविश्वास परत मिळविणं फारच कठीण काम असतं. येथे काम करत असताना मला जे काही शिकायला मिळालं, ते कोणतंही पुस्तक वाचून किंवा इंटरनेटवर सर्च करून मला शिकायला मिळालं नसतं. इथे खऱ्याखुऱ्या लोकांशी, त्यांच्या वास्तवाशी प्रत्यक्ष संबंध येतो. ते ज्या परिस्थितीत जगतात, ते डोळ्यांनी पाहायला मिळतं. अशी संधी फारच थोड्या लोकांच्या वाट्याला येते आणि तरीही ज्या लोकांशी मी बोलते, त्या लोकांच्या मनात खरं काय आहे, हे मला बरेच वेळा कळू शकत नाही. याचं कारण असं, की फौंडेशनच्या माध्यमातून ज्या व्यक्तींना आर्थिक मदत दिली जात नाही, ते लोक आमच्यावर टीका करतात आणि ज्यांना या मदतीचा लाभ मिळतो, ते अर्थात आमचा उदो-उदो करतात, त्यामुळे मला अनेक शत्रू निर्माण झाले आहेत आणि सच्चे मित्र त्या मानानं कमीच आहेत.

अगदी वरच्या पदावर असलेल्या व्यक्ती नेहमी एकाकी का असतात, हे मला नीट समजू शकतं.

पहिला धडा

कधी कधी मला असं वाटतं, की लहान मुलं नेहमीच खरं बोलतात आणि माणसाच्या गुणांची खरी पारखही त्यांनाच असते. एकदा लहान मुलांच्या एका पुस्तकाच्या प्रकाशनाच्या निमित्तानं मी कलकत्त्याला गेले होते. अनेक शाळांमधली अनेक मुलं त्या कार्यक्रमाला उपस्थित राहण्यासाठी खास आली होती. त्या प्रकाशनाच्या समारंभाचाच एक भाग म्हणून मी माझ्या पुस्तकातील काही कथा मुलांना वाचून दाखवणार होते. मी जेव्हा मोठ्यांदा वाचायला सुरुवात केली, तेव्हा एक मुलगा उठून म्हणाला, ''आंटी, तुम्ही लिहिता छान, पण तुम्हाला गोष्ट नीट वाचून दाखवता येत नाही.''

मी त्याच्याकडे पाहिलं. तो बारा वर्षांचा असावा. तो चुणचुणीत, बुद्धिमान दिसत होता. त्याची नजर तीक्ष्ण होती. त्याच्या शिक्षिका त्याला गप्प बसायला सांगत होत्या; पण मीच त्यांना थांबवलं. मी म्हणाले, ''अहो, बोलू दे त्याला. मुलं कधी मनात पूर्वग्रह बाळगून बोलत नाहीत. त्यांचे विचार तर्कशुद्ध असतात. स्पष्ट असतात. मुलं नेहमी फक्त खरंच बोलतात. नंतर पुढे ती जशी मोठी होत जातात, तशी ती बदलतात, त्यामुळे आत्ता त्याला जे काय बोलायचं असेल, ते बोलू द्यात.''

मग मी त्या मुलाकडे वळून म्हणाले, ''मग ही कथा तू मला वाचून दाखवशील का?''

''हो, दाखवीन की,'' तो म्हणाला, ''मी नेहमी शाळेच्या नाटकांमध्ये काम करतो. मला माझ्या आवाजात छान चढ-उतार करता येतात. तुम्हाला काही तसे येत नाहीत.''

''बरोबर आहे तुझं.'' मी म्हणाले, ''अरे, मी लेखिका आहे ना? अभिनेत्री नाहीये.''

मग त्या मुलानं आवाजात चढ-उतार करत अत्यंत नाट्यपूर्ण रीतीनं ती सगळी कथा वाचून दाखविली. मी थक्क झाले. मला वाटलं, माझ्या वाचनक्षमतेवर निर्व्याजपणे टीका करणारा खरा खुरा टीकाकार मला त्या दिवशी भेटला.

तो मी शिकलेला पहिला धडा.

दुसरा धडा

फौंडेशनच्या कामाच्या निमित्तानं मी भारतभर भ्रमंती केली. अगदी कानाकोपऱ्यांत जाऊन संपूर्ण देश पालथा घातला. आमच्या टीमनं या देशात घडून आलेल्या पाच नैसर्गिक आपत्तींच्या प्रसंगी त्या त्या प्रदेशात धाव घेऊन मदतकार्य केलं. गुजरातेतील

भूकंप, तमिळनाडू आणि अंदमान येथील त्सुनामी, महाराष्ट्र व कर्नाटकातील दुष्काळ, ओरिसा, कर्नाटक आणि आंध्रमधील पूर आणि ओरिसामधील चक्रीवादळं. या प्रत्येक नैसर्गिक आपत्तीच्या प्रसंगातून मी काही ना काही शिकलेच. मानवी हातांची शक्ती किती तोकडी आहे. आपल्या करण्याला कितीही मर्यादा आहेत आणि तुमच्यापाशी कितीही पैसा असला, तरीही तुम्ही काही प्रत्येकाला मदत करू शकत नाही, हे या आपत्तींच्या वेळीच मला समजलं. आयुष्यातील अनेक उणिवा पैशानं भरून काढता येत नाहीत, हेही समजलं. हा मी शिकलेला दुसरा धडा.

तिसरा धडा

मी फौंडेशनसाठी काम करायला सुरुवात केल्यानंतर माझी क्षितिजंच बदलली. मी गरिबातल्या गरीब माणसाला भेटले. त्याचबरोबर अत्यंत प्रतिभासंपन्न कलावंत, नैसर्गिक आपत्तींमध्ये आपलं सर्वस्व गमावून बसलेले लोक, अपरंपार परिश्रमानं यशाचं शिखर गाठलेले लोक, अशा विविध प्रकारच्या लोकांचा मला सहवास लाभला. देणगीचा स्वीकार करून नंतर पाठ फिरवून निघून जाणारे, परत ओळखही न दाखवणारेसुद्धा मला भेटले. हे सर्व लोक माझ्या समोरच्या भल्या मोठ्या कॅनव्हासचा एक हिस्सा बनले. अनेकदा एक गोष्ट मला कळून चुकली. लोक स्वत:ला समाजात वावरत असताना जसं पेश करतात, तसे ते अंतर्यामी कधीच नसतात. जसजसे तुम्ही त्यांच्या अधिकाधिक जवळ जाता, तसा त्यांनी पांघरलेला बुरखा गळून पडतो.

फौंडेशनच्या सुरुवातीच्या काळात जर माझी कुणी फसवणूक केली, तर मला त्याचं अतीव दु:ख व्हायचं. मला खूप संताप यायचा. मग मी त्या व्यक्तीला फोन करून त्या व्यक्तीची चांगली कानउघाडणी करायची. माझा संताप, माझी चीड, निराशा, या सर्व भावना मी सरळ त्यांच्या तोंडावर व्यक्त करायची. अजूनही मला असे फसवणुकीचे कितीतरी प्रसंग आठवतात. मुलांनी आई-वडिलांची फसवणूक केल्याचे किंवा आई-वडिलांनी मुलांचा गैरफायदा घेतल्याचे. सुरुवातीच्या काळात ते पाहिलं, की मनावर नैराश्याचं मळभ दाटून यायचं.

काही वर्षांपूर्वीची गोष्ट. आम्ही फौंडेशनमध्ये दर सोमवारी सकाळी गरीब गरजू लोकांना बोलावून काही विशिष्ट प्रकारची असाध्य रोगावरची औषधं विकत घेण्यासाठी त्यांना आर्थिक मदत करायचो. हे लोक बरेच वेळा कॅन्सरचे रुग्ण असत आणि ते हॉस्पिटलकडून पत्रसुद्धा घेऊन येत.

एक दिवस माझी कार फौंडेशनच्या मुख्य फाटकापाशी थांबलेली होती. बाहेर पाऊस पडत होता आणि माझ्याकडे छत्री नव्हती, म्हणून मी गाडीतच बसून राहिले होते. मी आजूबाजूला पाहिलं, तर आमच्या कारच्या बाजूलाच आणखी एक कार

होती. त्या कारमध्ये मागच्या सीटवर एक स्त्री बसली होती. मी निरखून पाहिलं, तर ती कानांतल्या हिऱ्याच्या कुड्या काढत होती. नंतर ती तिथेच कारमधून उतरली. त्या वेळी मला त्याचं विशेष काही वाटलं नाही. जरा वेळानं कुणीतरी माझ्यासाठी छत्री घेऊन आलं आणि मी उतरून ऑफिसात गेले. तिथे पाहिलं, तर तीच स्त्री औषधांसाठी पैसे मागायला आली होती. ती सोबत एक पत्रसुद्धा घेऊन आली होती. ही घटना जर दहा वर्षांपूर्वी घडली असती, तर मी नक्की त्या स्त्रीची चांगलीच कानउघाडणी केली असती; पण आत्ता मी तिच्याकडे पाहून हसून म्हणाले, ''सॉरी मॅडम, आम्ही तुम्हाला पैसे नाही देऊ शकत. त्याचं काय आहे, ही औषधं हिऱ्याच्या कुड्यांपेक्षा नक्कीच स्वस्त असतात. या औषधांची तुमच्यापेक्षा गरज असणारी अनेक माणसं आहेत.''

आता माझा आयुष्याकडे पाहण्याचा दृष्टिकोनच बदलून गेला आहे. बऱ्याच लोकांकडे पैसा आला, की त्यांची मूल्यं बदलतात. पैशामुळे माणसात अंतर्बाह्य बदल घडून येतो. पैशाचा मोह पडला नाही. अशा व्यक्ती विरळाच. मी तर असं पाहिलंय, की पैशांचा जिथे संबंध येतो, तिथे आपल्या जास्तीत जास्त पदरात पाडून घेण्याचीच लोकांची वृत्ती दिसून येते. परिस्थितीचा शक्य तेवढा फायदा उठवण्याकडे जास्तीत जास्त लोकांचा कल दिसून येतो.

चौथा धडा

गरिबातल्या गरीब व्यक्तींकडूनसुद्धा मी असे जीवनाचे धडे शिकले आहे.

अशाच एका दौऱ्यावर असताना मी एका खेड्यात गेले होते. संध्याकाळची वेळ होती. मी माझ्या एका मित्राच्या – नीरव याच्या घरी उतरले होते. त्याचं घर खूप मोठं होतं. त्याचे आजोबा त्या परिसरातील अत्यंत प्रतिथयश लेखक होते. त्यांच्या हयातीत त्यांना अनेक मानसन्मान प्राप्त झाले होते. त्याची आजी नेहमीच त्यांच्या त्या मानसन्मानांविषयी, पुरस्कारांविषयी भरभरून बोलायची. नीरव मला एका बाजूला घेऊन म्हणाला, ''सॉरी, पण माझी आजी अजूनही भूतकाळातच रमते. माझे आजोबा त्यांच्या काळातील कितीही मोठे लेखक असले, तरी आज ते विस्मृतीच्या पडद्याआड गेलेले आहेत. आज त्यांचं नाव कुणालाही आठवत नाही; पण आजीच्या हे लक्षातच येत नाही.''

त्यावर मी त्याला म्हणाले, ''तुझी आजी मगाशी ज्या पुरस्कारांबद्दल आणि मानचिन्हांबद्दल सांगत होती, ते सर्व कुठे ठेवले आहेत? मला दाखवशील?''

मग तो मला वरच्या मजल्यावरील एका खोलीत घेऊन गेला. खोली उघडून आम्ही आत पाऊल टाकलं, तर ती धुळीनं गच्च भरलेली होती, तिथे कित्येक पुरस्कार, मानचिन्हं आणि पुस्तकं होती. एका खोक्यात घडी करून असंख्य शाली

ठेवलेल्या होत्या. नीरव म्हणला, "आजोबा हयात असताना रोज त्यांना भेटायला कितीतरी लोक यायचे. आता त्यांचे समकालीन सर्वच्या सर्व निधन पावले आहेत. आमच्याकडे जुने इतके फोटो आहेत; पण त्या फोटोतली माणसं आम्हाला कुणाला ओळखूसुद्धा येत नाहीत. आमच्याकडे इतकी पुस्तकं आहेत; पण ती एखाद्या लायब्ररीला भेट द्यावी म्हटलं, तर त्या गोष्टीला आजी तयार होत नाही. आजोबांच्या या एवढ्या पुरस्कारांचं काय करावं, तेच आम्हाला कळत नाही. ती ठेवायची तरी पंचाईत आणि फेकायची तरी पंचाईत. मी राहतो मुंबईला. तिथे माझा एक छोटासा टू बेडरूम फ्लॅट आहे. एक खोली मुलांची आणि एक आमची. आमच्या घराण्याचा वारसदार एकटा मीच आहे. आजीचं म्हणणं असं आहे, की या सर्व गोष्टी मी जतन करून ठेवाव्यात, पण माझ्या एक गोष्ट लक्षात आली आहे. एखादी व्यक्ती आपल्या हयातीत खूप काही गोष्टी, सामानसुमान जमा करून ठेवते; पण ती व्यक्ती मरण पावल्यानंतर पुढच्या पिढीला त्या गोष्टींमध्ये काहीच स्वारस्य नसतं. मी माझ्या आजोबांचा फार तर एखादा फोटो ठेवू शकेन आणि त्यांच्या पुस्तकांपैकी एखादं पुस्तक. माझ्या मुलांना मातृभाषेतून व्यवस्थित बोलता येत असलं, तरी त्यांना लिहिता-वाचता येत नाही, त्यामुळे आजोबांच्या या इतक्या मोठ्या ग्रंथभांडाराचा खरोखरच कुणालाही काहीही उपयोग नाही. माझ्या आजोबांचा मृत्यू झाल्यावर त्यांची पुस्तकं एखाद्या वाचनालयाला देणगी स्वरूपात देण्याची परवानगी माझ्या आजीनं मला दिली असती, तर निदान त्यांच्या पिढीतल्या कुणीतरी ती घेऊन वाचली असती. आता या पुस्तकांचा आजच्या काळाशी काहीच संदर्भ उरलेला नाही."

अचानक मला ही जाणीव झाली, की मला यातून एक धडा शिकायला मिळाला आहे. आपण जर खूप सामानसुमान वस्तू साठवून ठेवल्या, तर पुढच्या पिढीला त्याचा त्रास होऊ शकतो. ओझं वाटू शकतं. आपल्या हयातीतच आपण आपला हा हव्यास कमी केला पाहिजे, एका एका गोष्टीचा स्वत:च्या हातांनी विनियोग केला पाहिजे. ही खूप मोठी शिकवण होती. मी त्या दिवसापासून ती गोष्ट प्रत्यक्षात आणण्यास सुरुवात केली. आजकाल माझ्या उपयोगाची नसलेली एकही गोष्ट मी घरात ठेवत नाही, लगेच देऊन टाकते.

पाचवा धडा

मी एकदा ट्रेननं प्रवास करत असताना मला एक स्त्री भेटली. तिनं एकदम जवळ येऊन मला घट्ट मिठीच मारली आणि नंतर माझा हात घट्ट धरून ठेवला. ती माझ्या शेजारी बसून म्हणाली, "मला ओळखलं नाहीस का? अगं, हुबळीला आपण एका वर्गात होतो. त्या वेळी रोज तू माझ्याबरोबर माझा डबा खायचीस. मी तुझी सगळी पुस्तकं वाचली आहेत."

मी एकदम संकोचून गेले. मला ती नक्की कोण आहे, ते काही केल्या आठवत नव्हतं आणि ती तर मला चिकटूनच बसली होती. सोडायलाच तयार नव्हती. अनेक वेळा माणसांत इतका बदल झालेला असतो, की मध्ये जर खूप वर्षं लोटली असतील, तर ती माणसं आपल्याला ओळखू येत नाहीत.

मी तिला म्हणाले, ''सॉरी, पण मी नाही ओळखलं तुम्हाला; पण तरीही भेटून बरं वाटलं.''

तरीसुद्धा ती स्त्री मला सोडेना. नंतर माझ्या हातात एक पत्र देऊन ती म्हणाली, ''माझा मुलगा खूप हुशार आहे. तो शिक्षणासाठी परदेशी चालला आहे. फौंडेशन त्याला काही मदत करू शकेल का?''

त्या स्त्रीचं हे वर्तन अजिबात अपवादात्मक नाही. मला अशा प्रकारे मदतीची विनंती करणारी असंख्य पत्रं येतात. अनेक लोकांना फौंडेशनच्या नावाचा आणि त्यात मी ज्या पदावर आहे, त्यामुळे माझा उपयोग करून घ्यावासा वाटतो. मला आता एक गोष्ट कळून चुकली आहे. मला एखादी व्यक्ती भेटली, की जरा वेळात त्या व्यक्तीकडून कसल्याशा मदतीची अपेक्षा असणारं पत्र माझ्या हातात ठेवण्यात येणारच. बरेच वेळा हे अनुमान खरं ठरतं. अशा वेळी मला वाटतं, आपण व्यक्ती नसून शुष्क, ओसाड भागातला एक पाण्याचा नळ आहोत. जर नळ उघडल्यावर त्याला पाणी आलं, तर वाहवा आणि नाही आलं, तर शिव्या! पण मीही आता शांत झाले आहे. पटकन चिडत नाही. लोकांचे अंतःकोपी हेतू आता माझ्या लक्षात येतात.

सहावा धडा

मी एका गाण्याच्या कार्यक्रमाला गेले होते. मी मुद्दामच पाठीमागच्या रांगेत बसले होते. जर कार्यक्रम कंटाळवाणा झाला, तर गुपचूप उठून जायचं, असा माझा बेत होता. माझ्या पुढच्या रांगेत दोन स्त्रिया बसल्या होत्या. त्यांच्या अंगात उंची कपडे, कानांत हिऱ्याच्या कुड्या होत्या. सोयीसाठी त्या स्त्रियांना आपण 'अ ' आणि 'ब' असं म्हणू. दोघी चांगल्या बड्या घरच्या दिसत होत्या आणि खूप मोठमोठ्या आवाजात गप्पा मारत होत्या, त्यामुळे त्यांचं बोलणं मला अगदी सहज ऐकू येत होतं.

'अ' स्त्री 'ब'ला म्हणाली, ''माझी मुलगी ना काही कामाची नाही बघ. तिनं कुठेतरी नोकरी करावी, असं मला नेहमी वाटतं. लग्नाच्या बाजारात नोकरी करणाऱ्या मुलींना चांगली मागणी असते; पण तिला नोकरी देणार तरी कोण, तेच कळत नाही मला.''

त्यावर 'ब' म्हणाली, ''काळजी करू नको. तिला कुठेतरी शिक्षिकेची नोकरी धरायला सांग.''

'अ' म्हणाली, "तिनं प्रयत्न केला; पण तिला नाही मिळाली नोकरी. शाळेनं परत पाठवलं."

त्या दोघी एकमेकींच्या चांगल्या बहिणी किंवा मैत्रिणी असाव्यात. एकूण त्यांचं वागणं, एकमेकींना विश्वासात घेऊन स्वत:च्या अडचणी सांगणं, यावरून तरी तसंच वाटत होतं. त्यातील 'अ'ही विद्यार्थिनी असावी अशी वागत होती, तर 'ब' तिची शिक्षक असल्यासारखे तिला सल्ले देत होती.

"अगं, मग तिला एखादी एन.जी.ओ. (बिगर सरकारी सेवाभावी संस्था) सुरू करायला सांग ना."

"एन.जी.ओ. सुरू करून काम करणं कठीण असेल ना पण?" 'अ' काळजीच्या स्वरात म्हणाली.

त्यावर 'ब' अधिकारवाणीनं म्हणाली, "अगं ते करणं तर जगातलं सर्वांत सोपं काम आहे. तुला साधं उदाहरण देऊ का? आता त्या सुधा मूर्तींचंच बघ ना. त्यांना काहीसुद्धा डोकं नाही, काही बुद्धिमत्ता नाही; पण त्यासुद्धा एक एन.जी.ओ. चालवतात. केवढं नाव कमावलंय त्यांनी त्यातून. जर त्या एन.जी.ओ. चालवू शकतात, तर मग काय कुणीही चालवू शकेल."

मला त्यांचं ते बोलणं थांबवायचं होतं, म्हणून मी त्यातल्या एकीच्या खांद्याला स्पर्श केला.

"तुम्ही सुधा मूर्तींना ओळखता का?" मी विचारलं.

त्यावर त्यातली ती 'ब' स्त्री ठामपणे म्हणाली, "म्हणजे काय? अर्थातच." त्यातल्या 'अ' स्त्रीच्या चेहऱ्यावर मात्र जरा चलबिचल स्पष्ट दिसत होती; पण 'ब' म्हणाली, "आम्ही त्यांना चांगलं ओळखतो."

"तुम्ही त्यांना अखेरचं कधी भेटला आहात?" मी विचारलं.

"कधी म्हणजे? आज सकाळी भेटलोय; पण का बरं? तुम्ही कोण आहात?"

मी शांतपणे म्हणाले, "मी सुधा मूर्ती."

त्यावर 'ब'नं माझ्याकडे पाहून मोठं हास्य केलं. ती म्हणाली, "ओ! तुम्ही सकाळपेक्षा खूपच वेगळ्या दिसताय. मी तर ओळखलंच नाही तुम्हाला!"

"अजिबात नाही. मी सकाळच्या पेक्षा काहीही वेगळी दिसत नाहीये. आपण या आधी कधी भेटलेलोच नाही; पण तुम्ही न मागताच मी तुम्हाला एक सल्ला देऊ इच्छिते, कारण मला वाटतं, तुम्हाला त्याची गरज आहे. एखादा डॉक्टर जेव्हा चूक करतो, तेव्हा त्या चुकीमुळे त्याचा रुग्ण जमिनीखाली सहा फूट गाडला जाऊ शकतो; पण जेव्हा एखादा शिक्षक चूक करतो, तेव्हा विद्यार्थ्यांच्या एका संपूर्ण तुकडीचं नुकसान होऊ शकतं. तेव्हा कोणत्याही शिक्षकाची कधीही उपेक्षा करू नका. त्यांना तुच्छ लेखू नका. तुम्हाला जर चांगले शिक्षक मिळाले नसते, तर आज

इथे या कार्यक्रमाला येऊन तुम्ही अशा बसूसुद्धा शकला नसतात. त्याचप्रमाणे सामाजिक कार्याला कधीही तुच्छ मानू नका. जी व्यक्ती कनवाळू हृदयाची असते आणि जिच्या अंगी योग्य काय अयोग्य काय, याचा सारासार विवेक असतो, तीच व्यक्ती समाजकल्याणकारी काम करू शकते. तुमच्याकडे येऊन एखाद्या व्यक्तीनं मदत मागितल्यावर ती व्यक्ती त्या मदतीस खरोखर पात्र आहे की नाही, हे ठरवण्याचं भान सामाजिक कार्यकर्त्याला ठेवावं लागतं, शिवाय त्या व्यक्तीला मदत दिलीच, तर ती किती द्यायची आणि किती काळपर्यंत देत राहायचं, याचाही सारासार विचार करावा लागतो. माणसांना समजून घेणं, हे कॉम्प्युटर्सना समजून घेण्यापेक्षा कितीतरी कठीण आहे. मी स्वत: बुद्धिमान नाही, हे मी मान्य करेन; पण त्याचबरोबर तुम्ही स्वत: मूर्ख आहात, हे तुम्हीही लक्षात ठेवा.''

मी स्वत: दाखवलेल्या धैर्याबद्दल स्वत:वर खूश होऊन तिथून तडकाफडकी बाहेर पडले.

या प्रसंगानंतर मी एक धडा नक्कीच शिकले. माझ्या तत्त्वांसाठी मी लढलं पाहिजे आणि नेहमी स्वत:च्या अंतर्मनाचा कौल घेऊन त्यानुसार वागलं पाहिजे. मग त्यामुळे इतर लोकांना माझं वागणं पटलं नाही किंवा त्यांना मी आवडले नाही, तरी बेहत्तर.

सातवा धडा

माझा मुलगा रोहन यानं सार्वजनिक सभेत भाषण करण्याविषयीचा एक महत्त्वाचा धडा मला शिकवला.

तो म्हणाला, "अम्मा, तू जेव्हा व्यासपीठावरून भाषण देत असशील, तेव्हा एक गोष्ट नेहमी लक्षात ठेव. श्रोत्यांमधल्या बऱ्याच लोकांचं तुझ्या भाषणाकडे काहीही लक्ष नसेल. तुझे अनमोल अनुभव ऐकण्यासाठी ते तिथे आले आहेत, अशा चुकीच्या समजुतीखाली तू कधीही राहू नकोस. ते तुला पाहायला येतात, कारण तू एक प्रसिद्ध व्यक्ती आहेस, लेखिका आहेस आणि सर्वांत महत्त्वाचं म्हणजे सर्वसामान्य माणसांना दैनंदिन जीवनात तुला असं सहज येऊन भेटणं शक्य नाही, बरेच वेळा तू दौऱ्यावर असतेस, शिवाय तू जर तुझ्या ऑफिसात असलीस, तर तुला भेटण्यापूर्वी सुरक्षारक्षक, पर्सनल असिस्टंट्स असे कितीतरी अडथळे मध्ये असतात. ते लोक वाटेल त्या माणसाला तुझ्यापर्यंत पोहोचू देणारही नाहीत. फौंडेशनचा पैसा हा काही तुझा वैयक्तिक पैसा नाही. तो कॉर्पोरेट निधी आहे. ते एक मधाचं पोळंच आहे म्हण ना. मधाच्या पोळ्यात मध भरलेला असला, की मधमाश्या, माणसं आणि मधुमक्षिकापालन करणारे लोक या सर्वांचीच तो स्वत:ला मिळावा, अशी इच्छा असते; परंतु तू भाषणासाठी व्यासपीठावर गेलेली असलीस,

की तुझ्याभोवती काही इतका कडक पहारा नसतो. मग लोकांना त्यांचे विनंती अर्ज थेट तुझ्या हातात देणं सोपं जातं, त्यामुळे तर ते तुला भेटायला येतात, तेव्हा तू काही त्यामुळे फार खूश होऊ नकोस.''

मी त्याच्या बोलण्याचं मोल जाणलं, त्यामुळेच आज माझं मन स्थिर असतं आणि पाय जमिनीवर.

लोक अनेक वेळा माझ्यापाशी येऊन तोंडावर माझी स्तुती करू लागतात. अशा वेळी मी कान बंद करून घेते. मी कोण आहे आणि माझ्या अंगात कोणते दोष आहेत, याची मला पूर्ण कल्पना आहे. बाराव्या शतकात एक फार महान कवयित्री होऊन गेली. तिचं नाव अक्का महादेवी. ती ईश्वराची करुणा भाकून त्याला म्हणाली होती, ''परमेश्वरा, मला कर्णबधिर कर, म्हणजे मला दुसरे कोणतेही ध्वनी ऐकू येणार नाहीत आणि माझं सगळं लक्ष मी तुझ्यावर केंद्रित करू शकेन.'' मी तिचंच अनुकरण करते. वक्ता म्हणून गेल्यांनतर व्यासपीठावर मी बसलेली असताना कुणीतरी भाषणापूर्वी माझी ओळख करून देत असतं. अशा वेळी मी डोळे व कान बंद करून बसते. एकदा अशीच मी एका कार्यक्रमासाठी गेले होते. व्यासपीठावर माझ्यासोबत अत्यंत बडे स्त्री-पुरूष बसले होते. पाहुण्यांची ओळख सुरू झाल्यावर मी नेहमीप्रमाणे तिकडे विशेष लक्ष न देता माझ्याच विचारांत गढून गेले. जरा वेळानं टाळ्यांचा जोरात कडकडाट ऐकू आला. मी एकदम भानावर आले. सगळे टाळ्या वाजवत असल्याचं पाहून मीपण जोरजोरात टाळ्या वाजवू लागले. माझ्या शेजारी बसलेला माणूस माझ्याकडे विचित्र नजरेनं पाहू लागल्याचं मला जाणवलं. व्यासपीठावरून बोलणारा माणूस एका स्त्रीविषयी बोलताना असं म्हणत होता, ''त्या तर साक्षात देवी सरस्वतीच आहेत. त्यांच्या अंगचे गुण खरोखर अनन्यसाधारण आहेत.'' वगैरे वगैरे. त्याचं असं बरंच काही अतिशयोक्तीपूर्ण भाषण चालू होतं. मग मी शेजारच्या माणसाला विचारलं, ''ते कुणाविषयी बोलतायत? कुठे आहेत या बाई? मी कधी त्यांना भेटलेली नाही.''

त्यावर माझी कीव करून तो म्हणाला, ''अहो, ते तुमच्याविषयीच बोलत आहेत.''

मी अतिशय अस्वस्थ झाले; परंतु ते सर्वांच्या नंतर मी लक्षात आणूनही दिलं. माझ्या भाषणाची वेळ आल्यावर मी सुरुवातीलाच म्हणाले, ''माझी इथे जी काही ओळख करून देण्यात आली, ती कृपया कुणीही मनावर घेऊ नका. मी एक सर्वसामान्य व्यक्ती आहे. केवळ काही परिस्थितीमुळे मी आज इथे आले आहे; पण मी तुम्हा सर्वांसारखीच आहे.''

पण अगदी खरं सांगायचं, तर त्या दिवशी मी भाषणात जे काही बोलले, त्याला काहीच महत्त्व नव्हतं. रोहन म्हणाला तेच खरं होतं. त्याही दिवशी भाषणानंतर माझ्याकडे पन्नास विनंती अर्ज जमा झाले होते.

आठवा धडा

२००५मध्ये मी दक्षिण आफ्रिकेच्या दौऱ्यावर गेले होते. मी एक टॅक्सी ठरविली आणि केप टाऊनमधील प्रेक्षणीय स्थळांना भेटी देण्याचं ठरवलं. टॅक्सी ड्रायव्हर एक गोरा माणूस होता. चांगला हसरा, गप्पिष्ट होता. आम्ही टॅक्सीनं निघाल्यावर त्यानं गप्पा मारायला सुरुवात केली.

"मॅडम, माझं नाव जॉन. तुम्ही इंडियाहून आलात का?"

मला खरंतर खिडकीतून बाहेरचं दृश्य बघण्यात जास्त रस होता, म्हणून मी म्हणाले, "होय."

"मग? तुम्हाला आमचा देश आवडला का?"

मी म्हणाले, "अर्थातच आवडला. इतिहास हा माझा अत्यंत आवडता विषय आहे आणि इथे त्याबद्दल केवढं तरी शिकण्यासारखं आहे. मला तर एखाद्या इतिहास संशोधकासारखंच वाटतंय इथे. दक्षिण आफ्रिकेत नेल्सन मंडेला आणि डेस्मंड टूटूसारखे विख्यात नोबेल पुरस्कारविजेते होऊन गेले. मला इथे खूप मजा येते आहे."

त्यावर तो म्हणाला, "मॅडम, नोबेल पुरस्कारविजेत्या खेरीज आमच्या इथे आणखीही कितीतरी थोर नेते होऊन गेले; पण त्यांना कधी पुरस्कार मिळाला नाही, की पदकं मिळाली नाहीत; परंतु पुढची हजारो वर्षं जतन करण्यासारखा वारसा ते आमच्यासाठी ठेवून गेले आहेत. माझे लाडके नेते, म्हणजे महात्मा गांधी."

त्याचं बोलणं ऐकून मला त्याच्या बोलण्यात रस वाटू लागला. एकीकडे मी गोंधळून गेले होते, तर दुसरीकडे माझं कुतूहल जागृत झालं होतं. 'महात्मा गांधी तर आपल्या देशाचे नेते आहेत. दक्षिण आफ्रिकेचे नाही, मग तरही हा माणूस हे असं का बरं म्हणतोय?' मी त्याला म्हणाले, "जॉन, महात्मा गांधी भारतीय होते. ते आमच्या देशाचे सर्वांत महान नेते होते. मला तुमच्याशी इथे वाद नाही घालायचा; पण ते काही जन्मानं दक्षिण आफ्रिकेचे अजिबात नव्हते. त्यांनी स्वतःच्या आयुष्यातील काही वर्षं दक्षिण आफ्रिकेत घालवली; पण म्हणून काही ते दक्षिण आफ्रिकेतले होत नाहीत."

माझं बोलणं ऐकून जॉनच्या चेहऱ्यावर हसू फुटलं. तो म्हणाला, "मॅडम, ते जेव्हा इथे आले, तेव्हा ते नुसते एम.के. गांधी होते; पण ते परत गेले ते महात्मा गांधी होऊन. असहकाराची चळवळ, अहिंसेमधील ताकद या गोष्टी ते इथेच शिकले. तुमच्या देशाच्या स्वातंत्र्य लढ्याचं पुढे ते मुख्य हत्यार झालं. त्यांनी काही केवळ तुमच्याच देशात परिवर्तन घडवून आणलं नाही. आमच्यासुद्धा आणलं.

दक्षिण आफ्रिकेतील लोक अत्यंत प्रेमपूर्वक आणि आदरपूर्वक त्यांचं स्मरण करतात. ते संपूर्ण जगाचे नेते होते.''

''तुमचं म्हणणं बरोबर आहे, जॉन. मी अशा दृष्टीनं आजवर कधी विचारच नव्हता केला. मी त्यांना नेहमी केवळ आमच्या राष्ट्राचे पिता मानत आले; परंतु त्यांनी स्वतःला कधीच एका देशाचा नागरिक मानलं नाही, हे मला माहीत आहे. त्यांना संपूर्ण जगात परिवर्तन घडवून आणायचं होतं.''

त्या प्रसंगातून मी एक गोष्ट शिकले. महात्मा गांधी, गौतम बुद्ध, मार्टिन लूथर किंग ज्यूनियर, अब्राहम लिंकन यांच्यासारखे करुणेचा सागर असलेले नेते कोणत्याही एका राष्ट्राच्या मालकीचे नसतात. ते मानवनिर्मित सरहद्दी कधीच पार करून गेलेले असतात. सगळं जगच त्यांना आपलं मानतं.

/

२१

तुम्ही मला विचारायला हवं होतं

मी राकेशला बऱ्याच वर्षांपासून ओळखते. काही वर्षांपूर्वी एक दिवस तो मला फोन करून म्हणाला, "आम्ही आमच्या फॅक्टरीत शाळेची दप्तरं बनवतो. आमच्याकडे अगदी लहानसहान डिफेक्ट असणारी बरीच दप्तरं शिल्लक असतात. तो डिफेक्ट काय प्रमाणात आहे, त्यानुसार ती आम्ही अर्ध्या किमतीलासुद्धा विकतो; पण माझ्या काय मनात आलं, की ती विकण्यापेक्षा तुम्हालाच द्यावी, म्हणजे तुम्ही गरजू मुलांना त्याचं वाटप तरी कराल. तुम्ही वर्षातून एकदा आमच्या फॅक्टरीत येऊन ती दप्तरं घेऊन जाल का?"

त्याचा तो प्रस्ताव ऐकून मी हर्षभरित झाले. ग्रामीण भागातल्या शाळांना अशा तऱ्हेच्या देणग्या सहजासहजी मिळत नाहीत. बरेच श्रीमंत लोक मोठ्या शहरांत राहतात, त्यामुळे कधी देणगी द्यायची वेळ आली, तर ते शहरातील संस्थांनाच देतात. काही लोक आपल्या जन्मगावात सुधारणा व्हाव्यात, म्हणून देणग्या देतातही; परंतु आपला स्वत:चा ज्या संस्थेशी कधीच संबंध आला नाही, अशा संस्थांना सहसा कुणीच देणगी देत नाही. मला तर कधीतरी असं वाटतं, की एखाद्या परिसरात जन्म घेतलेली व्यक्ती पुढे जाऊन आयुष्यात खूप मोठी, खूप यशस्वी झाली, तरच ती व्यक्ती आपल्या गावाच्या विकासासाठी, तेथील लोकांच्या कल्याणासाठी काहीतरी करते; पण तसं झालं नाही, तर हजारो खेडेगावं दुर्लक्षित राहतात. त्यांना कुणीच मदत करण्यासाठी पुढे येत नाही व ती पूर्णपणे सरकारवरच अवलंबून राहतात. मी अशाच खेड्यांमध्ये काम करते. अगदी लहानसहान देणगीनंसुद्धा तिथल्या मुलांच्या आयुष्यात खूप मोठा फरक पडू शकतो, त्यामुळे राकेशचा प्रस्ताव ऐकून मला तर सोन्याची खाणच हाती गवसल्यासारखा आनंद झाला.

"राकेश, तुमच्या मदतीबद्दल खरोखर धन्यवाद. तुम्हाला पाहिजे असेल, तर ज्या ज्या शाळांमध्ये आम्ही ही दप्तरं वाटणार आहोत, त्या शाळांची यादी मी

तुम्हाला पाठवून देते.'' मी म्हणाले. ''आणि हो, तुम्हाला आमच्याकडून काही पत्र वगैरे हवं आहे का?''

राकेश मोठ्यांदा हसून म्हणाला, ''ओ, नो. कोणत्याही प्रकारची औपचारिकता पाळण्याची खरंच गरज नाही. मला तुम्ही कोणतीही माहिती पुरवू नका. माझा तुमच्यावर पूर्ण विश्वास आहे. तुम्ही दर वर्षी शाळा सुरू होण्यापूर्वी मे महिन्यात इकडे येऊन ती दप्तरं घेऊन जात जा.''

कोणाचाही विश्वास संपादन करणं, ही अत्यंत अवघड गोष्ट आहे. विश्वास संपादन करण्यासाठी कित्येक वर्षं घालवावी लागतात; पण तो गमावण्यासाठी मात्र एक चूक पुरेशी असते. हा विश्वास संपादन करण्यासाठी प्रामाणिकपणा, तळमळ आणि निष्ठा अत्यंत आवश्यक आहे, शिवाय तुम्ही खरोखर त्या विश्वासाला पात्र असल्याचं तुम्हाला पुन:पुन्हा सिद्ध करत राहावं लागतं. मी समाजाची खरोखर ऋणी आहे. आमच्या इन्फोसिस फौंडेशनचं समाजात आज खूप मोठं नाव आहे. आम्हाला कशाचीही गरज लागली, तरी अनेक दाते सढळ हातांनी आमच्या मदतीला धावून येतात.

मग ठरल्याप्रमाणे दर वर्षी मे महिन्यात माझा असिस्टंट त्या फॅक्टरीत जाऊन तिथल्या फॅक्टरी मॅनेजरला भेटायचा. तिथून ती सगळी दप्तरं तो घेऊन यायचा. काही महिन्यांनंतर माझा असिस्टंट मला म्हणाला, ''मॅडम, आता फॅक्टरीत नवे मॅनेजर आले आहेत. त्यांना आपली ही सगळी नेहमीची पद्धत मला समजावून सांगावी लागली. त्यात बराच वेळ गेला.'' आजकाल सगळीकडे हीच स्थिती दिसते. जुने लोक सोडून जातात आणि त्या जागी नवे लोक रुजू होतात. मग मी त्या नवीन मॅनेजरना एक सविस्तर ई-मेल पाठवून सर्व काही स्पष्ट करून सांगितलं. नवीन मॅनेजरचं लगेच त्यावर उत्तरपण आलं. सगळं काही नेहमीप्रमाणेच चालू राहील, असा त्यांनी मला शब्दसुद्धा दिला. गेल्या दहा वर्षांमध्ये चार फॅक्टरी मॅनेजर्स बदलले. तरीसुद्धा त्या पद्धतीत कुठेही बदल झाला नाही. सारं काही व्यवस्थित सुरू होतं.

दरम्यान राकेशचंही वय झाल्यामुळे तो निवृत्त होऊन दिल्लीला परत जाऊन तिथेच स्थायिक झाला. त्यानं मला मुद्दाम दिल्लीहून फोन केला. ''मी आता दिल्लीलाच स्थायिक व्हायचं ठरवलं आहे. आता माझा जावई भरत, हाच फॅक्टरी, ऑफिस सगळं सांभाळेल. मी आपली नेहमीची पद्धत त्याला नीट समजावून सांगितली आहे. दर वर्षी फॅक्टरीतून दप्तरं देणगी म्हणून देण्यात येतात, हे त्याला माहीत आहे. तेव्हा तुम्ही काहीही काळजी करू नका. त्यात कोणताही बदल होणार नाही.''

मग मी त्याचे आभार मानले आणि पुढील आयुष्यासाठी शुभेच्छासुद्धा दिल्या.

काही दिवसांनंतर एप्रिल महिन्यात भरत फॅक्टरीत रुजू झाला. मी त्याला अभिनंदनाची ई-मेल पाठवली व शिवाय या दप्तरांच्या देणगीबद्दलचं सगळं काही नीट स्पष्ट करून त्यात लिहिलं; परंतु त्या मेलचं काहीच उत्तर आलं नाही.

मे महिन्यात नेहमीप्रमाणे माझा असिस्टंट दप्तरं आणण्यासाठी फॅक्टरीत गेला. सर्व दप्तरं व्यवस्थित पॅक करून ट्रकमध्ये भरून झाली. एवढ्यात भरतचा माझ्या असिस्टंटला फोन गेला. ''तुमच्या फौंडेशनच्या चेअरपर्सन स्वत: येऊन मला भेटल्याखेरीज दप्तरं ट्रकमध्ये भरू नका. जर भरून झाली असतील, तर ती तत्काळ खाली उतरवा.''

माझ्या असिस्टंटनं मला ताबडतोब तसा निरोप पाठवला. मी देणगी घेणारी होते. त्यामुळे दात्याकडे जाणं माझं कर्तव्यच होतं. मग मी घाईनं हातातली कामं आटोपली आणि दुसऱ्याच दिवशी भरतला भेटायला गेले. तो मला म्हणाला, ''मला कळवल्याशिवाय तुम्ही इथून सामान कसं काय न्यायला निघालात?''

मी म्हणाले, ''सर, तुम्ही जेव्हा या फॅक्टरीत रुजू झालात, त्याच वेळी मी तुम्हाला एक ई-मेल पाठवली होती. गेली 'दहा वर्षं' आम्ही हे असंच करत आलो आहोत. ही पद्धत श्री. राकेश यांनीच सुरू केली होती. काही चुकलं का?''

त्यावर तो म्हणाला, ''जर राकेश सरांनी हे चालू केलं असलं, तर त्याला माझी काहीच हरकत नाही; पण मी इथे नवा आहे. मला येऊन भेटणं, हे तुमचं कर्तव्य नाही का? किती झालं तरी ही देणगी आहे. ती माझ्या परवानगीशिवाय अशी बाहेर जाऊ शकत नाही. मला तुमची ई-मेल वगैरे काहीच मिळालेली नाही. आमचा सेंकड्सचा माल असा तुमच्या टीमचे लोक खुशाल पॅक करून उचलून घेऊन चाललेले पाहून मला तर धक्काच बसला.''

त्यावर मी म्हणाले, ''पण हे खरं नाही. तुम्ही गेल्या काही वर्षांची लॉग बुकं काढून त्यातल्या नोंदी तपासून बघा. आम्ही वर्षातून एकदा, मे महिन्यात सेंकड्सचा माल घेऊन जातो आणि त्यानंतर लगेच तुमच्या कंपनीला आभाराचं पत्रसुद्धा पाठवतो.''

''तुमच्याकडून मला एक ई-मेल आली, की तुम्हाला ताबडतोब माल पाठवून दिला जाईल,'' तो म्हणाला.

''पण आम्ही ई-मेल पाठवली आहे,'' मी सांगितलं.

भरत जरा घुश्शातच म्हणाला, ''असेलही; पण ती आम्हाला मिळालेली नाही. तुम्ही ती परत पाठवा.''

मग मी ऑफिसात परत आले. झाल्या प्रकारामागे खरं काय कारण असावं, असा मला प्रश्न पडला होता. तो इतका कटूपणे का बरं वागला? काही लक्षात

येत नव्हतं. मी परत एकदा मेल चेक करून पाहिलं. आमच्याकडून तर ई-मेल गेलीच होती, पण ती वाचली गेली आहे, हे सूचित करणारी रीसीटसुद्धा आम्हाला मेलनं परत आली होती. म्हणजेच भरतनं माझी मेल वाचली होती. मग तरीही तो खोटं का बोलला? पण तरीही मी ती जुनीच मेल पुन्हा एकदा त्याला पाठवून दिली.

मी टेबलापाशी बसून घडल्या प्रकाराबद्दल विचार करू लागले, तेव्हा माझ्या डोक्यात प्रकाश पडला. खरं तर आमच्याकडून ई-मेल गेली आहे की नाही, हा मुख्य मुद्दाच नव्हता. मुद्दा होता भरतच्या अहंकाराचा. तो मॅनेजर झाल्यानंतर मी लगेच जाऊन त्याची भेट घेतली नाही, हे खरं त्याच्या रागाचं कारण होतं. त्यामुळे मला बोलावून घेऊन माझी कानउघाडणी करणं, माझ्या परवानगीशिवाय तुम्ही येथून माल नेऊ शकत नाही, असं मला बजावणं, हा स्वतःचं महत्त्व सिद्ध करण्याचा एक मार्ग होता. आता त्याची वृत्ती माझ्या लक्षात आली. मला त्याचा राग नाही आला. जर मी कुणाच्या समोर याचक म्हणून उभं राहिल्यानं कुणाचा अहंकार सुखावणार असेल, तर गरीब मुलांच्या हितासाठी मी ते जरूर करीन. कारण जर मी त्याच्यापुढे जाऊन उभी राहिले नाही, तर त्यामुळे माझं स्वतःचं वैयक्तिक काहीही नुकसान होणार नाही; पण गरीब बिचाऱ्या मुलांचं केवढं तरी नुकसान होईल.

प्रत्येक मनुष्य प्राण्याच्या अंगी अहंकार हा असतोच; पण आपण तो अहंकार किती मर्यादेपर्यंत वाढवायचा आणि तो कुठल्या बाबतीत प्रकट करायचा, हे मात्र आपल्याच हातात असतं. राकेशचा हा जावई तरुण होता. त्यानं आयुष्याचा अनुभव पुरेसा घेतलेला नव्हता. खरं म्हणजे मी थेट राकेशला फोन करून हा घडलेला सर्व प्रकार त्याच्या कानांवर घालू शकले असते; पण मला या गोष्टीचा बाऊ करायचाच नव्हता. त्यांच्या कुटुंबात मतभेद निर्माण करायचे नव्हते. एक गोष्ट मला ठाऊक होती. आता भरतनं मला ती दप्तरं नक्कीच दिली असती.

दुसऱ्याच दिवशी सकाळी भरतचा मला फोन आला. ''मॅडम, तुमची ई-मेल मला मिळाली. तुमच्या असिस्टंटला येऊन दप्तरं घेऊन जायला सांगा.'' पण फोनवर बोलतानासुद्धा भरतच्या स्वरात कुठे दिलगिरी नव्हती, की त्याच्या बोलण्यात 'सॉरी' असा शब्द नव्हता. तो माझ्यापेक्षा वयानं इतका लहान असूनही.

''सॉरी भरत, हा सगळा घोटाळा गैरसमजातून झाला.'' मी म्हणाले, ''आता इथून पुढे दर वर्षी मे महिन्यात आधी आम्ही तुम्हाला पोस्टानं पत्रच पाठवू. त्याचप्रमाणे तुमच्याकडून दप्तरांची देणगी मिळाल्यानंतर आम्ही दुसरं आभाराचं पत्रसुद्धा पाठवू. याहून आणखी काही करण्याची गरज असली, तर प्लीज तसंही सांगा. आम्ही काय लागेल ते करू.''

त्यानंतर फोनवर जरा वेळ शांतता पसरली. मी एक दीर्घ श्वास घेऊन म्हणाले, ''आहात ना तुम्ही? माझं बोलणं ऐकलंत ना?''

त्यावर तो म्हणाला, ''येस, मॅडम. आमचा तुमच्यावर विश्वास आहे. आम्हाला कसलीही पत्रं नकोत.''

मी फोन खाली ठेवून गालातल्या गालात हसले. एक आग विझवायला दुसरी आग पेटवून काय फायदा? तिथे पाहिजे फक्त पाणीच. त्यानंच काहीतरी वेगळं घडू शकतं.

/

२२

सर्व्हायव्हल इन्स्टिंक्ट

महानदी ही ओरिसामधली प्रचंड मोठी नदी. डिसेंबर महिन्यात या नदीच्या पात्राकडे पाहणं, हा एक मन थक्क करून सोडणारा विस्मयकारी अनुभव असतो, परंतु या नदीचं खरं खुरं रौद्र रूप जर अनुभवयाचं असेल, तर मात्र जून महिन्यात तिच्या भेटीला जा. त्या वेळी तिचा रंग, लालसर तपकिरी असतो. दर वर्षी तिचं पात्र दुथडी भरून वाहतं आणि पात्राला फुगवटा येऊन पाणी इतस्ततः पसरतं. महानदीला पूर येणं, ही ओरिसामध्ये नित्याचीच बाब झालेली असून, ओरिसा राज्याच्या वार्षिक अंदाजपत्रकात पूरग्रस्तांचं पुनर्वसन हा एक महत्त्वाचा मुद्दा झालेला आहे.

आम्ही एका वर्षी परद्वीप जवळील भागात पूरग्रस्तांच्या पुनर्वसनाचं काम करत होतो. इन्फोसिस फौंडेशन अपंग आणि मतिमंद मुलांच्या अनाथाश्रमासाठीही मदत करतं.

मी भुवनेश्वरला गेल्या गेल्या आमच्या फौंडेशनच्या टीमचे कार्यकर्ते म्हणाले, "चला आपण ताबडतोब आपदग्रस्त भागात भेटीसाठी जाऊ."

मी म्हणाले, "इतकी घाई करू नका. अशी नैसर्गिक आपत्ती कोसळल्यावर पहिल्या दिवशी घटनास्थळी वार्ताहर, कॅमेरामन, वृत्तनिवेदक, सामाजिक कार्यकर्ते सरकारी अधिकारी अशा सर्वांची गर्दी उसळलेली असते. आपदग्रस्तांपेक्षा याच लोकांची तिथे जास्त गडबड असते. मग अशा वेळी मदतकार्याचा वेग फार मंदावतो. तिथे काही लोक संकटग्रस्तांच्या सुटकेचं काम करत आहेत, त्यामुळे आपण तिथे उद्या जाऊ. त्या लोकांना इतर संस्थांकडून काय काय मिळालं आहे आणि आता त्यांना कशाची गरज आहे, ते पाहू. आपल्याला तिथे जाताना पिण्याचं पाणी व इतरही आवश्यक गोष्टी त्याचप्रमाणे लशी घेऊन जावं लागेल, हे लक्षात ठेवा."

आम्ही दुसऱ्या दिवशी घटनास्थळाकडे जाण्यासाठी तयार झालो. मी म्हणाले, "आपण जीप किंवा मिनीव्हॅन घेऊन जाऊ, म्हणजे आपल्याला तिथल्या मुलांना

आपल्या सोबत आणता येईल. तुम्ही काही गरम पांघरुणं, बिस्किटं आणि पाण्याच्या बाटल्या तयार ठेवा.''

माझा नवा असिस्टंट वरुण म्हणाला, ''पण, कशासाठी?''

त्यावर मी म्हणाले, ''घटनास्थळी जर आपल्याला काही मुलं सापडली, तर आपल्याला त्या मुलांना बरोबर घेऊन यावं लागेल. नंतर त्यांची अपंग व मतिमंद मुलांच्या शाळेत सोय करावी लागेल.''

त्यावर तो बुचकळ्यात पडून म्हणाला, ''अपंग आणि मतिमंदांच्या शाळेत सोय करावी लागेल? म्हणजे? आपल्याला तिथे अशीच मुलं सापडतील, हे कशावरून?''

''इतक्या वर्षांच्या अनुभवावरून,'' मी म्हणाले.

आता तर तो अधिकच गोंधळून गेला. त्यावर मी त्याला स्पष्ट करून सांगितलं. ''एकदम पूर आला, पाण्याचा प्रचंड मोठा लोट आला आणि डोळ्यांसमोर घरदार वाहून जाऊ लागलं, की गरीब लोकांना जेवढं सामानसुमान बरोबर घेऊन निघणं शक्य आहे, तेवढं घेऊन ते जीव वाचवण्यासाठी पळत सुटतात. अशा वेळी ते आपल्या जवळचे पैसे, कपडे आणि धडधाकट, नॉर्मल मुलांना स्वत:बरोबर घेतात आणि अपंग, मतिमंद मुलांना मागेच ठेवतात. मग अशी मुलं आपल्याला सापडली, की आपण ती घेऊन येतो आणि जवळपासच्या अशा मुलांच्या खास निवासी शाळांमध्ये त्यांची राहण्याची सोय करतो. कधीकधी सगळी परिस्थिती पूर्ववत झाली, की त्यांचे पालक येऊन त्यांना घेऊन जातात, तर कधीकधी ते परत येतच नाहीत.''

''मॅडम, तुम्ही हे असं कसं बोलू शकता?'' वरुण म्हणाला.

''वरुण, तू जरा त्या पालकांवर ओढवलेल्या परिस्थितीचा विचार कर. त्यांच्याकडे स्वत:चं वाहन नसतं. त्यांना सामानसुमानासहित जीव मुठीत धरून सुरक्षित ठिकाणी पोहोचायचं असतं. अशा वेळी या अशा मुलांना बरोबर घेऊन जाण्याची सोय करत ते तिथेच थांबले, तर त्यांना सर्वस्व गमावून प्रसंगी स्वत:चेही प्राण गमावून बसावे लागतील. त्या लोकांचं स्वत:च्या मुलांवर प्रेम नसतं, असं नाही, पण आर्थिक परिस्थितीमुळे त्यांना आपल्या मुलांना मागे ठेवून निघावं लागतं. त्यांचा आपण सहानुभूतीनं विचार करायला हवा.''

''मॅडम, मला तुमचं हे म्हणणं मुळीच पटत नाही. आईचं प्रेम हे जगात सर्वश्रेष्ठ प्रेम मानलं जातं. तिच्या प्रेमाला कोणतीच शर्त नसते. आपल्या मुलांसाठी ती सर्वस्वाचा त्याग करायला तयार होते.''

''वरुण, तुझं म्हणणं खरं असेलही, पण ते अगदी शंभर टक्के प्रत्येक परिस्थितीत लागू होईलच असं नाही.'' असं मी म्हणाले आणि आम्ही सगळे कामाला लागलो.

आम्ही त्या दिवशी संध्याकाळी मुक्कामाच्या ठिकाणी परत आलो, तेव्हा आमच्या सोबत दुर्घटनाग्रस्त भागी सापडलेली अशी चार मुलं होती.

त्या रात्री आम्ही सगळे एकत्र जमल्यावर वरुण मला म्हणाला, ''आपल्या आईचं मुलांवर पराकोटीचं प्रेम असतं ना? माझ्या मनातला गुंता काही सुटत नाहीये; पण मॅडम, तुम्ही तर किती ठिकाणी काम केलं आहे. मग या विषयावर तुमची काय मतं आहेत, ती मला ऐकायची आहेत.''

मी म्हणाले, ''इकडे ये, इथे माझ्या शेजारी बस. मी काही प्रत्यक्ष घडलेल्या घटनाच तुला सांगते.''

मग मी बोलायला सुरुवात केली. ''प्रतिकूल परिस्थिती ओढवल्यानंतर चिंपांझी माकडाची मादी कशी वागते, याविषयी एक चमत्कारिक अहवाल माझ्या वाचनात आला. हा प्रयोग काही वर्षांपूर्वी करण्यात आला होता. एका प्रचंड मोठ्या पारदर्शक पाण्याच्या रिकाम्या टाकीत एक चिंपांझी मादी आणि तिचं पिलू यांना खेळायला सोडण्यात आलं. टाकीचं पारदर्शक काचेचं झाकण बंद करण्यात आलं. सुरुवातीला ती आई व तिचं बाळ मजेत त्यात खेळत होते. मग संशोधक शास्त्रज्ञांनी हळूहळू त्यात पाणी सोडण्यास सुरुवात केली. पाण्याची पातळी जशी वाढू लागली, तशी ती चिंपांझी मादी सावध झाली. तिनं आपल्या बाळाला उचलून छातीशी पकडलं. ती उभी राहून मोठ्यांदा ओरडू लागली. पाण्याची पातळी अधिकाधिक वाढू लागली. आता ती घाबरली. तिनं काचेचं झाकण फोडायचा प्रयत्न केला. तरीही पाण्याची पातळी वाढतच चालली होती. मग बाळाला एका खांद्यावर घेऊन ती कशीबशी उभी राहिली. मधूनमधून ती खांदा बदलत होती; पण मग पाण्याची पातळी वाढत वाढत पाणी तिच्या नाकाला जाऊन भिडलं. मग मात्र सरळ बाळाला खाली ठेवून ती त्याच्या अंगावर उभी राहिली. आपलं नाक पाण्याच्या वर ठेवून श्वास घेण्यासाठी! त्या क्षणी त्या शास्त्रज्ञांनी पाण्याला बाहेरची वाट देऊन टाकी हळूहळू रिकामी करण्यास सुरुवात केली. यावरून एकच सिद्ध होतं, की प्रत्येकाला स्वत:चा जीव हा दुसऱ्याच्या जिवापेक्षा जास्त प्रिय असतो. मला तो अहवाल वाचून आश्चर्याचा धक्का बसला. कुणीही असं कसं वागू शकतं, असंच मला वाटलं. मग मी मनाशी म्हटलं, कदाचित हे चिंपांझींच्या बाबतीत खरं असेलही; पण मनुष्य प्राण्याच्या बाबतीत मात्र मुळीच खरं नसेल. माणूस हा समाजप्रिय आणि सुसंस्कृत प्राणी आहे. निदान मला तरी तसं वाटतं.''

वरुण त्यावर म्हणाला, ''हे तर फारच इंटरेस्टिंग आहे, मॅडम. अजून सांगा ना.''

मी पुढे सांगू लागले, ''मी तुला पुढची जी कहाणी सांगणार आहे, ती छत्रपती शिवाजी महाराजांच्या काळातली आहे.

छत्रपती शिवाजी महाराजांच्या रायगड किल्ल्याजवळील एका खेडेगावात हिरकणी नावाची एक तरुण विवाहित स्त्री राहत होती. ती गवळण होती. ती रोज सकाळी दूधदुभतं घेऊन गडावर येत असे. किल्ल्याचं मुख्य प्रवेशद्वार – सिंह दरवाजा सूर्योदयाबरोबर उघडत असे आणि सूर्यास्ताला बंद होत असे.

काही दिवसांनी हिरकणीला बाळ झालं. काही दिवसांनी हिरकणी आपल्या बाळाला घरी ठेवून परत पूर्वीसारखी दूधदुभतं घेऊन गडावर जाऊ लागली. ती न चुकता सूर्यास्तापूर्वी किल्ल्याबाहेर पडत असे, कारण सूर्यास्ताबरोबर किल्ल्यांचे दरवाजे एकदा बंद झाले, की त्यानंतर खुद्द महाराजांची लेखी परवानगी असल्याशिवाय कोणालाही आत-बाहेर करणं शक्य नसे.

एक दिवस किल्ल्यावर एका सैनिकाच्या पत्नीला प्रसववेदना सुरू झाल्या. हिरकणी तिच्या मदतीला धावून गेली. त्या स्त्रीची सुखरूप प्रसूती होऊन बाळ जन्माला आलं; पण इकडे अंधार झाला. रात्र पडली. किल्ल्याचे दरवाजे बंद झाले. हिरकणी बाळाच्या आठवणीनं व्याकूळ झाली. तिचं बाळ अंगावर दूध पिणारं होतं. त्याच्या भुकेची वेळ झाली होती. 'दरवाजा किंचित उघडा मला घरी जाऊ द्या.' अशी तिनं शिपायांपाशी गयावया केली. ती रडली, भेकली. त्यांच्या हाता-पाया पडली. त्यांना तिच्याविषयी सहानुभूती वाटत होती, पण राजाज्ञेविरुद्ध जाण्याची कुणाचीच हिंमत नव्हती.

मग आता काय करावं, लवकरात लवकर आपल्या तान्हुल्यापाशी कसं पोहोचावं, याचा हिरकणीनं खूप विचार केला. आता तिच्यापुढे एकच मार्ग होता. गडावरून तिच्या घराकडे जाण्याची एक अत्यंत दुर्धर डोंगराळ वाट होती. ती वाट निम्मी उतरून थोडं खाली जाऊन तिथून उडी मारायची, एवढाच पर्याय शिल्लक होता. ज्या ठिकाणाहून ती उडी मारणार होती, त्याच्या खालीच एक कुरण होतं व जवळून एक झरा वाहत होता, त्यामुळे आपण उडी मारल्यावर कदाचित आपला जीव वाचेल, पण हात-पाय मोडेल, इजा होईल, याची तिला कल्पना होती; पण जीव जाण्याचीसुद्धा शक्यता होतीच. तिनं खूप विचार केला; पण तिच्या हृदयातलं मातेचं प्रेम तिला स्वस्थ बसू देईना. काहीच न करता हात-पाय गाळून बसून राहणं तिला पटेना.

हिरकणीनं परमेश्वराची हात जोडून प्रार्थना केली आणि सगळा धीर एकवटून तिनं सरळ उडी मारली. तिच्या नशिबानं ती एका झाडावर पडली व तिथून खाली उतरून चालत घरी गेली.

दुसऱ्या दिवशी सकाळी नेहमीसारखं दूधदुभतं घेऊन ती किल्ल्याच्या प्रवेशद्वारातून आत शिरू लागली. तिला पाहून शिपायांना धक्काच बसला. आदल्या रात्री सूर्यास्तानंतर ती आतच अडकून पडली आहे, अशी त्यांची समजूत होती. त्यांनी

आश्चर्यानं तिला विचारलं, "हिरकणी, तू काल रात्री आपल्या घरी सुखरूप कशी काय पोहोचलीस?" त्यावर तिनं घडलेलं सर्व काही त्यांना जसंच्या तसं सांगितलं. ती म्हणाली, "माझ्या भुकेनं कळवळून रडणाऱ्या तान्हुल्याची हाक मला ऐकू आली. ती हाक माझ्या प्राणांपेक्षा मला कितीतरी महत्त्वाची वाटली. शेवटी मी एक आई आहे. बाळ हा आईच्या शरीराचा, जिवाचाच हिस्सा असतो. आपल्या बाळाचा जीव धोक्यात आहे, हे कळलं, तर कुठल्याच आईला चैन पडणं शक्यच नाही."

त्यानंतर विशेष काहीही न घडल्यासारखी ती आत शिरून पुढे निघून गेली.

बघता बघता ही गोष्ट सगळीकडे पसरली. गडावरून अशा तऱ्हेनं सुटकेची वाट आहे, ही गोष्ट शिवाजी महाराजांच्या कानांवर जाताच ते काळजीत पडले; पण त्यांनी तिथे जाऊन प्रत्यक्ष पाहिल्यावर त्यांना कळून चुकलं, की एखादा महापराक्रमी योद्धासुद्धा त्या ठिकाणाहून खाली उडी टाकण्यापूर्वी मनाशी नीट विचार करेल.

त्यांनी हिरकणीला आपल्या दरबारी बोलावून घेऊन तिचा यथोचित सन्मान केला. ते तिला म्हणाले, "तुझं मातृहृदय किती मोठं आहे." तिच्या असामान्य धैर्याची आठवण राहावी, म्हणून तिनं ज्या बुरुजावरून उडी मारली होती, त्याचं 'हिरकणी बुरूज' असं नामकरण करण्यात आलं. तो बुरूज अजूनही तेथे आहे."

मी थांबून वरुणकडे पाहिलं, "वरुण, आलं ना लक्षात? आपण एकदम कोणत्याही गोष्टीबद्दल सर्वसाधारण विधान करून चालत नाही. ज्या वेळची जी परिस्थिती असते, त्यानुसारच माणूस वागत असतो; पण तरीही, माझं मत असंच आहे, की या जगात मातृप्रेम हेच सर्वश्रेष्ठ प्रेम आहे."

/

२३

तुम्हाला आठवतं?

१९९४ मधील गोष्ट आहे. अमेरिकेतील कार्नेजी मेलन विद्यापीठात काम करणारे प्रोफेसर डॉ. राज रेड्डी यांना कॉम्प्युटर आणि आर्टिफिशियल इंटेलिजन्स या क्षेत्रातील पायाभूत संशोधन कार्याबद्दल त्या वर्षीचा ॲलन ट्युरिंग पुरस्कार जाहीर झाला. हा पुरस्कार अत्यंत मानाचा असून, त्याला कॉम्प्युटर सायन्स क्षेत्रातील नोबेल पुरस्कार म्हणावा, इतका हा बहुमान मोठा आहे. संपूर्ण आशिया खंडातून या पुरस्काराचे मानकरी असलेले डॉ. रेड्डी हे पहिलेच.

हा इतका मोठा सन्मान एका भारतीय व्यक्तीला प्राप्त व्हावा, याबद्दल मला अत्यंत आनंद झाला. डॉ. रेड्डी हे बंगळुरूमध्ये असल्याचं कळताच मी त्यांना भेटायला त्यांच्या घरी गेले.

मी त्यांच्या घरात प्रवेश केला, तर बैठकीची खोली पुष्पगुच्छ आणि भेटवस्तूंनी भरून गेली होती. त्यांना भेटायला असंख्य लोक येऊन गेले होते, हे उघड होतं. ते आपल्या खुर्चीत आराम करत बसले होते. त्यांच्या अंगात पांढरेस्वच्छ सुती कपडे होते. त्यांची वेषभूषा आणि एकंदर व्यक्तिमत्त्व इतकं साधं होतं, की ही व्यक्ती इतकी विश्वविख्यात असेल, हे कुणाला सांगूनही खरं वाटलं नसतं. त्यांची पत्नी स्वयंपाकघरात काहीतरी बनवण्यात गुंतली होती.

त्यांना प्राप्त झालेल्या या अभूतपूर्व यशाचा खचितच त्यांना खूप आनंद झाला असेल, अशी माझी अपेक्षा होती. मी त्यांना म्हणाले, "तुमचा आनंद खरंच गगनात मावत नसेल. हा पुरस्कार प्राप्त होणं, ही खरंच यशाची फार मोठी पायरी आहे. किती मोठा सन्मान, केवढं मोठं यश प्राप्त झालं आहे तुम्हाला. तुम्हाला खूप अभिमान वाटत असेल ना?"

माझ्या त्या बोलण्यावर काही उत्तर देण्याऐवजी ते माझ्याकडे पाहून प्रेमानं हसले. त्यांचा चेहरा अतिशय शांत, तृप्त दिसत होता. ते मला म्हणाले, "मला तुम्हाला काही प्रश्न विचारायचे आहेत."

त्यांचे हे उद्गार ऐकून मी इतकी आश्चर्यचकित झाले, की मी माझ्या खुर्चीतून

खाली पडायचंच बाकी होतं. मी म्हणाले, ''हो सर. विचारा ना.''

''मॅडम, गेल्या वर्षी रसायनशास्त्राचा नोबेल पुरस्कार कुणाला मिळाला, ते तुम्हाला आठवतंय का?''

खरं तर मी रोज नियमितपणे वर्तमानपत्र वाचते, तरीही मला ते पटकन आठवेना. मी म्हणाले, ''सर, रसायनशास्त्राचा नोबेल पुरस्कार कुणाला मिळाला, ते काही मला आत्ता आठवत नाही; पण गेल्या दोन-तीन वर्षांमध्ये विश्वशांतीसाठी अथवा साहित्याच्या क्षेत्रात देण्यात आलेल्या नोबेल पुरस्कारांच्या मानकऱ्यांची नावं मी तुम्हाला सांगू शकेन.''

ते मोठ्यांदा हसून म्हणाले, ''शांती आणि साहित्य ही दोन्ही क्षेत्रं वादग्रस्त आहेत. त्याचं कारण हे दोन्ही विषय व्यक्तीसापेक्ष आहेत, त्यामुळे बातम्यांमध्ये त्यांची नेहमीच चर्चा असते, गाजावाजा असतो; पण नाही, मला तुम्ही रसायनशास्त्रात पुरस्कार मिळवलेल्या व्यक्तीचं नाव सांगा.''

मी हार मान्य केली.

त्यावर ते म्हणाले, ''बरं, मग गेल्या वर्षी लंडनच्या रॉयल सोसायटीचा फेलो म्हणून कुणाची निवड झाली?''

परत एकदा मला हार मानावी लागली.

त्यांनी मला आणखी एक प्रश्न विचारला. ''पुलित्सर पुरस्कार कोणाला मिळाला, ते तरी सांगा.''

त्यावर मी म्हणाले, ''ते नाही माहीत; पण बुकर पुरस्कारासाठी विचारात घेतलेल्या अंतिम फेरीतील लोकांची नावं मी सांगू शकते. त्यांच्यापैकी एक म्हणजे − रोमेश गुणशेखर.

''त्यांचं नाव तुमच्या स्मरणात आहे, कारण तेही भारतीय आहेत.''

''तुमच्या सगळ्या प्रश्नांची उत्तरं इंटरनेटवर मिळू शकतील.'' मी त्यांना विरोध करत म्हणाले, ''माझं आता वय होत चाललंय आणि तुमच्या सगळ्या प्रश्नांची उत्तरं मला नाही आठवत.'' स्वतःच्या बचावाची केविलवाणी धडपड चालू होती माझी.

ते परत एकदा माझ्याकडे बघून हसले. ''हे पाहा, तुमच्या स्मरणशक्तीची परीक्षा घेणं, हा काही माझा उद्देश नाही. मला तुम्हाला फक्त एवढंच दाखवून द्यायचं होतं, की सगळ्या पुरस्कार विजेत्यांची नावं सदासर्वकाळ लोकांच्या स्मरणात राहत नाहीत. एखाद्या क्षेत्रात प्रत्यक्ष काम करत असलेल्या लोकांनाच त्या क्षेत्रातील पुरस्कार विजेत्यांची नावं आठवतात. फार तर फार त्या पुरस्कार विजेत्यांच्या आप्तेष्टांच्या आणि मित्रमंडळींच्या त्या पुरस्काराचं स्मरण दीर्घकाळ राहू शकतं; पण राहिलेल्या जगाचं काय? इतर लोक एक दिवस तुमचं नाव वृत्तपत्रात वाचतात

आणि दुसऱ्या दिवशी विसरूनसुध्दा जातात, त्यामुळे मला जेव्हा कधीही पुरस्कार मिळतो, तेव्हा पुढे फारच थोड्या लोकांच्या ती गोष्ट स्मरणात राहणार आहे व तीही अगदी अल्पकाळासाठीच, हे मला माहीत असतं, त्यामुळे त्या पुरस्काराचं मला फार काही विशेष वाटत नाही. मला माझं काम करताना प्रचंड आनंद मिळतो आणि खरं सांगू? माझ्या दृष्टीनं खरा पुरस्कार तोच तर आहे. मला जेव्हा एखादा पुरस्कार मिळतो, तेव्हा काही थोडे लोक अत्यंत मनापासून माझ्या त्या आनंदात सहभागी होतात. तोच माझा खरा बहुमान आहे, असं मला वाटतं.''

त्यांच्या पुरस्कारांकडे, मानसन्मानांकडे पाहण्याच्या या दृष्टिकोनामुळे मी भारावून गेले. त्यांना जेव्हा एखादा पुरस्कार मिळे, तेव्हा ते हर्षभरितही होत नसत आणि एखादा पुरस्कार न मिळाल्याबद्दल दुःखीही होत नसत. अशी माणसं खूप कमी असतात, म्हणूनच मला डॉ. रेड्डींबद्दल खूप आदर वाटतो.

नंतर ते हसून मला म्हणाले, ''तुमच्या जीवनावर ज्यांनी खोलवर परिणाम घडवून आणला आहे, असे लोक तुम्हाला आठवतात का?''

त्यावर क्षणार्धात मी उत्तर दिलं, ''हो, मी ज्या बालवाडीत जात होते, तिथल्या माझ्या शिक्षिका! माझी आई शाळेच्या पहिल्या दिवशी मला शाळेत सोडून जेव्हा घरी जायला निघाली, तेव्हा मी रडू लागले. त्या वेळी आमच्या बाई तिथे येऊन मला जवळ घेऊन म्हणाल्या, ''बाळ, तू काळजी करू नकोस, भिऊ नकोस, मी आहे ना?'' त्या वेळी त्या परक्या वातावरणात, नवीन शाळेत, अनोळखी लोकांमध्ये माझ्यासाठी कुणीतरी आहे, या कल्पनेनंच खूप बरं वाटलं होतं. मला माझ्या शाळेतली एक मैत्रीणसुद्धा आठवते. आम्ही सगळ्या खेळत असताना माझ्या हातून आमच्या शेजाऱ्यांच्या खिडकीची काच फुटली होती; पण ही गोष्ट आई-वडिलांना सांगायची मला भीती वाटत होती. त्या वेळी ती मला म्हणाली होती, ''अगं घाबरतेस कशाला? मी येईन ना तुझ्या घरी आणि आमच्या दोघींच्या हातून ती काच फुटली, असं तुझ्या आई-वडिलांना सांगीन.'' त्याचप्रमाणे मला माझ्या एका चुलत बहिणीची आठवण येते. एकदा माझी बस लेट झाल्यानं मी तिच्या घरी मध्यरात्री पोहोचले. त्यानंतर तिनं अत्यंत हसतमुखानं, प्रेमानं झटपट ताजा रुचकर स्वयंपाक करून मला जेवायला वाढलं. तिच्या कपाळावर किंचितशी आठीसुद्धा उमटली नाही. त्याचप्रमाणे मी शाळेचा गृहपाठ वेळेवर न केल्याबद्दल मला रागावणारे आमचे शिक्षक मला अजून आठवतात. ते आम्हाला म्हणायचे – ''वेळ हा अनमोल असतो. तुमच्यावर सोपवलेलं काम जर तुम्ही वेळेत पूर्ण केलं नाहीत, तर ते न केल्यासारखंच आहे.'' त्यांच्या त्या रागवण्यानं आणि समजावून सांगण्यानं माझं आयुष्यच बदलून गेलं.''

डॉ. रेड्डी त्यावर हसून म्हणाले, ''बघा, आपल्या आयुष्यात खऱ्याखुऱ्या

महत्त्वाच्या गोष्टी याच तर असतात. खरं तर या सगळ्या माणसांनी जगाच्या दृष्टीनं तसं म्हटलं तर फार मोठं यश संपादन केलेलं नाही; पण त्यांनी तुमचा आत्मविश्वास वाढवून तुमचं मन समतोल बनवलं. तुम्हाला खंबीर बनवलं. त्यांनी तुम्हाला अक्षरशः रॉकस्टार बनवलं. त्यांनी तुम्हाला शक्ती, ऊर्जा दिली. धैर्य दिलं, मूल्यं आणि आदर्श दिले. तुमच्या आयुष्यातले खरेखुरे पुरस्कार हेच तर आहेत आणि त्यांचं तुम्ही नेहमी जतन केलं पाहिजे.''

वाइज ॲंड अदरवाइज

जीवनाला सलाम !

मूळ लेखिका : **सुधा मूर्ती** । अनुवाद : **लीना सोहोनी**

भारताच्या आर्थिकदृष्ट्या अत्यंत मागासभागांमध्ये सुधा मूर्ती यांनी भटकंती केली आहे. त्या पायी फिरल्या आहेत, त्यांनी बसनंही प्रवास केला आहे. या भागात अठराविश्वे दारिद्र्यात राहणाऱ्या माणसांच्या दारात आरोग्याच्या आणि शिक्षणाच्या सुविधा नेऊन पोचवण्यासाठी त्यांनी आटोकाट प्रयत्न केले आहेत. त्यांच्या या कार्यामुळेच समाजाच्या विविध स्तरांतील असामान्य व्यक्तींच्या सहवासात त्या आल्या. मग ते मुंबईतून उठून जाऊन भूकंपग्रस्त गुजरातमध्ये स्थायिक होणारं भिकाऱ्याचं कुटुंब असो, हुंड्यासाठी बळी गेलेल्या एका तरुणीची माता असो... नाही तर मोठ्या रकमेचा चेक देणगी म्हणून पाठवणारा अनामिक दाता असो... या सर्वांमुळे, त्यांच्या हृदयाला स्पर्श करून जाणाऱ्या कहाण्यांमुळे आणि त्यांच्या मुलखावेगळ्या जीवनविषयक तत्त्वज्ञानामुळे सुधा मूर्तींचं जीवन समृद्ध होऊन गेलं आहे.

***